मार्क ट्वेनच्या निवडक कथा

मार्क ट्वेन

अनुवाद

रोहिणी बागल

मेहता पब्लिशिंग हाऊस

Please contact us at **Mehta Publishing House Pvt. Ltd.**
✆ +91 020-24476924 / 24460313 / Mob. No. 9545000513
Email : production@mehtapublishinghouse.com
Website : www.mehtapublishinghouse.com

- *या पुस्तकातील लेखकाची मते, घटना, वर्णने ही त्या लेखकाची असून त्याच्याशी प्रकाशक सहमत असतीलच असे नाही.*

MARK TWAINCHYA NIVADAK KATHA by **MARK TWAIN**

Translated into Marathi Language by Rohini Bagal

मार्क ट्वेनच्या निवडक कथा / अनुवादित कथासंग्रह

अनुवाद : रोहिणी बागल
author@mehtapublishinghouse.com

मराठी अनुवादाचे व प्रकाशनाचे हक्क : मेहता पब्लिशिंग हाऊस प्रा. लि.

संस्थापक : सुनील अनिल मेहता

प्रकाशक : मेहता पब्लिशिंग हाऊस प्रा. लि.
१९४१, सदाशिव पेठ, माडीवाले कॉलनी, पुणे ४११०३०

मुद्रक : ट्रिनिटी ॲकॅडमी फॉर कॉर्पोरेट ट्रेनिंग लिमिटेड

मुखपृष्ठ : मेहता पब्लिशिंग हाऊस प्रा. लि.

प्रथमावृत्ती : नोव्हेंबर, २०२२

किंमत : ₹ ३००

P Book ISBN 9789395477703
E Book ISBN 9789395477710
E Books available on : amazonkindle Apple Books Google Play Books

---

मार्क ट्वेन-परिचय

(१८३५ – १९१०)

मार्क ट्वेन हे अमेरिकन साहित्यातील महत्त्वाचे साहित्यिक. त्यांना अमेरिकन साहित्याचे जनक मानले जाते. मार्क ट्वेनचे मूळ नाव सॅम्युअल क्लेमेन्स. त्यांचा जन्म १८३५मध्ये फ्लोरिडा येथे झाला. त्यांची आई आनंदी, हसतमुख आणि स्वभावाने प्रेमळ होती. तिच्या संस्कारांचा त्यांच्या लिखाणावर, विशेषत:, लघुकथांवर मोठा प्रभाव दिसून येतो. त्यांचे वडील कडक शिस्तीचे आणि करड्या स्वभावाचे! घरात पैशाची नेहमीच चणचण भासत असे; त्यामुळे कदाचित वडिलांचा स्वभाव कडवट आणि तटस्थ झाला असावा. त्यांच्याशी घरातील कोणा सदस्याने चेष्टामस्करी केल्याचे त्यांना आठवत नाही. वडिलांना कधी हसतानाही पाहिल्याचे त्यांना आठवत नाही. त्यामुळे त्यांचा ओढा जास्त करून आईकडेच होता. ते चार वर्षांचे असताना त्यांचे सर्व कुटुंब मिसिसिपी येथील हनिबॉल शहरात स्थलांतरित झाले. ते अकरा वर्षांचे असतानाच पित्याचे छत्र हरपले. एकूण सहा भावंडे, त्यात तीन लहान भावंडांचा अकाली मृत्यू. वडिलांच्या आणि भावंडांच्या मृत्यूमुळे त्यांना अकाली प्रौढत्व आले.

हनिबॉल हा अतिशय निसर्गरम्य प्रदेश होता; परंतु त्या प्रदेशात गुलामगिरीची प्रथा होती. तसेच गुलामांना क्रूरतेने वागविले जात असे. तेथे हिंसाचारही मोठ्या प्रमाणावर होत असे. मार्क ट्वेनच्या लिखाणात या दोन्हींचा उल्लेख येतो. तरुणपणी मार्क ट्वेन यांनी उपजीविकेसाठी अनेक कामे केली. खलाशी, मुद्रक आणि पत्रकार म्हणूनही येथे काम केले. मिसिसिपी नदीवरील खलाशी पाण्याची खोली दर्शविताना मार्क ट्वेन (१२ फूट) असा उल्लेख करत असत. पुढे हेच नाव धारण करून त्यांनी

आपले लिखाण सुरू केले.

त्यांचा विवाह ऑलिव्हिया लँगडन हिच्याशी १८७० मध्ये झाला. त्यांना तीन मुली आणि एक मुलगा होता. दुर्दैवाने मुलगा दीड वर्षाचा असतानाच अल्पशा आजाराने गेला. सुझी आणि जिन दोन्ही मुलींचे तरुण वयातच निधन झाले. जिनबरोबर त्यांचे एक वेगळेच नाते होते. ती त्यांना लिखाणात मदत करत असे. तिला फिट्स येत असत. अशाच एका प्रसंगी चक्कर आली असता ती टबमध्येच पडली आणि अवघ्या २९व्या वर्षी तिचा मृत्यू झाला. तिच्या जाण्याने ते फारच खचले. त्यांची पत्नी १९०२-१९०४ या काळात अतिशय आजारी होती. तिचे १९०४ मध्ये इटलीत निधन झाले. या दुःखद घटनेचा हळुवार उल्लेख 'इव्हच्या डायरीत' वाचण्यास मिळतो. इव्हच्या डायरीत ॲडमने पत्नीसाठी केलेली पहिलीवहिली प्रार्थना खालील शब्दांत व्यक्त केली.

इव्हचे थडगे : ती जिथे होती, तिथेच स्वर्ग होता ... ॲडम

मार्क ट्वेन यांना 'अमेरिकन साहित्याचे जनक' म्हणायचे महत्त्वाचे कारण म्हणजे ज्या काळात आधुनिक अमेरिकेची सामाजिक आणि आर्थिक जडणघडण होत होती, त्याच काळात त्यांनी महत्त्वाचे लेखन केले. त्यांच्या लिखाणात १९ व्या शतकातील अमेरिकन समाजाची स्पंदने आढळतात. वेगाने बदलणारा अमेरिकन समाज आणि बदलाला सामोरे जाणारा अमेरिकन माणूस यांचा वेध त्यांनी त्यांच्या साहित्यात घेतला. धार्मिक, ऐतिहासिक, सामाजिक, आर्थिक अशा अनेक विषयांवर त्यांनी केलेल्या लिखाणाचा केंद्रबिंदू हा त्यांच्या समकालीन अमेरिकेतील माणूसच होता. त्यांचे लिखाण हे त्यांच्या काळातील अमेरिकन माणसाच्या आयुष्यावर आणि त्याच्या अस्तित्वावर केलेले चिंतनच आहे. म्हणूनच त्यांचे लिखाण आजही भावते. तल्लख कल्पनाशक्ती आणि सहज विनोदबुद्धी यांमुळे त्यांचे लेखन सृजनशील आणि वाचनीय होते. दहा प्रवासवर्णने, जवळपास दोनशे लघुकथा, दीडशेवर निबंध आणि भाषणे आणि डझनभर कादंबऱ्या असा मार्क ट्वेन यांचा मोठा साहित्यिक पसारा आहे. विशेष म्हणजे त्यांचे लिखाण प्रौढ वाचकांत आणि बाल वाचकांच्यातही लोकप्रिय आहे. त्यांच्या लिखाणात अमेरिकेत त्या काळात आढळणाऱ्या क्रौर्य, अन्याय, गुलामगिरी यांबद्दल तीव्र नापसंती दिसतेच; तसेच प्रेम, सौहार्द, सामंजस्य याचा पुरस्कार दिसतो. त्यांच्या लिखाणात अनेक ठिकाणी भांडवलशाहीतील परस्पर विरोध आणि त्यामुळे सामान्य माणसाची होणारी ओढाताणही आढळते. जगातील अनेक भाषांमध्ये त्यांचे लिखाण अनुवादित झाले.

'द ॲडव्हेंचर ऑफ टॉम सॉयर' आणि 'द ॲडव्हेंचर ऑफ हकलबरी फिन' या

मार्क ट्वेनच्या अनेक भाषांमध्ये भाषांतरित झालेल्या लोकप्रिय आणि प्रसिद्ध कादंबऱ्या! मिसिसिपीतील त्यांच्या लहानपणच्या आठवणी आणि अनुभव यातूनच टॉम सॉयर आणि हक फिनसारखी पात्रे अमेरिकन साहित्यात अजरामर झाली. खरे तर दोन्ही कथासंग्रह 'बालसाहित्य' म्हणून लिहिले गेले होते. कुठे ना कुठे तरी सर्वच वाचकांच्या मनातील लहानपणीच्या आठवणींना उजाळा देणाऱ्या आणि त्यांना परत बालविश्वात रममाण करणाऱ्या अशा या दोन कादंबऱ्या! त्यामुळे प्रौढांमध्येही त्या खूप लोकप्रिय झाल्या. दोन्ही कादंबऱ्यांना उत्कृष्ट अमेरिकन साहित्य म्हणून गणले जाते.

मार्क ट्वेनला प्रवासाची आवड होती. त्यांची प्रवासवर्णने आणि कथा लोकप्रिय ठरल्या. 'दि इनोसन्ट अब्रॉड,' 'राफिंग इट,' 'ए ट्रॅम्प अब्रॉड आणि फॉलोइंग दि इक्वेटर' ही त्यांची गाजलेली प्रवासवर्णने! सन १८६७मध्ये त्यांनी पाच महिन्यांची युरोप, पॅलेस्टाईन आणि इस्रायलची सफर केली. नर्म विनोदाची पखरण घालत वेगवेगळ्या देशांतील तत्कालीन राजकीय आणि सामाजिक परिस्थितीचे मार्मिक चित्रण त्यांनी केले आहे. काही वेळा राजकीय परिस्थितीवरील त्यांची टीका अतिशय परखड असे. त्यांची अनेक राजकीय निरीक्षणे आजही महत्त्वाची वाटतात.

वरवर पाहता मार्क ट्वेन हे विनोदी लेखक वाटले तरी त्यांच्या अनेक कथांमधून आणि लिखाणातून माणसाच्या आयुष्याचे आणि अस्तित्वाचे गहिरे वास्तव पाहायला मिळते. विनोदातून आणि कल्पनाशक्तीच्या जोरावर नावीन्यपूर्ण आणि वैचित्र्यपूर्ण कथने रचल्याने त्यांचे साहित्य वरवर मनोरंजनात्मक वाटते; मात्र प्रत्यक्षात ते आयुष्याच्या गाभ्यालाच हात घालते. त्यातून मानवी जीवनाच्या अस्तित्वाच्या अनेक शक्यता डोळ्यांपुढे उभ्या राहतातच; शिवाय, नव्याने घडत असणाऱ्या अमेरिकन समाजातील नवीन जाणिवाही जन्म घेतात. त्यांची 'The Notorious Jumping Frog of Calaveras County' ही गाजलेली पहिली कथा! अमेरिकेला या कथेद्वारे विनोदाचा सूर सापडला, असे म्हटले जाते. साध्या घटनांमधून आणि विनोदी कथनातून ते मानवी जीवनातील अन्याय, सामाजिक संकेत, रूढी आणि धार्मिकतेचे अवडंबर यावर कठोर भाष्य करतात. त्यांची कथने मुळात अतिशय नाट्यमय आणि परिणामकारक आहेत. त्यांचे लिखाण लोकप्रिय होण्याचे महत्त्वाचे कारण म्हणजे त्यांच्या अनेक कथा प्रथम नाट्यगृहात प्रेक्षकांसमोर सादर केल्या गेल्या होत्या. मार्क ट्वेन मुळात स्टेज परफॉर्मर! त्यांचा स्टेजवरील आविर्भाव आणि सादरीकरणाची खुबी यामुळे त्यांना स्टेज आर्टिस्ट म्हणून खूप प्रसिद्धी मिळाली. सोप्या, ओघवत्या आणि अकृत्रिम भाषेत, सामान्य प्रेक्षकांचे मनोरंजन करीत त्यांच्या पसंतीस उतरेल अशा कल्पनारम्य जगाची सफर ते लीलया करीत असत. हॅल होलब्रुक नावाच्या एका प्रसिद्ध अमेरिकन स्टेज आर्टिस्टने 'Mark Twain Tonight' या नावाने

१९५९ ते १९६७ या काळात रंगभूमीवर अनेक प्रयोग केले. तसेच याच काळात मार्क ट्वेनवरील कार्यक्रमांचे तीन अल्बमसुद्धा प्रसिद्ध केले. त्यामुळे भविष्यात रंगभूमीवर मार्क ट्वेनचे नाव अजरामर झाले आणि अमेरिकेच्या रंगभूमीच्या इतिहासात 'बोलक्या कथा' म्हणून मार्क ट्वेनच्या कथा प्रेक्षकवर्गात लोकप्रिय झाल्या. लेखक म्हणून त्यांची ओळख नंतरची!

मार्क ट्वेन यांच्या कथा आणि लघुकथा या त्यांच्या साहित्याची बलस्थाने आहेत. त्यांच्या कादंबऱ्यांचा विषय म्हणजे अमेरिकेच्या जडणघडणीतून प्रतीत होणारा समाज; परंतु मार्क ट्वेनच्या लघुकथांचे वैशिष्ट्य म्हणजे त्या वास्तवातून घडलेल्या छोट्या प्रसंगांतून आणि घटनांतून जन्म घेतात. अनेक कथांमध्ये मार्क ट्वेन यांनी अचाट कल्पनाशक्तीचा वापर केला आहे. त्यांच्या लिखाणात केंद्रभागी माणूसच आहे आणि त्याचे विचारविश्वही वास्तववादी आहे. धर्म, परंपरा, अवास्तव नियम, निरर्थक सामाजिक चालीरीती आणि त्यांचा मानवी जीवनावर असणारा प्रभाव यामुळे मानवाचे जीवन अनेकदा विनाकारण दुःखी होते. धर्म, परंपरा, रूढी यांच्या केंद्रभागी माणूसच आहे, याची जाणीव ठेवून डोळसपणे पाहिले तर जीवन सुसह्य होईल. माणसाचे माणूसपणाचे हे भान सुटायला नको. हा महत्त्वाचा विचार त्यांच्या लघुकथांमधून ध्वनित होतो. मार्क ट्वेनच्या साहित्याचे सादरीकरणच मुळात स्टेजवर कथाकथनाच्या स्वरूपात झाले आहे; त्यामुळे लिखाणात येणारे बारकावे किंवा लिखाणाचा बाज इथे फारसा दिसत नाही; मात्र नाट्यमयता, कल्पनांची उत्तुंग भरारी, मानवी जीवनातील काव्यात्म चिंतन याचा प्रत्यय मार्क ट्वेनच्या लघुकथांमध्ये येतो. प्रत्येक लघुकथा मानवी अस्तित्वाचा किंवा जीवनाच्या शक्यतेचा एक वेगळाच दृष्टिकोन समोर ठेवते. मार्क ट्वेनच्या लघुकथा वाचकांची उत्कंठा वाढविणाऱ्या, कल्पनारम्य आणि जादुई नगरीत घेऊन जाणाऱ्या असल्या तरीही त्या कथानकातील माणूसपण आणि मानवी मूल्ये कधीच हरवत नाहीत. एखाद्या वास्तवातील घटनेचा धागा पकडून त्यातून एखादे सृजनात्मक कलात्मक वस्त्र विणावे अशी त्याची लेखनशैली आहे.

छोट्या छोट्या वाक्यांमधून जीवनाचे मर्म उलगडून दाखविण्याची कला मार्क ट्वेनने साधली. त्यांचे 'क्वोट्स' जीवनाबद्दल सुविचार सांगतात आणि जीवनाचा मंत्रही देतात. त्यातून जीवनाविषयीची आणि जगण्याविषयीची महत्त्वाची मूल्ये प्रतीत होतात, त्यामुळे मार्क ट्वेनचे सुविचार शे-दीडशे वर्षांनंतरही समर्पक वाटतात.

मार्क ट्वेन यांना भारताविषयी प्रेम होते. त्यांनी १८९६-९७ च्या दरम्यान भारताचा व्याख्यानदौरा केला होता. मुंबई, कलकत्ता, दिल्ली, बनारस अशा एकूण सोळा शहरांना त्यांनी या दौऱ्यात भेट दिली आणि तेथे भाषणे दिली. वैविध्यतेने नटलेल्या भारत देशाची त्यांच्यावर चांगलीच छाप पडली होती. बनारस शहराचे

वर्णन त्यांनी 'भारताचे ऑक्सफर्ड' या शब्दांत केले होते. भारताविषयीचे त्यांचे प्रेम आणि आदर खालील विचारातून प्रकट होतात.

'India is the cradle of Human Race, the birthplace of Human Speech, the mother of History, the grandmother of Legend and the great grand-mother of Tradition. Our most valuable and most instructive materials in the history of man are treasured in India.'

प्रतिभावान लेखकाच्या कथा-कादंबऱ्यांचे भाषांतर करणे मुळात अवघड असते. अचाट कल्पनाशक्तीतून साकार झालेल्या वेगळ्या वळणाच्या, वेगळ्या भाषिक, सांस्कृतिक आणि धार्मिक परिसरात सांगितलेल्या कथा लेखकाच्या शैलीसह इंग्रजी भाषेतून मराठीत आणताना अनेक अडचणी आल्या. दीडशे वर्षांपूर्वीचा अमेरिकन समाज, संस्कृती, तत्कालीन ख्रिश्चन धर्म आणि संकल्पना मार्क ट्वेनच्या नजरेतून मराठी वाचकांपर्यंत जशाच्या तशा पोहोचविणे अवघडच होते. दीडशे-दोनशे वर्षांपूर्वीच्या कलाकृती आणि लेखकांचे विचार जेव्हा आपण दुसऱ्या भाषिक वाचकांपर्यंत पोहोचवितो, तेव्हा अशा सादरीकरणाला मर्यादा येतात. माणसाची भाषा त्या त्या संस्कृतीतील अनेक मिथके, रूपके आणि परिसरात आढळणारी चिन्हे आणि खुणा यांनी सजलेली असते. त्यामुळे मार्क ट्वेनचे लिखाण मराठीत आणताना काही मोजक्या ठिकाणी भाषांतरकाराचे थोडे स्वातंत्र्य घेतले आहे. तसेच काही अप्रस्तुत भाग वगळला आहे; मात्र अशा जागा फारच कमी आहेत. मार्क ट्वेनचे साहित्यविचार या पुस्तकाद्वारे मराठी वाचकांपर्यंत पोहोचतील अशी आशा आहे. या पुस्तकातील रेखाचित्रे धनश्री, विनी, ऋतुराज आणि राजीव यांनी काढली आहेत. कथांची पार्श्वभूमी आणि तत्कालीन संदर्भ वाचकांच्या सोयीसाठी स्वतंत्र परिशिष्टात मांडले आहेत.

– रोहिणी बागल

अनुक्रमणिका

लाखाची गोष्ट

मी सत्तावीस वर्षांचा असताना सॅनफ्रॅन्सिस्को येथील एका ब्रोकरकडे क्लार्क म्हणून नोकरीस होतो. खाणकाम करणाऱ्या कंपन्यांच्या शेअर्सची उलाढाल आमच्या कंपनीतर्फे होत असे. त्या क्षेत्रात अनेक वर्षं काम केल्यामुळे स्टॉक मार्केटबद्दल माझं ज्ञान बऱ्यापैकी होतं आणि त्यामुळे मी या क्षेत्रात तज्ज्ञ म्हणूनच गणला जात होतो. त्या ज्ञानाच्या शिदोरीवर एकटा जगत होतो. माझं असं कुणीच नव्हतं. माझं चातुर्य आणि माझी स्वच्छ प्रतिमा या दोन्हींच्या जिवावर मी जग जिंकेन ह्या विचारांच्या आधारावर पुढील वाटचाल करीत होतो.

दर शनिवारी माझ्या लहानशा बोटीतून उपसागरातून सैर करणे हाच माझ्यासाठी एक विरंगुळा होता. एके दिवशी मात्र मी जरा जास्तच हिंमत केली अन् माझी ती लहानशी बोट चक्क महासागरात शिरली. रात्र बरीच झाली होती आणि माघारी परतण्याचा मार्गही धूसर झाला होता. मी तर अगदी निराश झालो होतो. तेवढ्यात एक छोटंसं गलबत मला दिसलं. त्यावरील खलाश्यांनी मला आसरा दिला. मला त्या खडतर आणि दूरच्या वादळी प्रवासात त्यांची सोबत मिळाली. ते गलबत लंडनच्या दिशेनं निघालं होतं. काही दिवसांनंतर एखाद्या सामान्य खलाशासारखा मी लंडनच्या बंदरावर उतरलो. अंगावर होते चिंध्या झालेले कपडे आणि खिशात होता फक्त एक डॉलर! त्याच्या आधारानं कसाबसा एक दिवस मी लंडनच्या थंडीत कुडकुडत काढला; पण त्यानंतरचे पुढचे चोवीस तास मी अक्षरश: अन्नपाण्यावाचून रस्त्यावर काढले.

दुसऱ्या दिवशी सकाळचे दहा वाजले होते, भुकेनं कासावीस होऊन मी फरपटत पोर्टलॅन्डच्या रस्त्यावरून चालत होतो. जवळून एक छोटासा मुलगा त्याला सांभाळणाऱ्या दाईबरोबर चालला होता. त्याच्या हातात एक ताजं टवटवीत पेर होतं. त्या लुसलुशीत फळाचा एकच तुकडा त्यानं तोंडात टाकला आणि उरलेलं ते फळ त्यानं चक्क गटारात भिरकावलं. मी क्षणात थबकलो. त्या गटारातील फळाकडे लाळघोटेपणे पाहतच राहिलो. मला तर तो चिखलातला एक खजिनाच वाटला. माझ्या तोंडाला पाणी सुटलं. माझा माझ्यावर ताबाच राहिला नाही. भुकेपोटी मी अगदी

कासावीस झालो होतो. मला काहीही करून ते फळ खायचंच होतं; पण माझ्यातलं घरंदाज आणि प्रतिष्ठित मन मात्र स्वत:ला या कृतीपासून मागेच खेचत होतं. शेजारून जाणाऱ्या एखाद्याची साधी नजरसुद्धा मला कासावीस करायची आणि मी परत मागे फिरायचो. जणू काही मी त्या फळाचा विचारही करत नाहीये, असा त्रयस्थासारखा तिथेच उभा राहायचो. अगदी द्विधा मन:स्थितीत मी तिथेच रेंगाळत होतो, त्या फळाकडे आशाळभूत नजरेने पाहत. आता मात्र माझा स्वत:वरचा ताबा सुटत चालला होता. अत्यंत बेशरमपणे मी खाली वाकून ते फळ हाती घेणार, तेवढ्यात बाजूची खिडकी उघडली गेली आणि आतून आवाज आला,

"कृपया, तुम्ही जरा आत येता का?"

एका रुबाबदार दरवानानं मला घरात घेतलं आणि मी एका आलिशान दिवाणखान्यात प्रवेश केला. दोन प्रतिष्ठित वयस्कर सद्गृहस्थ तिथे बसले होते. त्यांनी नोकराला बाहेर पाठविलं व मला बसायला सांगितलं. नुकताच त्यांचा नाश्ता झाला असावा. टेबलावरील उरलेलं ते अन्न पाहून तर मी भुकेनं अगदीच कासावीस झालो. मी मनावर ताबा ठेवत आशाळभूत नजरेनं त्या अन्नाकडे पाहत होतो.

मी येण्याच्या आधी तिथे जे काही घडलं, त्याबद्दल मला काहीच कल्पना तेव्हा नव्हती. खरं तर ते सर्व काही मला खूप काही दिवसांनंतर समजलं; पण मी मात्र ते तुम्हाला आत्ताच सांगणार आहे. हे दोन वृद्ध भाऊ तावातावाने गेले काही दिवस कोणत्यातरी मुद्द्यावरून खूप वाद घालत होते आणि त्या वादाचा शेवट एक पैज लावण्यावर झाला. पैजा लावून प्रश्न सोडविण्याची ही ब्रिटिशांची जुनी परंपराच आहे.

तुम्हाला कदाचित कल्पना असेल की कोणत्या तरी विशिष्ट परदेशी व्यवहारासाठी 'बँक ऑफ इंग्लंड'नं एके काळी दहा लाख पौंडाच्या दोनच नोटा छापल्या होत्या. त्यातील एक नोट काही कारणामुळे चलनातून बाद झाली होती. दुसरी मात्र बँकेच्या लॉकरमध्ये सुरक्षित होती. गप्पा मारता मारता ह्या दोन ज्येष्ठ व्यक्तींमध्ये (कदाचित ते दोघे भाऊ असावेत) ह्या दुर्मिळ नोटेवरून आणि त्याच्या व्यवहाराबाबत काही मतभेद झाले आणि शेवटी त्यावरून त्यांची पैज लागली. विषय असा की लंडनमध्ये असा एखादा अतिशय प्रामाणिक, भुकेला, परंतु अनोळखी माणूस शोधून काढायचा की ज्याच्या खिशात एक कपर्दिकही नाही, ज्याला अख्ख्या लंडनमध्ये एकही मित्र नाही आणि ज्याला या नोटेचा काहीच आगापिछा माहीत नाही. अशा एखाद्या व्यक्तीच्या हातात ही दहा लाख पौंडाची नोट दिली, तर त्याचं भवितव्य काय असेल? ही एवढ्या मोठ्या रकमेची नोट त्याच्याकडे कशी याचंही उत्तर त्याच्याकडे नसेल.

एका भावाच्या मते अशी व्यक्ती तशीच उपाशी राहील आणि भुकेनं त्याचा जीवही जाईल; कारण त्याला इतक्या मोठ्या रकमेच्या नोटेचे सुटे पैसे कोण देणार? कदाचित त्याला पोलीस चोरीच्या आरोपाखाली अटकही करतील. दुसऱ्या व्यक्तीस मात्र खात्री होती, की असा माणूस यातून खात्रीनं काहीतरी मार्ग काढू शकेल आणि नक्कीच या कठीण परिस्थितीतही ह्या दहा लाख रुपयांच्या जिवावर कमीत कमी महिनाभर तुरुंगात न जाता आपली गुजराण करू शकेल. ही त्यांची चर्चा आणि वादविवाद टोकाला जाऊन पोहोचला. आणि सरतेशेवटी वीस हजार पौंडाची पैजही ठरली. दोघेही गर्भश्रीमंत होते. तसेच बँकेत गेले आणि त्यांनी ती लाख मोलाची नोट विकत घेतली. पैजेची सविस्तर माहिती एका पत्रात लिहिली आणि दिवसभर खिडकीत बसून रस्त्यावर असा कोणी योग्य माणूस दिसतोय का ह्याचा शोध घेत राहिले.

दिवसभर वेगवेगळ्या प्रकारच्या लोकांचा ते शोध घेत होते. कोणी प्रामाणिक दिसले, पण हुशार वाटले नाहीत. कोणी चलाख दिसले, परंतु प्रामाणिक वाटले नाहीत. काही जण तर प्रामाणिक आणि चलाखही होते; पण गरीब मात्र नव्हते. काही गरीबही होते; पण अनोळखी नव्हते. प्रत्येक निवडलेल्या माणसात काही-तरी त्रुटी ह्या होत्याच. तेव्हढ्यात त्यांनी मला बघितलं आणि त्यांच्या अपेक्षेप्रमाणे योग्य असा मी त्या दोघांच्याही नजरेत भरलो. त्या दोघांनी एकमतानं माझी निवड केली आणि असा निवडला गेलेला एकुलता एक मी आता त्यांच्यापुढे बसलो होतो. मी येण्याआधी तिथे काय काय घडलं याची मला सुतरामही कल्पना तेव्हा नव्हती. थोड्याच अवधीत त्यांना माझी सर्व कहाणी कळून चुकली आणि त्यांनी त्यांच्या कामासाठी मीच योग्य आहे असं विधान केलं. मी आनंदानं त्यांना होकार दिला आणि कामाचं स्वरूपही विचारलं. त्यांनी माझ्या हातावर एक छोटा लिफाफा ठेवला. मी तो लिफाफा उघडणार, इतक्यात ते म्हणाले "छे, छे, हे पत्र तर तू हॉटेलमध्ये गेल्यावरच उघडणार आहेस. तू आत्ता कोणतीही घाई न करता शांतपणे लॉजवर जा आणि सावकाश हे पत्र वाच!"

मी फारच गोंधळून गेलो होतो. ही माणसं माझी चेष्टा तर करत नाहीत ना? माझ्या कोणत्याही प्रश्नाचं त्यांनी उत्तर तर दिलं नाहीच आणि जणू काही आता तू जाऊ शकतोस असा त्यांचा सूर दिसला. त्या परिस्थितीत मला दुसरा काही पर्यायच नव्हता. त्यामुळे नाराज होऊन आणि एका परीने अपमानित होऊनच उपाशीपोटी मी चरफडत तिथून बाहेर पडलो. आपल्यावर आलेल्या या दयनीय परिस्थितीची ही अशी मस्करी झाल्यानं मी फार अपमानित झालो होतो. शेवटी गरजवंताला अक्कल नसते हेच खरं.

कमीतकमी ते पेर तरी मी खाल्लं असतं! तेही आता गायब झालं होतं. या

विचित्र लोकांच्या मुळेच ते फळ माझ्या हातून निसटून गेलं. त्यांच्यावर मी फारच वैतागलो होतो. त्या घरापासून थोडं दूर गेल्यावर मी घाईघाईनं ते पाकीट उघडलं. त्यात काही पैसे होते! माझं त्या दोघांबद्दलचं मत तर तत्काळ बदललं. मागचा-पुढचा काहीही विचार न करता क्षणार्धात मी ते पाकीट खिशात कोंबलं आणि समोरच्याच अतिशय सामान्य व छोट्याशा हॉटेलात घुसलो. पोटभर खाऊन तृप्तीचा ढेकर दिला आणि बिल देण्यासाठी म्हणून पाकिटातील ती नोट बाहेर काढली. ती नोट बघताच माझे डोळे फिरले. तोंडातून एक शब्दही फुटेना. माझं डोकं गरगरायला लागलं. दहा लाख पौंडांची नोट!

एक मिनिटभर तर मला काहीच सुचेना! डोळे फाडून फाडून त्या नोटेकडे मी बघतच राहिलो. क्षणभर स्तिमित झालेला मी, हळूहळू भानावर आलो. हॉटेलचा मालक एकदा माझ्याकडे आणि एकदा माझ्या हातातील नोटेकडे डोळे विस्फारून पाहत होता. आश्चर्यानं तो स्तंभित झाला होता. एखादं भूत-पिशाच बघितल्यासारखा तो थिजून उभा होता. मी मग भानावर आलो आणि स्वत:ला सावरत अगदी सहजपणे ती नोट त्या मालकाच्या हातात दिली आणि सुटे पैसे मागितले. तसा तोपण भानावर आला. इतकी बडी असामी आपल्याकडे आल्याची त्याला खात्री पटली आणि आनंदही झाला. त्या नोटेकडे अती आदरानं तो डोळेभरून पाहतच राहिला. हात जोडून माझी माफी मागू लागला व माझ्याकडे इतके सुटे पैसे नाहीत असं म्हणत गयावया करू लागला. तो इतका बिथरला होता की तो त्या नोटेस हात लावण्यासही धजावला नाही. जणू काही एखादी पवित्र व अतिशय किमती वस्तूच त्याच्यासमोर असावी अशा आदरयुक्त नजरेनं तो तिथेच थरथर कापत उभा होता.

"तुमचं बिल मला चुकतं करायचं आहे. कृपया मला लवकर सुटे पैसे द्या आणि मोकळं करा. तुमची कदाचित गैरसोय होईल; पण सध्यातरी ह्या दहा लाखांच्या नोटेखेरीज इतर कोणते सुटे पैसे माझ्याकडे नाहीत."

अतिशय बेफिकिरीनं मी ती दहा लाखांची नोट त्याच्यासमोर फडकवली.

भानावर येताच तोच माझी माफी मागू लागला.

"सर, हे हॉटेल तुमचंच आहे. तुम्ही कधीही इथे येऊ शकता. कितीही वेळा येऊ शकता. हे हॉटेल तर आपलंच आहे. कधीही आपण आमचा पाहुणचार घेऊ शकता. बिल काही फारसं महत्त्वाचं नाही, ते कधीही नंतर भरता येईल. आपण आमच्या गरीबखान्यात पायधूळ झाडलीत, आमची खानावळ तर आज पवित्र झाली. आपल्यासारख्या गर्भश्रीमंत व्यक्तीवर तर माझा पूर्ण विश्वास आहे. पैसे कधी पळून जातील का? आपल्यासारखे अवलिये आपणच! अशी मौजमजा करण्याचा हक्क फक्त आपलाच आहे. फाटकेतुटके कपडे घालून काही श्रीमंत

माणूस छोटा होत नाही! हे तर सारे श्रीमंती चोचले! आपला घरंदाजपणा तर काही लपून राहत नाही.''

इतक्यात काही नवीन गिऱ्हाइकं तिथे येऊ लागली होती. ''सर, ती दहा लाखाची नोट आपण आता लपवून ठेवा, उगीच इतरांच्या नजरेस पडेल.'' असं म्हणत म्हणत तो मालक मला दरवाज्यापर्यंत सोडावयास आला. '''तुम्हाला वाटेल तेव्हा कधीही खानावळीत जेवायला या' असं आमंत्रण देत त्यानं मला प्रेमानं निरोप दिला. तेथून बाहेर पडताच मी त्या दोन सद्गृहस्थांच्या घराचा रस्ता धरला. पोलिसांनी मला पकडण्याआधीच मला त्यांची नोट त्यांना परत द्यायची होती. त्यांच्याकडून काहीतरी चूक झाली होती आणि चुकून ती नोट माझ्याकडे आली असावी. त्यांची घोडचूक मला फारच महागात पडली असती. मी फारच घाबरलो होतो आणि माझी काही चूक नसतानाही मलाच घाम फुटला होता. एका पौंडाची नोट देताना त्यांनी चुकून दहा लाख पौंडाची नोट मला दिली होती. मी घराजवळ पोहोचलो, तर तिथे सगळं अगदीच आलबेल होतं. कदाचित त्यांनी घातलेला घोळ अजून त्यांना कळलाच नसावा. मी दारावरील बेल वाजविली. त्याच रुबाबदार दरवानानं दार उघडलं. त्या दोन वृद्ध लोकांबद्दल मी विचारलं.

''ते तर निघून गेले.'' तो शांतपणे उत्तरला.

''कुठे? कुठे गेले आहेत ते दोघं?''

''लांबच्या प्रवासास गेले आहेत ते!''

''अरे पण कुठे?''

''जगाच्या पाठीवर, लांब दुसऱ्या प्रदेशात.''

''अरे, कसे गेले आणि कधी येणार आहेत ते परत?'' मी अधीरतेनं विचारलं.

''ते आता एका महिन्यानंतरच येणार आहेत.'' तो उत्तरला.

''बाप रे! एक महिना! मला त्यांना आत्ता भेटणं अगदी गरजेचं आहे. कमीत कमी त्यांचा पत्ता कळला तर मी त्यांना संपर्क तरी करू शकेन. काहीही करून मला त्यांना भेटायचं आहे.''

''सर, मी खरंच आपली काही मदत करू शकत नाही. ते कुठे गेले याची मला काहीच कल्पना नाही.''

''ठीक आहे, मला त्यांच्या कुटुंबातील कोणालातरी ताबडतोब भेटायचं आहे.''

''अहो, तेही शक्य नाही; कारण त्यांचे कुटुंबीय काही महिन्यांपूर्वीच येथून गेले. मला वाटतं, भारतात किंवा इजिप्तमध्ये.''

''अरे भल्या माणसा! घोडचूक झाली आहे. त्यांच्या लक्षात आल्यावर ते

दोघे आज रात्रीच परत येतील, बघ! मी त्यांना भेटायला आलो होतो, हे त्यांना नक्की सांग. आणि हा सगळा घोळ निस्तरेपर्यंत मी इथे येतच राहीन. त्यांना सांग, काळजी करायचं काहीच कारण नाही, सारं कसं सुरक्षित आहे.''

''ते आले तर मी त्यांना नक्कीच सांगीन; पण मला खात्री आहे, ते एक महिनाभर तरी येणार नाहीत. हो, पण जाताना ते म्हणाले की तुम्ही एक तासाभरात त्यांची चौकशी करायला नक्कीच याल. मीच तुम्हाला सांगतो, ते एका महिन्यानंतर नक्कीच वेळेवर येतील आणि त्या दिवशी तुमची वाट बघतील.''

शेवटी हतबल होऊन मी निघालो. हे काय गौडबंगाल आहे? वेळेवर येतील म्हणजे नक्की काय? याचा अर्थ काय असावा? अचानक मला त्या पाकिटातील पत्राची आठवण झाली. ह्या साऱ्याचा खुलासा पत्रात नक्कीच असणार. मी तर ह्या पत्राबाबत पूर्ण विसरूनच गेलो होतो. मी ते पत्र वाचू लागलो.

''तुझ्याकडे पाहताच आमच्या लक्षात आले की तू बुद्धिमान आणि प्रामाणिक आहेस. आमच्या मते तू गरीब आहेस आणि या गावात नवखापण आहेस. ह्या पत्राबरोबर आम्ही काही रक्कम तुझ्यासाठी ठेवली आहे. पुढील ३० दिवसांसाठी ही रक्कम तुला आम्ही कर्जाऊ दिली आहे. आजपासून बरोबर एका महिन्यानंतर तू आम्हाला इथेच येऊन भेट. आणि दहा लाखांची ही नोट परत कर. तुझ्यावर मी एक पैज लावली आहे. जर मी ही पैज जिंकलो तर तुला हवी तशी चांगल्या गलेलठ्ठ पगाराची नोकरीपण देईन.''

खाली ना कोणाची सही होती, ना त्या दोघांचं नाव, गाव वा पत्ता! तर अशी ही ग्यानबाची मेख होती तर! हे आता मी सविस्तर तुम्हाला सांगतोय; पण तेव्हा तर मला हे सर्व गूढ आणि अद्भुत वाटत होतं. एक न सुटणारं कोडं! ही काय खेळी असावी? त्यांनी माझ्यावर खरंच दया दाखविली की कोणता दुष्ट सापळा रचला? त्यात मी अडकणार तर नाही ना? त्या वेळी ह्या साऱ्याची मला सुतरामही कल्पना नव्हती. शेवटी मी एका जवळील पार्कात जाऊन शांतपणे या विचित्र परिस्थितीवर विचार करू लागलो. आणि साधारणपणे एका तासानंतर थंड डोक्यानं एक तर्कशुद्ध निर्णय घेतला.

कदाचित ही माणसं चांगलीही असू शकतात. त्यांनी माझ्या भल्याचाच विचार केला असेल. मला हानी पोहोचवण्यासाठी तर ते असं नक्कीच वागणार नाहीत. माझ्याबद्दल त्यांच्या मनात कोणता दुष्ट हेतू नसावा. त्यांचा हा एखादा गमतीशीर खेळ असावा, कदाचित खरंच पैज लागली असेल अथवा कदाचित एखादी पद्धतशीर योजनाही असू शकेल. कोणताच अंदाज करता येत नाही. माझ्यावरून पैज लागली हे मात्र खरं!

बँक ऑफ इंग्लंडमध्ये जाऊन मी ही नोट परतही करू शकतो. ही नोट

इतकी दुर्मिळ व खास आहे की त्या व्यक्तीला शोधून काढून त्याच्या खात्यात हे पैसे जमा करणं अशक्य तर नक्कीच नाही; परंतु ही नोट माझ्याकडे कशी आली, या प्रश्नाचं उत्तर मात्र माझ्याकडे नाही. ते तर मला पोलिसांच्या सुपूर्द करतील आणि मी जर सत्य सांगितलं, तर माझी रवानगी सरळ वेड्यांच्या इस्पितळात करतील. अगदी हिंमत करून बाजारात ही नोट खपवायचा अथवा त्याच्यावर कर्जाऊ रक्कम घेण्याचा नुसता प्रयत्नही केला, तरी माझी उचलबांगडी सरळ तुरुंगातच होईल. तेव्हा आता ते दोघे परत येईपर्यंत, तब्बल एक महिना ह्या डोईजड नोटेचं ओझं सांभाळण्यावाचून माझ्याकडे दुसरा पर्यायच नाही. अगदी माझी इच्छा असो वा नसो! या किमती चलनाचा मला काही उपयोगही नाही. माझ्या दृष्टीनं अगदी निरुपयोगी वस्तू! पण तरीही तिच्यापासून सुटका नाहीच. एखाद्या बांडगुळासारखी सतत माझ्यासोबत! उपाशीपोटी ह्या शहरातून फिरताना, पोटात भुकेचा डोंब उसळला तरीही मला याचे कोणी सुटे देणार नाही, की त्याबदली मला जेवायलाही देणार नाहीत. ते दोघे भाऊ तर मस्त सुरक्षित आहेत. ना त्यांना या किमती नोटेची पर्वा ना काळजी! समजा मी ही नोट हरवली अथवा जाळून टाकली, तरी त्यांचं काहीच नुकसान होणार नाही. ते बँकेत स्टॉप पेमेंट करून मोकळे होतील, पुन्हा त्यांचे पैसे मात्र सुरक्षित! साराच्या सारा रिफंडही मिळेल; पण माझं काय? हा पूर्ण महिना कसा काढणार मी? खिशात ना एक दमडी, ना महिन्याचा पगार... जर त्यांनी ह्या महिन्याच्या शेवटी मला वचन दिल्याप्रमाणे पगार दिला तरच!... तेपण जर मी ही पैज जिंकलो तर! पत्रात लिहिल्याप्रमाणे जर मला योग्य अशी नोकरी मिळाली तर, खरंच चांगलं होईल. अशा खानदानी लोकांकडून मिळणारा पगारही घसघशीत असेल. अर्थात ही सगळी जर-तरची भाषा त्या वेळी मला कोणताच रस्ता दाखविणार नाही याची मला कल्पना होती.

जसजसा मी खोलात जाऊन विचार करू लागलो, तशा तशा माझ्या आशा पुन्हा पल्लवित होऊ लागल्या. माझा पगार नि:संशय खूप चांगला असेल. प्रश्न फक्त ह्याच महिन्याचा आहे, त्यानंतर माझी गाडी नक्कीच रुळावर येईल. मी आता बराच शांत झालो. मला आता माझ्या फाटक्या कपड्यांची जाणीव झाली आणि काहीही करून कमीतकमी आपले कपडे तरी व्यवस्थित असावेत याचा विचार करीत होतो. तेवढ्यात रस्त्यावर मला कपड्याचं दुकान दिसलं. आत जावं की जाऊ नये या विचारात होतो; पण आत कसा जाणार? दहा लाखाच्या एका नोटेशिवाय माझ्याजवळ एक पैसाही नव्हता. शेवटी द्विधा मन:स्थितीत त्या दुकानावरून चार फेऱ्याही मारल्या आणि मोहाच्या क्षणी सरळ दुकानात जाऊन धडकलो. कोणताही सारासार विचार न करता, सरळ सरळ जुन्यापुराण्या सुटाची

मागणी केली. दुकानातील नोकरानं माझ्याकडे पाहिल्या न पाहिल्यासारखं केलं आणि दुसऱ्या एका सेल्समनकडे बोट केलं. एखाद्या भिकाऱ्याला वागवावं तसं तेथील चार-पाच विक्रेत्यांनी मला इकडून तिकडे फिरवलं आणि सरते शेवटी एक किरकोळ दिसणारा नवशिक्या सेल्समन नाईलाजास्तव मला दुकानामागील गुदामात घेऊन गेला आणि त्यानं अतिशय जुना सूट माझ्यासमोर टाकला. एकतर तो माझ्या मापाचा नव्हताच! परंतु बऱ्यापैकी नवा दिसत होता आणि मुख्य म्हणजे माझ्या अंगावरील आताच्या कपड्यांपेक्षा नक्कीच साजेसा होता. त्यामुळे कोणतीही खोट न काढता मी तो सूट घेण्याचे मनाशी ठरविले.

"मला ह्या कपड्याचं बिल चुकतं करायला थोड्या दिवसांची सवलत हवी होती. माझी काही रक्कम येणं बाकी आहे, ती मिळताच मी बिलाचे पैसे लगेच देतो; पण जर तुम्हाला अगदीच घाई असेल तर मी आताही सर्व बिल भरू शकतो; पण कदाचित तेवढे सुट्टे तुमच्याकडे नसतील तर तुम्ही काही दिवस थांबाल का पेमेंटसाठी?"

"अस्सं काय? वाटलंच मला! तुमच्याकडे एवढे पैसे नसणारच! खात्रीच होती मला! तुमच्यासारख्याकडे तर खूप मोठी रक्कम असणार. इतकी लहानशी रक्कम तुम्ही कशाला खिशात ठेवाल?"

माझ्याकडे अत्यंत तिरस्कारानं पाहत तो वैतागून उत्तरला.

मीपण निव्वळ त्याच थाटात त्याच्याकडे पाहत म्हणालो,

"मित्रा! कोणत्याही अनोळखी माणसाची पारख त्याच्या कपड्यांवरून करायची नसते. एखाद्या वेळी फार फसगत होऊ शकते बरं! ह्या सुटाचं बिल आता या क्षणी चुकतं करणं मला सहज शक्य आहे."

मग थोडंसं नमतं घेत तो म्हणाला,

"अहो, तुम्हाला वाईट वाटलं का? मला माफ करा; पण आम्ही तुमच्या चलनाचे सुट्टे पैसे देऊ शकणार नाही, हे तुमचं म्हणणं काही बरोबर नाही. तुमच्याकडे अशा कोणत्या नोटा आहेत की ज्या आम्ही बदलून देऊ शकणार नाही? उगीच टोकाला जाऊन असा का विचार करता की आम्ही तुम्हाला सुट्टे देऊच शकणार नाही?"

"बरोबर आहे तुमचं, माझंच चुकलं." असं म्हणत अत्यंत बेफिकीरीनं मी ती दहा लाख पौंडांची चलनी नोट त्याच्या हाती दिली.

कुत्सितपणे हसत त्यानं ती नोट हातात घेतली आणि त्या नोटेकडे पाहताच त्याचा चेहरा अचंबित झाला आणि एखाद्या जिवंत वाघाकडे बघावं तसा तो थिजून हातातील नोटेकडे पाहतच राहिला. दुकानाच्या मालकाचं लक्ष त्याच्याकडे गेलं आणि तो तातडीनं आला.

"काय झालं? काही प्रॉब्लेम आहे का? काय हवं आहे त्यांना?"

त्यानं नोकरावर प्रश्नांची सरबत्तीच सुरू केली.

"काहीच प्रॉब्लेम नाही, मी फक्त सुटे पैसे घेण्यासाठी थांबलो आहे"

"अरे, देऊन टाक त्यांचे पैसे आणि मोकळं कर त्यांना!"

"म्हणे सुट्टे द्या! इतकं सोपं आहे का ते. तुम्हीच बघा, ही घ्या नोट."

ती नोट पाहताच मालक अवाक झाला! जणू काही स्वत:शीच बोलू लागला. "अरे मूर्ख माणसा! तुला तर काही अक्कलच नाही. एखाद्या खानदानी आणि धनवंत व्यक्तीला असले जुनेपुराणे कपडे दाखविलेस? तुझं हे नेहमीचंच आहे. चांगली चांगली गिऱ्हाइकं घालवतोस. तुला माणसामाणसातला फरकसुद्धा कळत नाही का?" माझ्याकडे वळून अत्यंत आदरानं तो म्हणाला,

"सर, मला माफ करा, प्रथम तुम्ही हे कपडे काढा. थांबा, मी तर हे जुने कपडे जाळूनच टाकतो. हा नवीन शर्ट घाला आणि हा सूटपण! साधा, तरीही अति उच्च प्रतीचं तलम कापड आहे, राजबिंडे दिसाल तुम्ही ह्या कपड्यांत! हा सूट तर आम्ही हॅलिफिक्सच्या राजासाठी बनविला होता; पण त्याची आई आजारी होती आणि म्हणून त्यांनी हा सूट काही नेला नाही. हा तुम्हाला अगदीच शोभून दिसतोय आणि किती व्यवस्थित, अगदी तुमच्या मापाचाच! जणू काही तुमच्यासाठीच बनविला आहे. वा! आणि हा वेस्ट कोटपण घाला त्यावर! अप्रतिम! तुमच्या व्यक्तिमत्त्वाला, पर्सनॅलिटीला साजेसा आहे."

मी होकारार्थी मान डोलावली आणि हा सूट मला आवडल्याचे सांगितले.

"ओके! काहीही नसण्यापेक्षा सध्यासाठी तुम्ही हा घेऊन जा; पण तुम्ही बघाच, तुमच्या योग्य मापाचे आणि परफेक्ट फिटिंगचे सूट आम्ही तुमच्यासाठी कसे शिवतो. ए छोकऱ्या, चल, एक वही आणि मेझरिंग टेप घेऊन ये बरं पटकन! पटापट साहेबांची मापं घे आणि छान छान उंची व महागडे, भारी किमतीचे शर्टिंगचे पिसेसपण घेऊन ये."

मी काही बोलण्याच्या आधीच त्यांनी माझी मापं घेतली व सकाळचे, संध्याकाळचे, जेवणाच्या वेळचे वेगवेगळे सूट्स आणि इतरही सर्व कपड्यांच्या ऑर्डर्स आपल्या हाताखालच्या कर्मचाऱ्यांना देऊनही टाकल्या.

"अहो, पण या सर्वांच्या शिलाईचे पैसे द्यायला मला किती वेळ लागेल सांगता येत नाही. कदाचित तुम्हाला थांबावंही लागेल. नाहीतर तुम्ही असं करा, मला आताच सुट्टे पैसे द्या!" मी खडा टाकून पाहिला.

"छे छे! थांबीन मी, अनिश्चित काळासाठी! अहो, मी तर म्हणेन अगदी अनादि कालापर्यंत... मी थांबायला तयार आहे. ए, पोऱ्या, ही ऑर्डर अगदी अर्जंटली पूर्ण कर आणि ह्या सद्गृहस्थांच्या घरच्या पत्त्यावर ताबडतोब पोहोचती

कर. बाकी ग्राहकांच्या ऑर्डर नंतर पूर्ण कर. ही मात्र प्रथम प्राधान्याने पूर्ण कर. ह्या महाशयांचा आधी पत्ता लिहून घे.''

''मी आत्ता नवीन घरात जाणार आहे. त्यामुळे मीच येऊन तुम्हाला पत्ता देईन.''

''चालेल, तुम्ही म्हणाल तसं!'' आदबीनं बोलत तो दुकानदार मला दारापर्यंत पोहोचवायला आला.

आतापर्यंत तुमच्या लक्षात आलं असेलच. हळूहळू मी मला हवं ते सर्व काही ह्या दहा लाख पौंड नोटेच्या जिवावर मिळवू शकलो. दर वेळेस ही नोट पुढे करायची, सुट्टे मागायचे आणि हवं ते पदरात पाडून घ्यायचं. एका आठवड्यातच भौतिक सुखासाठी लागणाऱ्या सर्व गोष्टी माझ्या दारी हजर होत्या. लंडनमधील सर्वोत्तम ऐषोआरामाचा आज मी धनी होतो. हॅनोव्हर चौकातील एका अतिशय आलिशान हॉटेलमध्ये माझं आता बस्तान बसलं होतं. तिथेच माझं खाणं-पिणं, उठणं-बसणं होतं. शहरातील प्रथितयश नागरिकांमध्ये माझी आता गणना होती. त्यांच्याच बरोबर आता माझी ऊठबस होती. हॉटेलमधील शाही जेवणाची सोय तर माझ्यासाठी रात्रंदिवस होती. दुपारचं आणि रात्रीचं शाही जेवण तर जणू नेहमी माझ्यासाठी म्हणून खास बनवलं जायचं. तरीसुद्धा एक गोष्ट मी कटाक्षानं पाळली होती. ती म्हणजे सकाळचा नाश्ता करायला मात्र मी हॅरिसच्या छोट्या खानावळीत जात असे. ह्याच ठिकाणी मी माझं दहा लाख पौंडाचं पहिलं जेवण घेतलं होतं. आज मी ज्या परिस्थितीत आहे, त्याचं सगळं श्रेय त्या हॅरिसलाच दिलं पाहिजे, याची जाणीव मला सतत होती. त्याचे उपकार मी कधीच विसरणार नाही.

आत्तापर्यंत माझी कीर्ती लंडन शहरात चांगलीच गाजली होती. एक विक्षिप्त, परदेशी धनाढ्य आपल्या खिशात दहा लाख पौंडाची नोट बाळगतो आणि हा संत महात्मा शहरात ठिकठिकाणी फिरत असतो अशी माझी ख्याती पसरली होती. वास्तवात, खिशात एक दमडा नसलेला, गरीब, हातातोंडाची गाठ नसलेला, जेवण्याची एका वेळची भ्रांत असलेला मी, एका दिवसातच श्रीमंतीच्या आणि प्रसिद्धीच्या झोतात आलो होतो. आता माझ्या सभोवताली चाहत्यांची गर्दी होती; मी आकर्षणाचा केंद्रबिंदू झालो होतो. हॅरिस तर माझ्या इतक्या प्रेमात पडला होता, की त्यानं खर्चासाठी काही रक्कम माझ्या हाती बळेच कोंबली. ''तुला संकोच वाटत असेल तर कर्जाऊ म्हणून दिली असं समज,'' असंही म्हणाला. त्या क्षणी माझ्यासारख्या कमनशिबी गरिबाला पैशांची अत्यंत गरज होती, तेव्हा या कर्जाची रक्कम नाकारणं मला शक्य नव्हतं.

हॅरिसमुळे आता माझ्याकडे हक्काचे पैसेही खर्चायला होते, प्रसिद्धी होती,

नाव होतं, सारं काही माझ्या दिमतीला हजर होतं. जणू काही जगातील सर्व सुखं या क्षणी तरी माझ्यासमोर हात जोडून उभी होती. हा सर्व डोलारा तात्पुरता आहे आणि महिन्याअखेरीस तो कोसळणार, याची मला पूर्ण जाणीव होती. पाण्यात पडल्यावर जीव वाचविण्यासाठी हात-पाय मारावेच लागतात. कोणतातरी मार्ग काढायलाच हवा, नाहीतर माझा शेवट निश्चितच होता. त्यामुळे जरी हा खेळ वरकरणी मजेशीर आणि गमतीदार वाटत असला तरी कुठेतरी ही जीवघेणी अस्थिरता, अनिश्चित भवितव्य आणि आगामी संकटं मला रात्रीच्या वेळी अस्वस्थ करीत असत. मध्यरात्री अंधारात झोपेची कितीही आराधना केली, तरी रात्र रात्र मी झोपेविना काढल्या. डोळे सताड उघडे ठेवून या कुशीवरून त्या कुशीवर वळत मी कसाबसा पहाटेची वाट पाहत असे. दिवस मात्र एखाद्या नशेत असल्याप्रमाणे एका वेगळ्या धुंदीत, मस्तीत कसा संपत असे तेही समजत नसे.

साहजिकच होतं म्हणा! आत्तापर्यंत मी शहरातील एक अशी असामी झालो होतो की प्रत्येक वर्तमानपत्रात, मग ते डच असो, इंग्लिश असो की आयरिश, माझ्या नावाचा बोलबाला झाला नाही, असा एक दिवसही जात नसे. माझं कौतुक असो वा बदनामी, त्यावर चर्चा ही असायचीच! सुरुवातीला 'दहा लाख पौंडाचा धनी' म्हणून एखादी छोटीशी बातमी वर्तमानपत्रात कुठेतरी हेटाळणीच्या सुरात कोपऱ्यात छापली जायची. हळूहळू मात्र हीच बातमी उच्च दर्जाची आणि मान्यताप्राप्त म्हणून अगदी पहिल्या पानावर छापली जाऊ लागली. माझा उल्लेखही आता सन्मानपूर्वक होऊ लागला. मला या उच्चभ्रू समाजात मानाचं स्थान प्राप्त झालं. एके काळी नगण्य आणि अगदी भणंग असणारा मी अचानकच प्रसिद्धीच्या झोतात आलो. माझं राहणं, वागणं, बोलणं सगळ्यावर लोकांची नजर असायची. सगळ्यांच्या तोंडी एकच नाव... फक्त माझं आणि माझंच! साधा नाष्टासुद्धा एकट्यानं घेणं अवघड झालं, जिथे जाईन तिथे मला पाहायला झुंबड असायची. अचानक मिळालेल्या यशाच्या आणि कीर्तीच्या प्रकाशात मी अगदी न्हाऊन निघालो होतो. आणि हेच माझ्यासाठी अप्रूप होतं.

तुम्ही विश्वास ठेवणार नाही; पण माझा जुनापुराणा सूट मी जपून ठेवला होता; कारण तेच माझं वास्तव होतं. कधी कधी गंमत म्हणून तो जुना पेहराव करून शहरातून चक्कर मारायचो. उगीच काही वस्तू विकत घ्यायचो, मग तिथे कधी कधी माझा अपमान करून मालकानं बाहेर घालवून देताच मी ती लाखांची नोट पुढे करून सुट्ट्या पैशाची मागणीही करायचो. त्यानंतरच्या सर्व तमाशाचा आनंदही घ्यायचो; पण ही नौटंकी काही फार दिवस चालली नाही. माझ्या अशा गमतीशीर वावरण्यावर जवळजवळ सर्व वर्तमानपत्रांत सुरस कहाण्या छापल्या गेल्या. माझ्या वेशभूषेचा इतका बभ्रा झाला, की मी जर असा कोण्या दुकानात

विकत घेण्यासाठी गेलो तर काही विचारण्याआधीच दुकानदार अख्खं दुकानच माझ्या नावावर करायला तयार व्हायचा.

दहा दिवसांनंतर अमेरिकन वकिलातीतील मिनिस्टर आणि इतर प्रमुख राजनैतिक अधिकाऱ्यांच्या भेटीचं आणि जेवणाचं आमंत्रणही मिळालं. हा तर माझ्यासाठी बहुमानच होता. त्यांच्याशी गप्पा मारता मारता योगायोगानं लहानपणच्या आठवणी निघाल्या. आश्चर्याची गोष्ट अशी की माझे आणि त्यांचे वडील एकेकाळचे वर्गमित्र निघाले. शिवाय येल विद्यापीठातही ते एकत्र शिकले होते. मंत्र्यांना आनंदानं प्रेमाचं भरतं आलं आणि त्यांची मला हॉटेलपेक्षा त्यांच्या घरीच राहायला बोलाविलं. याहून आनंदाचा क्षण तो कोणता? यदाकदाचित माझं भांडं फुटलं तर अशा कठीण परिस्थितीत माझा कोणीतरी तारणहार असेल, जो मला ह्यातून सहीसलामत बाहेर काढेल. ही घटना घडायच्या आधी जर मला ते भेटले असते, तर माझ्यावर ही वेळच आली नसती. आता मात्र मी इतका खोलवर गुंतलो गेलो होतो, की यातून असं मध्येच बाहेर पडणं अशक्य कोटीतली गोष्ट होती. त्यातून नवीनच ओळख झालेली! अशी गुपितं सरळ सरळ उघड करणं कठीणच होतं; पण ही ओळख मात्र जशी काही बुडत्याला काडीचा आधार होती.

तसा मी अगदी काटकसरी होतो, कोणताही अवास्तव खर्च करीत नसे. माझा भविष्यात किती पगार असू शकतो, याच्या अंदाजानुसारच मी स्वत:वर खर्चाची एक कमाल मर्यादा घालून घेतली होती. अर्थात माझा पगार नक्की किती असेल देव जाणे! पण माझ्या पात्रतेबद्दल मलाच खात्री होती आणि सद्य: परिस्थिती पाहता ही पैज जिंकणं अशक्यप्राय तर नक्कीच नव्हतं. अनेक हितचिंतकांनी मला पैसे उधार देण्याचा प्रयत्नही केला; पण मी मोहाला बळी पडलो नाही, माझ्या औकातीतच राहिलो. काही तरी कारण काढून टाळत राहिलो, त्यामुळे आतापर्यंत फक्त ६०० पौडांचंच कर्ज माझ्या शिरावर होतं. विचारपूर्वक वागूनच मला हा महिना सावधपणे काढून नेणं गरजेचं होतं आणि मला दुसरा पर्यायही नव्हता. तेव्हा आलिया भोगासी असावे सादर!

तर आपण आता अमेरिकन वकिलातीतील त्या शाही भोजनाकडे वळू या. यजमानांखेरीज आम्ही एकंदर १४ अतिथी जमलो होतो. शोरेडीथचे सरदार, त्यांची पत्नी आणि त्याची देखणी कन्या ग्रेस, न्यू गेटचे सरदार आणि त्याची पत्नीपण त्या वेळी हजर होते. तसेच अनेक प्रख्यात आणि उच्च घराण्यातील मंडळींनीही तिथे हजेरी लावली होती. शहरातील प्रतिष्ठित आणि नावाजलेल्या काही निवडक अधिकारी वर्गालाही भोजनाचं आमंत्रण होतं. स्वत: मिनिस्टर त्यांच्या पत्नी व कन्येबरोबर जातीनं हजर होते. पोर्शिया ल्यँगहॅम नावाची एक तरुणीपण त्या समारंभास आली होती. पोर्शिया ही मिनिस्टरच्या मुलीची मैत्रीण!

पोर्शिया अतिशय देखणी आणि लाघवी होती. तिला पाहताच मी तिच्या प्रेमात पडलो. तिनंही तितक्याच लवकर माझ्या प्रेमाचा स्वीकारही केला. क्षणार्धात मी आनंदाच्या परमोच्च शिखरावर होतो! माझा माझ्यावर विश्वास बसेना. नशिबानं माझ्यावर सुखद क्षणांची जणू काही बरसातच केली होती. एका अमेरिकन पाहुण्याचीपण ओळख झाली, पण त्यांच्याबद्दल आपण नंतर बोलू. सर्व अभ्यागत मंडळी दिवाणखान्यात गप्पागोष्टी करण्यात मग्न होती.

''लॉर्ड हेस्टिंग!'' तितक्यात नोकरानं एका पाहुण्याच्या आगमनाची वर्दी दिली. त्यांचं उशिरा आगमन झालं होतं. रीतसर आदरातिथ्य झालं आणि त्याची नजर माझ्याकडे वळली. तत्काळ ते माझ्या दिशेनं आले. प्रेमानं माझा हात हातात घेणार, तोच एकदम थबकले आणि म्हणाले,

''नमस्कार सर! माफ करा; पण मला वाटतं मी तुम्हाला कुठेतरी पाहिलं आहे.''

''ओह, तर तुम्ही मला ओळखता वाटतं.''

''नाही, पण तुम्हीच का ते...''

''दहा लाख पौंड नोटेचा विक्षिप्त धनिक असंच ना? मीच तो बरं का! मला सारेच त्या नावानं ओळखतात! तुम्हीपण तसं म्हणायला हरकत नाही माझी.''

''वा वा! किती आश्चर्याची गोष्ट! एकदा दोनदा माझ्याही कानावर आलं आहे तुमचं हे टोपण नाव; पण तुम्ही तेच हेन्री ॲडम्स ना? अहो, अगदी सहा महिन्यांपूर्वीच आपण अमेरिकेत भेटलो होतो हे विसरलात की काय? तुम्ही ब्लॅक हॉपकिन ब्रोकरच्या कंपनीत कामाला होतात आणि तेव्हा माझी सारी कागदपत्रे आणि दस्तावेज व्यवस्थित लावून दिली होती. तेव्हा त्यासाठी तुम्ही ओव्हरटाइम केला होता. तुमच्याइतकं शेअर्सच्या गुंतवणुकीचं ज्ञान असलेला इसम मी अजून तरी पाहिला नाही. मला किती मदत केली होती तुम्ही! विसरलात का सगळं? आता तुम्ही तेच हेन्री इथे 'दहा लाख पौंड नोटेचा विक्षिप्त धनिक' या टोपण नावानं प्रसिद्ध आहात हे मात्र मला नवीनच आहे. अमाप प्रसिद्धीपण मिळविली! अगदी एखाद्या अरेबियन नाईटमधील सुरस कथाच वाटेल कुणाला! अरे मित्रा! हे सगळं पचायला अगदीच अवघड आहे. माझं आता डोकं भणभणलंय! ह्या धक्क्यातून बाहेर यायला जरा मला वेळ दे.''

''अहो, तुमचं काय घेऊन बसलाय? माझी परिस्थिती काही तुमच्यापेक्षा वेगळी नाही. मला स्वत:लापण हे सगळं परीकथेतलंच वाटतं.''

''अरे मित्रा, खरंच हे सर्व आश्चर्यजनक आहे. तुमची कहाणी तर मला एखाद्या स्वप्नापेक्षासुद्धा रंजक वाटते. अरे, केवळ तीनच महिन्यांपूर्वी आपण सॅनफ्रॅन्सिस्कोतील तुमच्या खाणीजवळील हॉटेलमध्ये कॉफी आणि सँडविचेस

खाल्ली आणि जवळजवळ सहा तास परिश्रम घेऊन तुम्ही माझं काम पुरं केलंत. तेव्हाच तुम्हाला मी माझ्यासोबत लंडनला येण्याचं आमंत्रणही दिलं होतं. लंडनमधील माझ्या शेअर्सच्या खरेदी-विक्रीच्या बिझिनेसमध्ये मदत करा अशी विनंतीही केली होती. आठवतं का तुम्हाला? तुमच्या जाण्या-येण्याचा खर्चसुद्धा उचलण्यास मी तयार होतो. तुमचा चांगला फायदाही झाला असता; पण शेवटपर्यंत तुम्ही काही बधला नाहीत. माझं इथे चांगलं बस्तान बसलं आहे आणि मी सध्याची नोकरी सोडून काही येणार नाही, असंही म्हणालात. आणि आज तुम्ही मला इथे लंडनमध्ये भेटलात आणि तेही अशा स्वप्नमय रंजक परिस्थितीत! हे सगळंच अनाकलनीय आहे. हे असं कधी, काय आणि कसं झालं? मला सांगा बरं? नक्की काय घडलं?''

''हो, हो, जरा थांबा, मी सर्वकाही तुम्हाला सविस्तर सांगतो; पण ही ती जागा नव्हे.''

''मग कधी सांगाल मला? मी फार उत्सुक आहे, हो स्टोरी ऐकायला.''

''सांगीन, जरूर सांगीन, ह्या महिना अखेरीस सगळ्याचा खुलासा करीन.''

''अरे बाबा, महिना संपायला अजून चक्क पंधरा दिवस आहेत, इतकी काय माझी उत्सुकता ताणून धरताय? सांग ना खरं खरं काय झालं ते. आता मला धीर धरवत नाही.''

''काही कारणं आहेत, मला नाही आता सांगता येणार. योग्य वेळ आली की सारा खुलासा जरूर करीन. ते जाऊ दे, तुम्ही सांगा, कसा चाललाय तुमचा शेअर्सचा बिझिनेस?''

बिझिनेसचा विषय काढताच त्यांच्या चेहऱ्याचा रंगच उडाला. ''तुम्ही खरंच द्रष्टे आहात. तुमचंच भाकीत खरं ठरलं. इथे येण्याचा माझा निर्णय चुकीचाच होता; परंतु ह्या दुःखद विषयावर भाष्य करण्याची आता माझी अजिबात इच्छा नाही. माझं दुर्दैव म्हणून मी लंडनला बिझीनेस करायला आलो. आत्ता मात्र मी खूप निराश झालो आहे.''

''तुम्हाला माझ्याशी बोलावंच लागेल. इथे नको; पण तुम्ही आता इथलं संपल्यावर माझ्याबरोबर हॉटेलवर चला, एक रात्र माझ्याबरोबर काढा, आपण सविस्तर बोलू या विषयावर. तुमच्या समस्येचा काहीतरी तोडगा काढू.''

''खरंच? तुम्ही मनापासून बोलताय? मला खरंच मदत कराल?'' बोलताना त्याचे डोळे लकाकले.

''नक्कीच. मला तुमची कथा ऐकायची आहे, अगदी शब्द न् शब्द! आपण बोलू या आज रात्री?''

''आभारी आहे तुमचा! फार कठीण परिस्थितीतून गेलोय मी. तुमचा आवाजही

किती धीर देतोय मला. हवं तर मी तुमच्या पाया पडतो; पण या आर्थिक संकटातून मला बाहेर काढणं आता फक्त तुमच्या हातात आहे.''

त्यानं माझा हात घट्ट पकडला, अगदी तिथून निघेपर्यंत. काही वेळानंतर मात्र तो स्थिरावला आणि जेवणाच्या वेळेपर्यंत तर खूपच उत्साही दिसला. लंडनमधील रात्रीच्या शाही मेजवानीबद्दल न बोललेलंच बरं! इंग्लिश माणसाची खासियत म्हणजे तो रात्रीच्या जेवणाच्या पार्टीला जाताना बऱ्याचदा घरून जेवूनच जातो; कारण असं शाही जेवण हे नावालाच असतं. हे फक्त युरोपियन माणसालाच ठाऊक असते, म्हणून तो जेवायला जाताना कधी उपाशीपोटी जात नाही; परंतु नवशिक्या माणसाची तर पंचाईत होते. तो बिचारा ह्या नाटकाला बळी पडतो. आम्हा सगळ्यांना, अर्थात हेस्टिंग सोडून, इतरांना याची कल्पना होतीच. तो बिचारा अगदीच नवखा होता. त्याला इतकं आदरानं आमंत्रण तर दिलं होतं; पण जेवण तर नावापुरतंच होतं. इंग्रजी रिवाजाप्रमाणे आम्ही सगळे खालील प्रशस्त डायनिंग हॉलमध्ये जमा झालो. प्रत्येकालाच मानाची जागा पकडायची असते. कुणी कुठे बसायचं ह्यावरून त्यांच्यात संवादाऐवजी वादच होतात. शेवटी खुर्चीच्या हव्यासापोटी बहुतेक वेळा हे सरदार-दरकदार आपल्याच मस्तीत राहतात आणि मानापमानाच्या या खेळात जेवण मात्र बाजूलाच पडतं. शेवटी उभ्यानंच हातात एका छोट्याशा प्लेटमध्ये लहान लहान मासे आणि स्ट्रॉबेरीचा आस्वाद घेतात. आजही तसंच काहीतरी घडलं आणि जेवणाऐवजी सगळ्यांनी फलाहारच केला. अशा वेळी मात्र सरंजामशाहीचा मुखवटा गळून पडतो आणि छानपैकी घोळका करून गप्पा मारतात. वेगवेगळे खेळही खेळतात. इंग्लिश माणसाला फुकटची, रिकामी करमणूक आवडत नाही. त्यात पैसे लावल्याखेरीज त्यांना गंमत येत नाही. झब्बू असो की वख्खई, खेळायचं तर एकेक शिलिंग टाकून आणि पैज लावूनच. पैज लावणं महत्त्वाचं! पैज जिंकण्यात वा हरण्यात त्यांना स्वारस्य नसतं.

आमचा वेळ फारच छान गेला... आमचा म्हणजे माझा आणि पोर्शियाचा! आम्ही पत्ते खेळत होतो; पण माझं सारं लक्ष तिच्याकडेच होतं. अशा तरुण आणि देखण्या सुंदरीबरोबर खेळताना शेकडो वेळा हरण्याची माझी तयारी होती. खेळता खेळता धिटाईनं माझं प्रेम मी तिच्यासमोर व्यक्त केलं. आश्चर्य म्हणजे तिनं माझ्या प्रेमाचा लाजत लाजत स्वीकारही केला. मला आकाश ठेंगणं झालं आणि तो क्षण माझ्या आयुष्यातील अत्युच्च आनंदाचा क्षण होता आणि भावनेच्या भरात मी तिला सर्व सत्य सांगून टाकलं. तिच्याशी प्रामाणिकपणे बोलल्यावर मला कमालीचं हायसं वाटलं. इतक्या दिवसांचं मनावरचं ओझंही कमी झालं. माझ्याकडे ह्या लाखांच्या नोटेशिवाय काही पैसे नाहीत आणि हे प्रसिद्धीचं वलय

फक्त ह्या नोटेमुळेच आहे. हे सत्य तिला सांगितल्यावर मी सुटकेचा नि:श्वास टाकला. तिची उत्सुकता ताणली गेली होती. तिलापण ह्यामागचं गुपित जाणून घ्यायचं होतं. आत्तापर्यंतच्या सर्व घटना मी तिला सविस्तर सांगितल्या. तिला सारं काही मनोरंजक आणि परीकथेतील वाटलं. काही प्रसंगांचं वर्णन ऐकताना तर ती चक्क हसतच होती. तिचं हसू आवरेपर्यंत मला तर कधी कधी थांबायला लागायचं. एखाद्या माणसाच्या आयुष्यातील कठीण प्रसंग, त्याचे प्रॉब्लेम्स, त्याच्या अडचणी ऐकून दुसरी व्यक्ती इतकी कशी काय सहजतेनं घेऊ शकते, मला तर काहीच उमजेना. माझ्या या अविश्वसनीय वाटणाऱ्या कथेचा असा उलट परिणाम पोर्शियावर होईल याची मी कल्पनाही केली नव्हती. या पूर्ण कहाणीत हसण्यासारखं काहीच नव्हतं. तिच्या अशा वागण्याचं मला आश्चर्यच वाटलं; पण त्याचबरोबर तिच्याबद्दलचं प्रेम आणि आदरही वाढला. माझं भाग्य थोर म्हणून मला अशी आनंदी आणि कोणत्याही संकटाला तोंड देणारी जीवनसाथी मिळाली! म्हणजे असं त्या क्षणी तरी मला वाटलं. जोपर्यंत माझा पगार सुरू होत नाही तोपर्यंत आपल्याला थांबायला लागेल, असंही मी तिला सांगितलं.

"पोर्शिया, माझ्याबरोबर त्या दोघांना भेटायला तू येशील का?" मी तिला विचारलं. सुरुवातीला ती तयार नव्हती; पण मी फारच आग्रह केल्यावर ती तयार झाली. "तू येच माझ्याबरोबर! मला खात्री आहे, तुझ्यासारखी देखणी, सुशील आणि हुशार मुलगी जर त्यांनी माझ्याबरोबर पाहिली, तर ते माझा पगारही वाढवून देतील." तिच्याशी बोलताना माझा आत्मविश्वासही वाढला होता. मला आता माझा भविष्यकाळ फारच प्रसन्न, आशादायी आणि खात्रीलायक वाटू लागला.

हॉटेलवर परत येताना जणू काही मी ढगातच होतो, त्यामुळे हेस्टिंगचं बोलणंही ऐकू येत नव्हतं. त्याची अव्याहत बडबड चालूच होती. मी मात्र माझ्याच कल्पनाविश्वात रममाण झालो होतो. हॉटेलवर गेल्यावर माझा राहण्याचा रुबाब, ती आलिशान व्यवस्था आणि ऐषोआराम पाहून त्याचे डोळे विस्फारले. "अरे, हा तर महाल आहे महाल! काय तुमचा थाट! स्वर्गसुख ते याहून काय वेगळं असतं? इथलं राजेशाही जेवण, गाद्यागिरद्या, श्रीमंती आणि तुम्हाला मिळणारं आदरातिथ्य! वा वा! धन्य झालो मी. तुम्ही किती महान, किती श्रीमंत आणि खानदानी! काय तुमचा रुबाब! तुमच्यापुढे तर मी एकदम निकम्मा, कफल्लक आणि दरिद्री! मी शरण येतो आता तुम्हाला, आता तुम्हीच काय तो मार्ग दाखवा मला."

तुम्हाला पटो वा न पटो, पण त्याची अशी अजिजीची भाषा ऐकून माझ्या अंगावर शहारे आले. माझ्या सत्य परिस्थितीची जाणीव प्रकर्षानं झाली. जणू

काही मी एका अशा सुप्त ज्वालामुखीच्या तोंडावर उभा होतो, ज्याचा कधीही भडका होऊ शकतो. काही क्षणांपूर्वी तर मी स्वप्नाच्या हिंदोळ्यावर झुलत होतो. हे ऐश्वर्य, हा गर्भश्रीमंतीचा रुबाब, एका अत्यंत सुंदर तरुणीचं लाभलेलं प्रेम, हा बडेजाव, भविष्यात मिळणाऱ्या घसघशीत पगाराची रम्य कल्पना...कदाचित यातलं काहीच खरं झालं नाही तर? आता मात्र मी नखशिखांत हादरलो. मी सुन्न झालो होतो.

"सर, तुमच्या या अतुलनीय संपत्तीतील एक छोटासा हिस्सा जरी मला मिळाला तर माझं आयुष्य बदलून जाईल!" त्यांच्या विनवणीच्या सुरानं मी भानावर आलो.

"ओह! माझं उत्पन्न! प्रिय मित्रा, तू आधी शांत हो बरं! ही गरम गरम स्कॉच पोटात गेली की तरतरी येईल तुला. एकतर तिथे काही जेवण नाही मिळालं, तुला भूकही लागली असेल. तू बस, मी आत्ता जेवण मागवतो."

"खायला तर मुळीच नको. त्याच्या पलीकडे गेलो आहे मी. हा एकच प्याला मला जवळचा वाटतो. त्याचाच आता मला आधार आहे."

"असा विचार नको करूस. तुझी काय समस्या आहे, ते मला सविस्तर सांग, आता मी तुझ्याबरोबर आहे, आपण दोघे मिळून हा प्रॉब्लेम सोडवू".

"तुला परत सगळं सांगू? अरे, हॉटेलवर येताना मी माझी रडकथा सविस्तर सांगितली होती ना?"

"छे छे! तू तर काहीच सांगितलं नाहीस."

"नक्की? आश्चर्यच आहे! तुम्ही काहीच ऐकलं नाही? तुमचं लक्ष कुठे होतं? मी तर जीव तोडून सारं काही सांगितलं. ही तर गंभीर बाब आहे. त्या मिनिस्टरच्या पार्टीत तुम्ही जास्तच घेतली का?"

मग माझ्या डोक्यात प्रकाश पडला. मी पोर्शियाच्या प्रेमाच्या आठवणीत इतका दंग झालो होतो, की हेस्टिंग काय बोलत होता तिकडे माझं जरासंही लक्ष नव्हतं. मग मी त्याला माझ्या आणि पोर्शियाच्या प्रेमाबद्दल सांगितलं, तसंच त्याचं म्हणणं न ऐकल्याबद्दल दिलगिरीही व्यक्त केली. माझी प्रेमाची कहाणी ऐकल्यावर त्यानं माझं अभिनंदन केलं आणि न चिडता मला परत सविस्तर त्याची व्यथा सांगितली. थोडक्यात सांगायचं तर तो आपलं नशीब अजमाविण्यासाठी इंग्लंडमध्ये आला होता. शेअर मार्केटमध्ये पैसे लावून तत्काळ श्रीमंत होण्याची स्वप्नंही पाहत होता; पण लंडनमध्ये त्याची डाळ काही शिजली नाही. त्याचं आर्थिक नुकसानही बरंच झालं. थोडक्यात काय, तर तो धंद्यात पूर्णपणे बरबाद झाला होता आणि सोबत आणलेले सारे पैसेही गमावून बसला होता. अचानक तो उठला आणि उत्साहानं म्हणाला,

"या गर्तेतून हेन्री, तूच मला बाहेर काढू शकशील. तू मला कमीतकमी एका लाखाची मदत कर आणि घरी परत जायचं तिकीट काढून दे. मी तुझे उपकार जन्मभर विसरणार नाही."

मी तर आता भलत्याच पेचात सापडलो. एक कफल्लक दुसऱ्या कफल्लकाला काय मदत करणार? अरे भल्या माणसा! माझ्या खिशात नाही एक दमडी! माझ्याच डोक्यावर कर्ज आहे. मी काय तुला मदत करणार? हे सत्य त्याला सांगायचं माझ्या अगदी तोंडावर आलं होतं; पण खरं सांगण्याची हिंमतही नव्हती. लख्खकन वीज चमकावी तसा एक विचार माझ्या डोक्यात आला आणि अति थंडपणे मी उद्‌गारलो, "दोस्ता, मी तुला नक्कीच मदत करीन; परंतु..."

"अरे देवा! तू इतकं बोललास, हेच माझ्यासाठी खूप आहे. तूच तारून नेशील मला. तुमची मदत मिळाली तर काहीच अशक्य नाही." तो आनंदानं उच्चारला.

"थांब, थांब, माझं बोलणं तर पूर्ण होऊ दे. मी तुला नक्की मदत करीन; पण तुला वाटतं तशी नाही. तू प्रामाणिकपणे कष्ट केलेस, इथे जम बसण्यासाठी धडपड केली आहेस. इतका मोठा धोका पत्करून परदेशात आलास, तेव्हा तुला तुझ्या हिकमतीवरच यश मिळायला हवंय. त्यासाठी मी खाणी विकत घेऊन हा तिढा सुटणार नाही. अर्थात खाणी आणि त्यांच्या किमती याबद्दलची माहिती देणारा माझ्यासारखा दुसरा जाणकार शोधूनही नाही मिळणार. तेव्हा तूच शेअर्सची बोली लाव, त्यासाठी माझं नावही वापरू शकतोस. मीपण कोणी विचारलं तर तुलाच पाठिंबा देईन, त्यामुळे तुझा फायदाही होईल. आणि मग मिळणारा प्रॉफिट आपण दोघे वाटून घेऊ. माझ्या नावाचा तू कधीही आणि कसाही वापर करू शकतो. मीपण शेअर मार्केटमध्ये उतरलो हे एकदा का लोकांना कळलं, की तुझा भाव वधारलाच म्हणून समज."

अत्यानंदानं तो तर नाचायचाच बाकी राहिला होता. हर्षित होऊन पुन्हा एकदा स्वत:ची खात्री करून घेण्यासाठी विचारलं, "मी, मी तुझ्या नावाचा नक्की वापर करू शकतो का? अरे, तुझी-माझी नुसती ओळख आहे, हे जरी ह्या धनाढ्य इंग्लिश व्यापाऱ्यांना कळलं, तर ते शेअर्स घेण्यासाठी आतुर होतील. त्यात तू स्वत:च गुंतवणार असं त्यांना कळलं तर मग माझी चांदीच चांदी होईल. माझ्या आयुष्याचं कल्याण होईल. मी तुझे हे उपकार जन्मात विसरणार नाही."

अवघ्या २४ तासांत लंडन शहरात ही बातमी विजेसारखी पसरली. मला तर काहीच करावं लागलं नाही. फोनची घंटा सातत्यानं वाजत होती. माझ्याकडे चौकशीचा ओघ सुरू झाला. घरी बसल्या बसल्या सर्वांना एकच गोष्ट परत परत सांगत होतो, ती म्हणजे – "होय! मी हेस्टिंग यांना ओळखतो. मला त्यांच्या

खाणीबद्दलही माहिती आहे. हेस्टिंग स्वत: सद्गृहस्थ आहेत आणि त्यांच्यावर विश्वास ठेवा, ते तुम्हाला योग्यच किंमत सांगतील, फसवणार नाहीत. तुम्ही त्यांच्या कंपनीचे शेअर्स जरूर खरेदी करा. झाला तर तुमचा फायदाच होईल, तोटा नक्कीच नाही.''

दरम्यानच्या काळात मी सर्व वेळ पोर्शियासमवेत घालविला. खाणीच्या व्यवहाराबाबत तिला काहीच कळू दिलं नाही. भविष्यात तिला आश्चर्याचा धक्का देणार होतो मी. प्रेमात अखंड बुडलो होतो आम्ही! गंमत म्हणजे मिनिस्टरसाहेबाची पत्नी आणि मुलगीही आमच्या प्रेमात आम्हाला साथ देत होती. मिनिस्टरला अंधारात ठेवून, त्यांनी आम्हाला पूर्ण पाठिंबा दिला. त्यांची साथही त्या वेळी आम्हाला खूप मोलाची होती.

सरतेशेवटी जेव्हा महिना संपत आला, तेव्हा माझ्या लंडनच्या बँकेत चक्क खरेखुरे दहा लाख पौंड जमा होते. हेस्टिंगनंपण जवळजवळ तितकेच कमविले होते. महिन्याच्या शेवटच्या दिवशी, अतिशय भारी सूट घालून मी गाडीनं पोर्टलॅन्डच्या रस्त्यावरून पुढे निघालो. ते दोघे भाऊ परत आले असावेत याची बाहेरूनच खातरजमा करून घेतली आणि सरळ पुढे मिनिस्टरच्या बंगल्यावर गेलो. माझ्या लाडक्या पोर्शियाला बरोबर घेतलं आणि परत पोर्टलॅन्डला निघालो. ते दोघे मला किती पगार देतील याबद्दल गाडीमध्ये आम्ही खूप चर्चा केली. पोर्शिया तर फारच उत्साहात होती, त्यामुळे कदाचित अधिकच सुंदर दिसत होती. ''प्रिये, तू फार सुंदर दिसतेस, तुझ्याकडे बघून ते मला वर्षाला कमीतकमी तीन हजार पौंड पगार तर नक्कीच देतील. तू अशीच आनंदी आणि खूश राहा, सर्वकाही आपल्या मनासारखं होईल.''

''हेन्री, तू फार मोठ्या पगाराची अपेक्षा आणि मागणीही करू नकोस. कदाचित त्यांनी नकारच दिला, तर? त्यापेक्षा ते देतील त्यावर आपण खूश राहायला हवं. आत्ता या क्षणी तरी आपल्याला दुसरा मार्ग दिसत नाहीये.'' पोर्शिया हे बोलताना मात्र खूपच टेन्शनमध्ये होती.

त्याच जुन्या नोकरानं आम्हाला आत घेतलं. दिवाणखान्यात ते दोघे बसले होते. माझ्याबरोबर एक सुंदर तरुणी बघून त्यांना आश्चर्य वाटलं असावं. मी ताबडतोब पोर्शियाची माझी भावी पत्नी म्हणून ओळख करून दिली. त्यांनी आम्हाला अगदी घरच्यासारखं वागवलं, त्यामुळे पोर्शिया पण बरीच स्थिरावली.

''तुम्ही पत्रात लिहिल्याप्रमाणे बरोबर एका महिन्यानंतर मी आपणास भेटावयास आलो आहे. या महिन्यात जे काही घडलं त्याचा सविस्तर वृत्तान्त मला सांगायचा आहे.''

''तुम्ही अटीनुसार इथे वेळेत हजर राहिलात. तुम्हाला पाहून आनंद झाला.

आमच्या पैजेनुसार जर घडलं असेल आणि जर मी ही पैज जिंकली तर तुम्ही म्हणाल ते बक्षीस मी तुम्हाला देईन; परंतु ती दहा लाख पौंडाची नोट कुठे आहे?''

मी ती लाख मोलाची नोट त्यांना सादर केली. ''मी खरंच जिंकलो! तू मात्र ही पैज हरलास! आता काय म्हणणं आहे तुझं?'' भावाकडे पाहत तो अति उत्साहात उद्‌गारला!

''खरं आहे तुझं! या नुसत्या लाखांच्या नोटेवर, ही नोट खर्च न करता कोणी एक महिना काढू शकेल, असं मला तरी वाटलं नव्हतं! तू ही पैज जिंकलास आणि मी वीस हजार पौंड हरलो. मानलं बुवा तुला.''

''तुम्हाला काहीतरी अजून सांगायचं आहे. माझी महिनाभराची कहाणी तर मी सविस्तर सांगीनच. मला खात्री आहे तुम्हाला नक्कीच आवडेल; पण त्याआधी हे बघा!'' असं म्हणत मी त्यांना दोन लाख पौंडाची बँकेची फिक्स्ड डिपॉझिटची पावती दाखविली.

''अरे वा! हे तू जमविलेले पैसे आहेत?''

''हो, हे पैसे माझेच आहेत. तुम्ही मला दहा लाख पौंडाची रक्कम लोन म्हणून एका महिन्यासाठी दिली होतीत, त्या नोटेचा फक्त दाखविण्यासाठी उपयोग केला आणि हळूहळू त्याच गुड विलचा उपयोग केला आणि हे पैसे जमा केले. आणि हे पैसे कसे जमा केले, याचा पुरावाही मी तुम्हाला देईन.''

''अरे वा! हे तर अगदीच धक्कादायक आहे. हे कसं काय जमलं तुला? आमचा तर विश्वासच बसत नाही. तू तर एकदमच ग्रेट आहेस.''

आता आश्चर्याचा धक्का पोर्शियालाही बसला होता. ''ओह हेन्री! तू हे कधी आणि कसे जमविलेस? मला तर काहीच पत्ता लागू दिला नाहीस. हे सगळं तू माझ्यापासून लपवून ठेवलंस.'' डोळे विस्फारून ती मला म्हणाली.

''हो, प्रिये, मला माफ कर. तुला काहीच नाही सांगितलं; कारण मला तुला सुखद धक्का द्यायचा होता! तू मला माफ करशील ना?''

''हो का? माझ्याबद्दल इतकी खात्री बाळगू नकोस हं! तू फार लब्बाड आहेस,'' ओठाचा चंबू करून ती लाडिकपणे उद्‌गारली.

''चल तर, निघू या आपण! झाला तितका वात्रटपणा बस झाला. मी तुझी चेष्टा केली होती.'' असं म्हणत ती दरवाजाच्या दिशेनं निघाली.

''अरे, जरा थांबा, इतकी घाई कसली? अजून तुमचं गिफ्ट पॅकेज राहिलंय ना अजून!''

''सर, मी तुमचा खूप आभारी आहे, तुमच्यामुळेच मी इथपर्यंत पोहोचलो आहे. आता आणखी कुठल्या गिफ्टची मला आवश्यकता वाटत नाही. तुमचे

इतके उपकार पुरेसे आहेत माझ्यासाठी. मला खरंच काही नको.''

''पण मी तर तुम्हाला सर्वांत मौल्यवान भेट देणार आहे, तुम्ही कसे नाकारू शकता?''

''मी खूप आभारी आहे; पण खरंच मला तुमची मौल्यवान भेटपण नकोय.''

''हेन्री, तुझं चुकलंच! तुला खरंच काही नको का? ते तुला काहीतरी देणार आहेत. ते तुला असं जाऊ देणार नाहीत इथून. कदाचित तू त्यांचे आभार अर्धवटच मानलेस. थांब, मीच आता ह्या सद्‌गृहस्थांचे आभार मानते.'' असं म्हणत पोर्शिया त्या सद्‌गृहस्थाकडे गेली. ती त्यांच्या मांडीवर जाऊन बसली आणि आपले हात त्यांच्या गळ्यात टाकून तिनं त्यांचा चक्क पापा घेतला. त्याच वेळी ते दोघे सद्‌गृहस्थ खदाखदा हसू लागले. मी स्तंभित झालो होतो. घाबरूनच गेलो होतो. सगळे काही माझ्या समजण्यापलीकडचं होतं.

''पापा, तुमच्याकडे हेन्रीला देण्यासाठी काहीच मौल्यवान वस्तू नाही असं त्याला वाटतं. मला तर फारच वाईट वाटतं आहे की त्याला तुमच्याकडून काहीच नको आहे.''

''पोर्शिया, हे खरंच तुझे वडील आहेत का?'' मी आश्चर्यानं तिला विचारलं.

''होय, हे माझे सावत्र वडील आहेत; पण मला ते अतिशय प्रिय आहेत. तू मला मिनिस्टरच्या घरी तुझी कहाणी सांगितलीस, तेव्हा मी खो खो हसले होते, आठवतंय का तुला? तुला त्याबद्दल काहीच कल्पना नव्हती. तुला माझे बाबा आणि काका किती छळताहेत हे कळल्यावर मला हसूच फुटलं होतं.''

तिचं हे स्पष्टीकरण ऐकताच मी सरळ मुद्द्यावरच आलो. धिटाईनं तिच्या बाबांना म्हणालो, ''मी माझे शब्द मागे घेतोय. मला तुमच्याकडून काहीतरी नक्कीच हवंय; कारण मला जे हवंय ते फक्त तुमच्याच जवळ आहे.''

''काय हवंय तुला माझ्याकडून?'' त्यांनी मला हसत हसत विचारलं.

''जावई व्हायचंय मला! तुमच्या मुलीचा हात मागतोय मी!'' मी उत्तरलो.

''अरे पण तुला त्याचा काहीच अनुभव नाही. त्याबद्दलचं कोणतं सर्टिफिकेटही तुझ्याजवळ नाही. तू जावई म्हणून पात्र असल्याचा दावा कसा करू शकतोस? या विषयाची कोणतीच परीक्षाही पास झाला नाहीस.'' ते मिश्कीलपणे म्हणाले.

''अहो, माझी परीक्षा तर घेऊन बघा! मला प्रयत्न तर करू द्या. तीस-चाळीस वर्षांत नक्कीच पटेल तुम्हाला.''

''जा, तिला घेऊन जा. नांदा सौख्यभरे!'' त्यांनी आनंदानं आम्हाला तोंड भरून आशीर्वाद दिला.

आमच्या दोघांच्या आनंदाला पारावार नव्हता. काही दिवसांतच आमची ही कहाणी आख्ख्या लंडन शहरात पसरली. मी महिनाभरात केलेलं लाखांच्या

नोटेचं साहस आणि अखेरीस त्याचा गोड शेवट याची सुरस चर्चा सगळीकडे चवीचवीनं केली जात होती.

पोर्शियाच्या वडिलांनी ती दहा लाख पौंडाची नोट बँक ऑफ लंडनमध्ये जाऊन वटवली. नोट बँकेनं कॅन्सल केली आणि ती अवैध ठरलेली नोट फ्रेम करून माझ्या सासऱ्यांनी आमच्या लग्नात भेट दिली. आजतागायत ती दहा लाखांची नोट आमच्या दिवाणखान्यात दिमाखानं टांगलेली आहे. ही फ्रेम आमच्यासाठी सर्वांत पवित्र आणि किमती असा ठेवा आहे, तिच्यामुळेच मला माझी पोर्शिया मिळाली. ही नोट मला अशी पैजेत नसती मिळाली तर मी कधीच लंडनमध्ये राहिलो नसतो, कधी मिनिस्टरच्या घरीही गेलो नसतो वा पोर्शियाला भेटलो नसतो. होय, ही दहा लाख पौंडाची अमूल्य आठवण आहे. या पैशानं मी कधीच काहीच विकत घेतलं नाही, तरी ती माझ्यासाठी लाख मोलाची आहे; कारण तिच्यामुळेच तिच्यापेक्षा किती तरी पट मोलाची पोर्शिया मला मिळाली आणि हाच माझा अमूल्य ठेवा आहे.

भाग १

अमेरिकेतील पूर्व किनाऱ्यावरील इस्टपोर्ट शहर! नाश्त्याची वेळ नुकतीच टळून गेली होती. कडाक्याची थंडी पडली होती. साथीला बोचरा वारा वाहत होता. रस्त्यावर चिटपाखरूसुद्धा नव्हतं. रस्ते पांढऱ्या शुभ्र बर्फानं झाकले गेले होते. नीरव सफेद शांतता दाटून आली होती. गोठून टाकणारी थंडी आणि काळोखून आलेलं वातावरण यामुळे रस्त्यावरची नेहमीची वर्दळही थंडावली होती. एक वृद्ध माणूस फावड्याने बर्फ खरडून काढत रस्ता मोकळा करण्याचा प्रयत्न करीत होता, तेवढाच काय तो आवाज! काम करता करता मधेच थांबून तो घरात शिरत असे आणि काही क्षणापुरता तरी थंडीपासून स्वत:चा बचाव करीत असे. इतक्या जीवघेण्या थंडीत कुडकुडत रस्ता मोकळा करणे ही शिक्षाच होती.

काही वेळानंतर अंधारून आलं; गार गार कातरवेळ सभोवती फेर धरू लागली. अचानक काळोख दाट झाला आणि वाऱ्याचा जोरही वाढला. बर्फ पडतच होता; निर्मनुष्य रस्त्यावर बर्फाची पांढरी चादरच जणू काही अंथरली होती. रस्त्याच्या कडेकडेनं तर बर्फाचे डोंगरच उभारले होते. जसजसा वादळाचा जोर वाढला, तसतसं वातावरण अधिकच उदास आणि उद्विग्न होत गेलं.

अलोन्झो फिट्झ क्लॅरन्सचा ब्रेकफास्ट नुकताच झाला होता. त्यानं आज निळ्या रंगाचा सॅटीनचा गाउन घातला होता. घरातील श्रीमंती आणि उच्च प्रतीचं फर्निचर बघून मालकाच्या सांपत्तिक स्थितीचं अनुमान करता येत होतं. दिवाणखान्यात असलेल्या फायरप्लेसमुळे आतील वातावरण चांगलंच उबदार झालं. पुन्हा एकदा जोराचा वारा सुटला, खिडकीच्या काचाही आता थडथड करू लागल्या. उबदार खुर्चीत आरामात बसून बाहेरील दृश्याकडे सुन्न नजरेनं पाहत तो पुटपुटला,

ऑनलाइन शुभमंगल

'म्हणजे, आजही बाहेर पडता

येणार नाही तर! हं, आहे मी एकटा, म्हणून काय झालं? सुखी आहे मी. तशी कुणाच्या कंपनीची गरज नाही मला. खालीच माझी आई राहते. गप्पा मारायला दूर का असेना, पण सुझन मावशी आहे; पण तरीसुद्धा आजच्या मरगळलेल्या उदास दिवशी मला आणखी एखाद्या सोबतीची का गरज वाटावी? नवनवीन कल्पना घेऊन कोणीतरी उत्साही, तरतरीत भेटावं, कुणाशीतरी भरभरून गप्पा माराव्यात असं मनापासून वाटतंय खरं! तुरुंगात अडकलेल्या कैद्यासारखी गत झालीय माझी. अगदी वैतागलोय मी!'

त्याचं देखणं घड्याळ धुराड्यावरील भिंतीवर लटकत होतं. त्यावर नजर टाकून त्यानं उसासा सोडला. 'हे घड्याळ नेहमीच चुकीची वेळ का दाखवतं? किती वाजले ह्याला तरी ठाऊक आहे का? कधीमधी चालू होतं, मात्र वेळ नेहमी चुकीचीच! आहे काय आणि नाही काय दोन्ही सारखंच!... अलफ्रेड?'

परत एकदा शांतता! 'अलफ्रेड... नोकर म्हणून खरंच चांगला आहे; पण अगदी या घड्याळाइतकाच बिन भरवशाचा! वेळेवर कधी यायचा नाही.' अलोन्झोनं इलेक्ट्रिक बेल दाबली, थोड्या वेळानं पुन्हा वाजविली. काहीही आवाज नाही. थोडा वेळ वाट पाहिली. 'बेलची बॅटरी डाउन झाली असावी बहुतेक.' त्यानं पुन्हा एकदा सुस्कारा सोडला. 'किती वाजले, हे आता कळलंच पाहिजे. मी शोधूनच काढतो आता! मॉम! मॉम!!' असं म्हणत त्यानं बोलक्या नळीनं (स्पीकिंग ट्यूब) आईशी संपर्क साधण्याचाही प्रयत्न केला. (त्या वेळच्या टेलिफोनला स्पीकिंग ट्यूब म्हणत असत. प्रत्येक ट्यूबला स्वतंत्र बॅटरी असे.)

"आईच्या खोलीतील बॅटरीपण बंद पडली वाटतं. दुसरा काही पर्यायच नाही." शेवटचा प्रयत्न म्हणून त्यानं अमेरिकेच्या दुसऱ्या टोकाला सॅनफ्रॅन्सिको येथे राहणाऱ्या सुझन मावशीला स्पीकिंग ट्यूबमधून फोन लावला.

"मावशी? ऐकू येतंय का?"

स्पीकिंग ट्यूबमधून प्रसन्न आणि हळुवार आवाज आला "कोण? अलोन्झो का?"

"होय, मावशी, मी अलोन्झोच बोलतोय. मला खालच्या मजल्यावर आईकडे जायचा खूप कंटाळा आलाय आणि मला मदत हवी आहे."

"काय झालं बेटा अलोन्झो?"

"अगं, फार काही नाही; पण..."

"आता आणि वेळ घालवू नकोस आणि कोड्यातही बोलू नकोस. सरळ सरळ सांग. मी कामात आहे, काय हवंय तुला?" मावशीनं सरळ मुद्द्यालाच हात घातला.

"किती वाजले गं? मला इथे बसून किती वाजले हे समजत नाही."

"किती वात्रट आहेस रे! कसले फालतू प्रश्न विचारून त्रास देतोस मला? फक्त एवढंच ना? की अजून काही?" मावशी चांगलीच वैतागली होती.

"इतकी काय वैतागतेस गं? वेळच विचारली ना? जरा शांत हो आणि मला किती वाजले सांग. माझ्याकडून तुला शुभेच्छा आणि गोड शब्दच ऐकायला मिळतील."

"नऊ वाजून पाच मिनिटं झाली आहेत... हे सांगण्याचे पैसे नाही घेणार हो तुझ्याकडून! आणि हो, त्या शुभेच्छापण ठेव तुझ्याकडेच!"

'नशीब माझं! दोन पैसे दिल्यानं मी काही गरीब होणार नाही... की तू श्रीमंत!' असं काहीसं चेष्टेनं पुटपुटत त्यानं घड्याळ हाती घेतलं. 'नऊ वाजून पाच मिनिटं! म्हणजे इथल्या वेळेप्रमाणे तू फक्त ३४ मिनिटंच पुढे होतास तर! अमेरिकेच्या पूर्व व पश्चिम किनाऱ्यावरील वेळेत तीन तासांचा फरक असतो. प्रगती आहे म्हणायची!" त्यानं ईस्ट पोर्टच्या वेळेनुसार घड्याळाच्या वेळेत बदल केला आणि घड्याळाला ताकीद दिली... खबरदार आता चुकलास तर... तुझी काही खैर नाही...'

पुन्हा आपल्या नेहमीच्या सागवानी टेबलाजवळ तो खुर्चीत बसला. स्पीकिंग ट्यूबमधून त्यानं सुझन मावशीला हाक मारली.

"मावशी! आहेस ना?"

"बोल बेटा! आता काय?"

"ब्रेकफास्ट झाला?"

"तासाभरापूर्वीच."

"कामात आहेस का?"

"हो रे, भरतकाम, शिवणकाम, नेहमीचंच, का रे? "

"एकटीच आहेस की आणि कोणी आहे?"

"सध्यातरी एकटीच आहे; पण कोणीतरी येणार आहे भेटायला."

"मावशी, मला खूप एकटं एकटं वाटतंय गं. खूप उदास वाटतंय. कोणी गप्पा मारायला असलं तर किती बरं होईल." अलोन्झोनं सुस्कारा सोडला.

"मग माझ्याशी बोल ना, तुला एकटं नाही वाटणार."

"खूप खासगी बोलायचं आहे गं! "

"अरे, बिनधास्त बोल. मी एकटीच आहे; दुसरं कोणीच नाही."

"कशी काय सुरुवात करू, तेच समजत नाही; पण..."

"अरे, पण... काय? असा अडखळू नकोस, सरळ सरळ सांग. मी कुणाला सांगणार नाही; माझ्यावर विश्वास आहे ना तुझा?"

"हो गं, पण ही गोष्ट साधीसुधी नाही, मला इथल्या वातावरणाचा खूप त्रास

होतो... नातेवाइकांना आणि इतरांनासुद्धा!''

"असं इतकं न सांगण्यासारखं काय आहे? माझा जीव आहे हो तुझ्यावर, मी कोणाशी बोलणारसुद्धा नाही. लवकर सांग बरं काय ते.''

"हे वातावरणच बघ ना!... किती वाईट आणि कोंदट हवा आहे, नेहमी बर्फ पडतो. खूप उदास वाटतं.''

"आता या हवेचं ते काय? चेष्टा करतोस का माझी?''

"नाही गं, खरंच, आमच्याकडे बघ ना; किती खराब हवा असते. मनातून कितीही बळ आणलं, तरी खूप उदास आणि एकाकी वाटतं. सगळा मूडच जातो. पण कुणाला सांगू बरं? हा हिमवर्षाव, ही गार बोचरी थंडी आणि हा जोरदार वेगानं वाहणारा गार वारा! नको नको होतं अगदी... तुझ्याकडे काय हालहवाल?''

"माझ्याकडे? एकदम प्रसन्न! कोवळी उन्हं आणि मन प्रसन्न करणारी मस्त उबदार हवा.. बाहेर रस्त्यावर माणसांच्या डोक्याऐवजी फक्त छत्र्याच दिसतात. हवा कशीही असो, अरे, मनानं उत्साही असावं माणसानं. तू पण ना! मन उदास असलं तर सारं जग उदास वाटतं. रडीचा डाव खेळणारे नेहमीच रडतात.'' मावशीनं त्याला अजूनच खिजवलं.

"जे काही बोलतेस ना, त्याची फ्रेम करून लटकवून ठेव घरात!'' असं काहीतरी तिला सुनवायचं त्याच्या अगदी ओठाशी आलं होतं, तितक्यात मावशी कोणाशीतरी बोलत असल्याचा त्याला आवाज आला. तसा तो उठून खिडकीशी गेला. हिमवादळ तर आता मघापेक्षाही जोरात होतं. काचेची तावदानं आणि खिडक्याही थडथड करीत होत्या. इमारतीच्या कडेला भिंतीशी एक केविलवाणं मरतुकडं कुत्रं थंडीनं काकडत केविलवाणं उभं होतं. एक तरुणी डोक्यावरची उडणारी वॉटरप्रूफ टोपी कशीबशी सांभाळत वादळापासून बचाव करण्याचा प्रयत्न करीत होती. बर्फातून मार्ग काढणंही तिला कठीण जात होतं. ते पाहून अलोन्झो अधिकच वैतागला. "यापेक्षा धो धो पडणारा पाऊस परवडला. इतर काहीही चालेल, पण नको हे हिमवादळ!''

परत टेबलाशी येतो तर त्याच्या कानावर स्पीकिंग ट्यूबमधून अतिशय कोमल असे गाण्याचे स्वर कानी पडले. दुरून कुठूनतरी ओळखीच्या गाण्याचे मधुर स्वर ऐकून तो तिथेच थबकला. मंत्रमुग्ध झाला तो! गाण्याचे स्वर थोडेसे मधूनमधून बेसूर वाटले खरे; पण त्यातही एक अनोखा गोडवा होता. गाणं थांबताच तो भानावर आला. "In the Sweet By-and By'' माझ्या आवडीचं फार जुनं गाणं... कितीतरी वर्षांनंतर... तेपण इतक्या गोड स्वरात...!

धावतच तो डेस्कपाशी आला. "मावशी, कोण गाणं म्हणतंय गं? ही तर दैवी देणगी आहे! कोण ही स्वर्गातील गायिका?'' अलोन्झोनं सावधपणे विचारलं.

"तुला मघाशी सांगितलं ना, मला कोणीतरी भेटायला येणार आहे म्हणून. तीच आली आहे. महिना दोन महिने थांबणार आहे इथे. थांब, तुझी ओळख करून देते."

"मावशी, थांब, थांब जरा! तू ना... थोडासुद्धा विचार करीत नाहीस." अलोन्झो पटकन उठला आणि खोलीत जाऊन त्यानं चांगले कपडे चढवले. 'मावशीपण ना! इतक्या सुंदर मुलीशी माझी ओळख करून देणार! आणि मी अशा घरच्या गबाळ्या वेषात! बरं दिसेल का ते?' स्वत:शीच पुटपुटत छान तयार होऊन डेस्कपाशी ऐटीत खुर्चीत येऊन बसला. स्पीकिंग ट्यूबमधून मावशीला उत्साहानं म्हणाला,

"मावशी! मी तयार आहे." अति नम्रतेनं आणि अदबीनं! जणू काही ती सुंदर, देखणी मुलगी समोरच बसली होती.

"प्रिय रोझाना एथेल्टन! माझ्या लाडक्या भाच्याशी तुझी ओळख करून देते. हा माझा आवडता भाचा 'अलोन्झो फिटझ् क्लॅरन्स!' हा अमेरिकेच्या दुसऱ्या टोकाला, इस्ट कोस्टला, पोर्टलॅन्डला असतो. दोघेही मला जवळचे आहात. आता तुमची एकमेकांशी ओळख झाली ना? तर एक गोष्ट करा... मला जरा घरातील काही कामं उरकायची आहेत, तर तात्पुरती एकमेकांना कंपनी द्याल का? तुमचाही वेळ जाईल आणि माझी कामंपण पटपट होतील. रोझाना, बस गं आरामशीर!"

अलोन्झोचा स्वत:च्या कानांवर विश्वास बसला नाही. त्यानं रोझानाला खुर्चीत बसण्याची काल्पनिक विनंती केली आणि मनाशी म्हणाला "ते जीवघेणं हिमवादळ, तो गारढोण बर्फ आणि वैतागलेलं आकाश! आता ते सारं खड्ड्यात गेलं तरी चालेल!"

हे तरुण आणि देखणं जोडपं एकमेकांचा स्पीकिंग ट्यूबमधून परिचय करून घेतायत... तोपर्यंत आपण जरा उसंत घेऊ या आणि मावशीच्या सॅन फ्रॅन्सिस्कोच्या घरात डोकावू या. कलात्मकतेनं सजवलेलं मावशीचं घर... उंची फर्निचर... घरच्या मालकिणीचं उच्चभ्रू राहणीमान, त्याची साक्षच होतं. लाल रंगाचं टर्कीश कार्पेट दिवाणखान्यात अंथरलं होतं. हातानं विणलेलं क्रोशाचं सुंदर विणकाम केलेली लहानशी टोपली शेजारील स्टॅन्डवर शोभून दिसत होती. सुझानच्या आलिशान दिवाणखान्यातील सोफ्यावर ती आरामशीर बसली होती... रोझाना खूपच आकर्षक आणि सुसंस्कृत तरुणी! ही सुंदर, रुबाबदार, देखणी आणि गोडशी रोझाना. साध्या वेषातल्या रोझानाचं सौंदर्य खुलून दिसत होतं. जर एखाद्या समारंभासाठी किंवा डान्सपार्टीसाठी तयार झाली तर तिचं रुपडं किती अलौकिक असेल याची कल्पनासुद्धा करणं अवघड होतं. सर्व चित्र स्वप्नासारखंच

जणू. कितीतरी वेळ तिच्या आणि अलोन्झोच्या गप्पा चालूच होत्या. अर्थात आपण त्यांच्या संभाषणावर लक्ष ठेवून आहे, याची मात्र त्यांना मुळीच कल्पना नव्हती. वेळेचं भान तसं दोघांनाही नव्हतं; पण मधूनमधून ती घड्याळाकडे बघत असे. अचानक ती भानावर आली, तिचे गाल आरक्त झाले आणि ती झटकन उठलीच,

"गुड बाय, मि. फिट्झ... मला आता निघायलाच हवं." अलोन्झोच्या उत्तराची वाट न पाहता, ती पटकन उभी राहिली. घड्याळाकडे पाहत मनाशीच पुटपुटली.,

'ओह, अकरा वाजून पाच मिनिटं! जवळजवळ दोन तास! मला वाटले वीस एक मिनिटं झाली असतील. त्याचं काय मत होईल माझ्याबद्दल कोण जाणे... पहिल्याच भेटीत!'

त्याच वेळी अलोन्झोनंही घड्याळात वेळ पाहिली. अरे बाप रे! आपण तर दोन तास बोलत होतो; मला मात्र दोनच मिनिटं झाली असं वाटतंय. दोन वाजून चाळीस मिनिटं झाली. जवळजवळ तीन वाजतच आले. घड्याळ पुन्हा दगा तर देत नाही ना?

"मिस एथेल्टन! तुम्ही आहात ना अजून? एक क्षणभर थांबा ना!"

"काय ते लवकर सांगा, मी जरा घाईत आहे, मला निघायला हवं!"

"जाण्याआधी किती वाजले जरा सांगता का?" चिंतित होऊन अलोन्झोनं तिला वेळ विचारली.

आता मात्र ती तरुणी खरंच लाजली. 'असं काय हे? हा तरुण चक्क मला वेळ विचारतोय!' अर्थात हे सर्व मनातल्या मनातच!

"अकरा वाजून पाच मिनिटं."

"धन्यवाद! तुम्हाला खरंच जायला लागेल का?"

"हो, निघायलाच लागेल."

"तुम्ही आहात ना अजून? राग नसेल येणार तर एक विचारू का?"

"हो, पण लवकर! काय विचारायचंय तुम्हाला?"

"तसं काही फारसं खास नाही; पण... अहो, इथं मला खूप एकटं एकटं वाटतं, मला विचारताना जरा अवघडच वाटतंय; पण तरीही विचारतोच मी! तुम्ही परत याल का माझ्याशी गप्पा मारायला? अर्थात तुमची हरकत नसेल तरच!" अलोन्झोनं प्रथमच इतकं धाडस केलं.

"नक्की काही सांगत नाही; पण मी प्रयत्न नक्कीच करीन."

अलोन्झो स्वप्नांच्या दुनियेत रममाण झाला. दोन तासांपूर्वीचा मी आणि आता रोझानाशी वार्तालाप केल्यानंतरचा मी... जमीन-अस्मानाचा फरक पडलाय

माझ्यात!

त्याच वेळी अमेरिकेच्या दुसऱ्या टोकाला रोझानाही बेडरूममधील खिडकीजवळील खुर्चीत बसली होती. तिला खिडकीतून पावसात भिजणारं सॅन फ्रॅन्सिस्कोतील गोल्डन गेट दिसत होतं; आणि वाचायला म्हणून घेतलेलं पुस्तक तसंच मांडीवर ठेवून नवीनच ओळख झालेल्या अलोन्झोचाच विचार करीत होती. त्याच वेळी तिच्या मित्राची, बर्लीव्हची आठवणही आली. ती स्वत:शीच पुटपुटली, 'बर्लीव्हपेक्षा अलोन्झो कितीतरी वेगळा आहे! बर्लीव्ह आणि त्याच्या त्या माकडचेष्टा! नकला करण्यापलीकडे काय येतं त्याला!' मनातल्या मनात तिची बर्लीव्ह आणि अलोन्झोची तुलना सुरू झाली.

भाग २

महिनाभरानंतर मि. सिडनी अलेगेर्नोन बर्लीव्हचा टेलिग्राफ हिल येथील जेवणाच्या एका पार्टीत नकलांचा कार्यक्रम सुरू होता. वेगवेगळ्या नटांच्या आणि साहित्यिकांच्या लकबींच्या आणि आवाजाच्या नकला करून लोकांची करमणूक करत होता. दिसायला देखणा, तडफदार! पण थोडासा स्त्रीलंपट!!! स्टेजवर नकला करतानासुद्धा त्याचं लक्ष मात्र दरवाजाकडेच होतं. थोडासा अस्वस्थही वाटत होता, कुणाची-तरी वाट बघत असावा. अपेक्षेप्रमाणे न घडल्यामुळे वैतागला आणि त्याची नाराजी चेहऱ्यावर स्पष्ट दिसू लागली. काही वेळात समारंभ संपला. पाहुण्यांची गर्दी ओसरली, तसा तो यजमान बाईंना म्हणाला, ''ती मला टाळते, यात काही शंकाच नाही. दरवेळी काहीतरी कारण काढून माझ्यापासून दूर जाते, बोलतसुद्धा नाही. तिच्याशी बोलायचा एकतरी चान्स मिळायला हवा... हे अतीच होतंय.''

''तुझ्या मनाचेच खेळ आहेत सारे. तू वरच्या बैठकीच्या खोलीत जा... आणि मन रमव थोडा वेळ. इथली उरलीसुरली कामं आटोपून मी येतेच वरती! रोझानाला समजावते, मग बोलेल ती तुझ्याशी.'' यजमानीणबाईंनी त्याला समजावलं.

बर्लीव्ह वरच्या मजल्यावरील बैठकीच्या खोलीकडे आपल्याच विचारात निघाला. वर जाताना वाटेवरच मध्ये सुझन मावशीच्या खोलीतून ओळखीतला हसण्याचा आवाज आला. खोलीचं दार थोडंसं उघडंच होतं. रोझानाचं हास्य त्याच्या चांगलंच परिचयाचं होतं, त्यामुळे काहीही विचार न करता तो बेधडक आत शिरला. तो काही बोलण्याआधीच त्याच्या कानावर रोझानाचे शब्द पडले, ती स्पीकिंग ट्यूबमधून कोणाशी तरी लाडात येऊन बोलत होती.

''हे फक्त तुझ्यासाठी...'' चुंबनाचा आवाज...

''रोझाना प्रिये... हे पण तुझ्यासाठी...! तू नक्कीच सुंदर आहेस. मी खूप

प्रेमात आहे... मला दुसरं काहीच दिसत नाही... मी तुझ्या प्रेमात आंधळा झालो आहे...''

''लाडक्या, हे प्रेमाचे शब्द... अरे, तुला वाटतं इतकी काही मी सुंदर नाही; पण आज मी खूप खूश आहे, तुझं वागणं, बोलणं... तुला न पाहताच मला खात्री आहे की तू नक्कीच राजबिंडा आणि देखणा असणार...''

दोघांचा प्रेमाचा वार्तालाप आणि चुंबनांचा वर्षाव ऐकून बर्लीव्हचं पित्त खवळलं. रोझाना आणि अलोन्झो प्रेमाची वचनं आणि आणाभाका यातच मग्न होते, ना त्यांना जगाची पर्वा... ना लोकांची.

''रोझाना, तू फक्त आणि फक्त माझी आहेस, होय ना?''

''होय रे, प्रिय अलोन्झो... 'अलोन्झो फिट्झ क्लॅरन्स, इस्टपोर्ट, मेन' हेच आता माझं विश्व.'' रोझाना अलोन्झोच्या प्रेमात आकंठ बुडाली होती. खरं तर दोघांनी एकमेकांना पाहिलंसुद्धा नव्हतं; पण तरीही मनं मात्र पहिल्याच भेटीत जुळली होती.

''खड्ड्यात जाऊ दे तो अलोन्झो... आता त्याचं काही खरं नाही. त्याचा ठावठिकाणा तर कळला, आता बघतो काय करायचं ते.'' चरफडत, संतापानं धुमसत बर्लीव्ह तिथून निघून गेला.

अलोन्झोला कल्पनाही नव्हती की त्याची आई मागे उभी आहे आणि तिनं सर्वकाही ऐकलं आहे. अलोन्झो रोझानाच्या प्रेमात पडला आहे, याचा तिला खूप आनंद झाला. त्याच वेळी तिकडे रोझानाचा प्रेमालाप सुझन मावशीनंपण ऐकला, तिलापण खूप आनंद झाला. एकाच वेळी दोन्ही घरी म्हणजे, टेलिग्राफ हिल आणि इस्ट पोर्ट स्क्वेअर इथे आनंदाची खबर एकदमच मिळाली आणि पसंतीची पावतीही मिळाली. सुझनमावशी आणि अलोन्झोच्या आईचे लग्नाचे प्लॅनही सुरू झाले. ईस्ट पोस्ट स्क्वेअरला कडाक्याची थंडी होती, तर अमेरिकेच्या दुसऱ्या टोकाला म्हणजे टेलिग्राफ हिलला तर कडकडीत उन्हं होती... दोन्ही टोकाच्या वातावरणात एक गोष्ट मात्र सारखी होती ती म्हणजे रोझाना आणि अलोन्झोचं प्रेम आणि त्यामुळे सर्वांना झालेला आनंद!

''अच्छा, म्हणूनच गेले कित्येक आठवडे खोलीच्या बाहेरही पडला नाहीस... जणू काही कोंडून घेतलंस की स्वत:ला. आता समजलं हो मला!'' अलोन्झोच्या आईनं कौतुकानं आपल्या लाडक्या मुलाला चिडवलं.

''तरीच मी विचार केला, रोझाना इतकी साळसूदपणे घरी कशी थांबली इतके दिवस! कुठे बाहेर जाणं नाही, की कोणतं आउटिंग नाही. स्पीकिंग ट्यूबमध्ये जीव अडकला होता वाटतं!'' सुझन मावशीनंपण रोझानाला चिडवण्याची संधी सोडली नाही. रोझानाचे गाल आरक्त झाले आणि लाजून तिनं तोंड झाकून

घेतलं.

रोझाना अलोन्झोचं संभाषण ऐकल्यापासून बर्लीव्ह वैतागलेलाच होता. काय करावं त्याला सुचत नव्हतं. शेवटी चिडलेल्या बर्लीव्हनं इतरांना कोणतीच कल्पना न देता मनाशी काहीतरी प्लॅन केला आणि टेलिग्राफ हिल सोडलं. "रोझाना फक्त माझी आहे, ती अलोन्झोची होऊच शकत नाही. मी हे लग्न होऊ देणार नाही..." स्वत:शीच बडबडत, चरफडत त्यानं शहर सोडलं.

भाग ३

दोन आठवड्यांचा काळ लोटला... अलोन्झोला भेटायला सिनसिनाटीहून रेव्ह. मेल्टन हर्सग्रेव्ह नावाचा एक पाहुणा आला. प्रकृती अस्वास्थ्यामुळे म्हणे सरकारी आरोग्य खात्यातील नोकरी त्यानं सोडली होती आणि सध्या तो स्पीकिंग ट्यूब आणि टेलिफोनच्या क्षेत्रात काम करत असे. "मी सध्या एक नवीन शोध लावलाय. आजकाल एका काउन्टीतून दुसऱ्या काउन्टीत स्पीकिंग ट्यूबमधून बोलणं आता खासगी नाही राहिलं. तुमचं प्रायव्हेट संभाषण कोणीही ऐकू शकतं; पण मी एक नवीन टेलिफोन बनवलाय आणि त्यामुळे आता दोघांचं खासगी संभाषण चोरून तिसरा कोणीच ऐकू शकणार नाही." मेल्टननं नवीन आधुनिक खासगी टेलिफोनचा प्रस्ताव अलोन्झोपुढे ठेवला. अलोन्झोला नवीन टेलिफोनची कल्पना फार आवडली आणि त्यासाठी कितीही किंमत मोजायला तो तयारसुद्धा झाला. रोझानाचा सुमधुर आवाज आणि तिचे 'In the Sweet By-and By' गाणं यापुढे फक्त त्याच्यासाठीच असेल. आपल्यामध्ये तिसरं कोणीच नसेल... म्हणून हा नवीन फोन लवकर मिळण्यासाठी त्यानं मेल्टनच्या मागे तगादा लावला. त्याला रोझानाला खूश करायचं होतं; पण काहीतरी कारण काढून आधुनिक फोन बसविण्याचं मेल्टन टाळत होता, त्याच वेळी त्याचं अलोन्झोच्या घरी जाणं-येणं मात्र चांगलंच वाढलं होतं.

एके दिवशी दुपारच्या वेळी मेल्टननं अलोन्झोच्या खोलीचा दरवाजा ठोठावला, आतून कोणताच प्रतिसाद नव्हता. दार उघडंच होतं. मेल्टन हळूच चोरासारखा आत शिरला. सावकाश दरवाजा बंद केला. स्पीकिंग ट्यूबमधून "In the Sweet By-and By'चे सूर ऐकू येत होतत... टेलिग्राफ हिलहून रोझाना अलोन्झोसाठी त्याच्या आवडीचं गाणं गुणगुणत होती. त्यांच्या प्रेमाची सुरुवातच या गाण्यापासून झाली होती. या गाण्यातूनच त्यांना प्रेमाचा सूर गवसला होता.

मेल्टननं इकडे-तिकडे भामट्यासारखं बघितलं. कोणी नाही बघून तो स्पीकिंग ट्यूबजवळ गेला आणि हुबेहूब अलोन्झोच्या आवाजात तो म्हणाला,

“प्रिये! माझं ऐकशील का? यापुढे कमीतकमी एक आठवडा हे गाणं गाऊ नकोस. त्याऐवजी एखादं मॉडर्न धर्तीचं गाणं म्हण ना.”

त्याचं वाक्य संपतं न संपतं तोच जिन्यावरून कोणीतरी आनंदानं ‘In the Sweet By-and By’ गाणं गुणगुणत वरती येण्याचा आवाज आला. मेल्टनचं काम झालं होतं. तो कुत्सितपणे हसत हसत पटकन खिडकीच्या मखमली पडद्यामागे जाऊन लपला. अलोन्झो खोलीत आला आणि आनंदानं गुणगुणतच स्पीकिंग ट्यूबपाशी जाऊन रोझानाला म्हणाला,

“डार्लिंग, आपण दोघे मिळून गाऊ या का?”

“कोणतं गाणं? नवीन कुठलं गाणं तुझ्या मनात आहे?” तिच्या आवाजाला तिरस्काराची धार होती. “आता यापुढे तुझं तू एकटाच गाणं म्हण”

“रोझाना? असं तिरकस कधी बोलली नाहीस तू. काय झालं तुला?”

“आता तुमच्या अशा गोड गोड बोलण्याला मी फसणार नाही, मिस्टर फिट्झ क्लॅरन्स! ”

“तू मला ‘मिस्टर फिट्झ क्लॅरन्स’ म्हणून फॉर्मल हाक मारलीस. इतकं टोचून का बोलतेस? माझं काय चुकलं गं?” अलोन्झो खूप गोंधळून गेला होता. रोझानाला अचानक काय झालं त्याला समजतच नव्हतं.

“तुझं काही नाही चुकलं रे, माझंच चुकलं. तुला पुरतं ओळखलंच नाही मी. तू आता कशाला सॉरी म्हणतोस? तू आत्ताच म्हणालास ना की यापुढे ‘In the Sweet By-and By’ कधी म्हणू नकोस. इतकं का तुला हे गाणं नकोसं झालं? का मीच नकोशी झाले?”

“गाणं? मी कधी काय म्हणालो? गाण्याबद्दल तर बोललोच नाही.”

“नक्की? तू काहीच बोलला नाहीस?”

“अगं, देवाशपथ, खरंच मी काही बोललो नाही.”

“अजूनसुद्धा तू मान्य करीत नाहीस... किती खोटं बोलशील? आता बस झालं! आजच्या तुझ्या वागण्यामुळे आपलं नातं आता संपलं! तुला मी कधीच माफ करणार नाही.”

स्पीकिंग ट्यूबमधून रडण्याचा आवाज आला...

“रोझाना, तुझा गैसमज झाला असावा. कुठेतरी काहीतरी चुकतंय. मी खरंच गाण्याबद्दल शब्दही काढला नाही गं! माझ्यावर विश्वास ठेव. नक्कीच काहीतरी गडबड आहे. तुला दुखावण्याचा विचार माझ्या स्वप्नातसुद्धा येत नाही. मी मनापासून सांगतोय गं, तुला लागेल असं मी काहीच नाही बोललो. रोझाना, काहीतरी बोल ना माझ्याशी.” अलोन्झो काकुळतीनं तिची समजूत काढत होता.

रोझानाच्या रडण्याचा आवाज येणं बंद झालं. ती निघून गेली होती. अलोन्झोला

काय करावं सुचेना. आईने रदबदली करावी म्हणून तो आईला बोलवायला खालच्या मजल्यावर धावला. खोलीतून तो बाहेर पडताच, मेल्टन पडद्यामागून बाहेर आला. तिथून सटकण्यासाठी त्याच्याकडे फारच कमी वेळ होता. तितक्यात स्पीकिंग ट्यूबमधून नाजूक आणि पश्चात्तापाने दग्ध असा केविलवाणा आवाज आला.

"प्रिय अलोन्झो! माझंच चुकलं. मी तुला वाट्टेल तसं बोलले, मला माफ कर! मला खात्री आहे की तू मला कधीच दुखावणार नाहीस. मत्सरापोटी तुझ्या आवाजाची कोणीतरी नक्कल केली असावी, माझं मन मला सांगतंय. कदाचित कोणीतरी आपल्या वाईटावर असेल."

"सगळं संपलय आता! तूच म्हणालीस ना? तू कितीही पस्तावलीस, तरी घडायचं ते घडून गेलं, आता माघार नाही." दुष्ट मेल्टननं शेवटचा जीवघेणा खेळ खेळून तिथून पळ काढला. आगीत तेल ओतलं आणि खुनशी अत्यानंदानं तिथून निघून गेला. कसला तो आधुनिक फोन आणि कसलं ते गोड गोड बोलणं! सगळंच नाटक!

अलोन्झोची आई कुठल्यातरी जमिनीच्या व्यवहारासाठी बाहेर गेली होती. तिला घेऊन तो घरी आला आणि तिला सगळं सविस्तर सांगितलं. दोघांनी ताबडतोब स्पीकिंग ट्यूबमधून संपर्क साधण्याचा प्रयत्नही केला; पण व्यर्थ! जवळजवळ चार तासांनंतर सुझन मावशीचा आवाज कानी आला. तीपण इतक्या वेळ घरी नव्हती. काय घडलं ते कळताच तिनं रोझानाचा शोध घेतला; पण दुर्दैवानं रोझाना घर सोडून गेली होती. टेबलावर एक चिठ्ठी सोडून... 'मला शोधण्याचा प्रयत्नही करू नकोस, मी कधीच परत येणार नाही. तू मला खूप दुखावलं आहेस. 'In the Sweet By-and By' गाणं म्हणताना मला तुझी खूप आठवणही येईल; पण तुझे कठोर शब्द मात्र माझ्या कानात सतत घुमत राहतील!...'

तिकडे अमेरिकेच्या दुसऱ्या टोकाला सुझन मावशीलापण काहीच सुचेना. इकडे अलोन्झो डोक्याला हात लावून निराश मुद्रेनं शून्यात बघत राहिला. त्याच्या आईनं खिडकीचे पडदे दूर केले आणि खिडकी उघडली. तितक्यात तिला जमिनीवर पडलेलं एक व्हिजिटिंग कार्ड दिसलं. तिनं त्यावरील नाव उच्चारलं, "मिस्टर सिडनी अलेगेर्नोन बर्लीव्ह, टेलिग्राफ हिल, सॅन फ्रॅन्सिस्को..." बर्लीव्हचं नाव ऐकताच अलोन्झो पटकन उदगारला, "अरे, हाच तो बदमाश!" कार्ड हातात घेऊन वाचताच त्याचा संताप अनावर झाला. प्रेमाच्या आणाभाका घेताना पूर्वायुष्यातील कबुलीजबाब दोघांनी एकमेकांना दिला होता. त्यामुळे रोझानाच्या मित्राचं, म्हणजेच बर्लीव्हचं नाव बघताच त्याच्या समोरील सर्व चित्र आरशासारखं लख्ख झालं. बर्लीव्हनं स्वतःचं नाव बदलून मेल्टन बनून आपल्याला

गंडवलं आणि रोझानाच्या मनात आपल्याविषयी द्वेषभावना निर्माण केली, हे अलोन्झोच्या लक्षात आलं. या प्रकरणाचा पूर्ण छडा लावायचा आणि रोझानाचं प्रेम परत मिळवायचंच! आणि बर्लीव्हचा खरा चेहरा तिच्यासमोर आणायचा. आता अलोन्झोचं एवढं एकच ध्येय उरलं.

भाग ४

पुढील दोन महिन्यांत बऱ्याच घडामोडी झाल्या. रोझानाचा ठावठिकाणा कोणालाच माहिती नव्हता. पोर्टलॅन्ड, ओरेगॉनला तिची आजी राहत असे, तिथेही ती गेली नव्हती. 'मी घर सोडून जात आहे आणि माझा शोध घेऊ नका' इतकंच तिनं चिठ्ठीत लिहिलं होतं, त्याआधारे तिचा तपास काढणं अशक्य गोष्ट होती; पण तरीही अलोन्झोने हार मानली नाही. 'तिला मी शोधून काढणारच. मला खात्री आहे की जेव्हा ती खूप दुःखी असेल, तेव्हा आमचं आवडतं गाणं 'In the Sweet By-and By' ती नक्कीच म्हणेल. मग तिला शोधून काढणं फारसं अवघड नाही. अलोन्झोनं पाठीवर हॅवर सॅक टाकली आणि पोर्टेबल टेलिफोन घेऊन तो ईस्ट पोस्ट सोडून रोझानाच्या शोधात बाहेर पडला. बाहेरच्या दुनियेत तो एकटाच होता, भिरभिर फिरला आणि जमेल तेव्हा, जमेल तिथे टेलिग्राफच्या खांबापाशी टेलिफोन जोडून तिच्या आवडत्या गाण्याचे सूर ऐकू येतात का याचा मागोवा घेत राहिला. सुरुवातीला गाण्याच्या सुरांसाठी आसुसलेला अलोन्झो आता फक्त तिच्या आवाजासाठीसुद्धा तळमळू लागला. मजल दरमजल करीत तो न्यू यॉर्कला पोहोचला. कपड्यांची लक्तरं झाली होती. एखाद्या भणंगासारखा तिच्या नावाचा जप करीत गल्लोगल्ली उपाशीपोटी भटकत असताना काही लोकांनी दया येऊन त्याला सॅनिटोरियममध्ये ठेवलं. अलोन्झो आता निराश आणि गलितगात्रही झाला होता. काही बोलण्याच्या परिस्थितीतसुद्धा नव्हता. त्याला मानसिक आणि शारीरिकही थकवा आला होता. सुदैवानं सॅनिटोरियमचा संचालक दयाळू माणूस होता, त्यानं अलोन्झोची चांगली काळजी घेतली. आठवड्यानंतर अलोन्झोची तब्येत बऱ्यापैकी सुधारली.

तब्बल सात दिवसांनंतर तो प्रथमच हॉलमध्ये आला. तेथील आरामखुर्चीत शांतपणे पहुडला होता. रोझानाच्या प्रेमाखातर आणि तिच्या शोधासाठी आपण स्वतःची काय अवस्था करून घेतली. आता कसं, कुठे व कोणत्या परिस्थितीत आहोत याचा विचार करून त्याला हसू फुटलं. आपलं प्रेम नक्कीच यशस्वी होणार याची मात्र त्याला खात्री होती. प्रेमात त्यानं हार मानली नव्हती. प्रेमवेडा अलोन्झो पुढे काय करायचं याचा विचार करत असतानाच अचानक त्याच्या

कानांवर 'In the Sweet By-and By'चे लांबवरून येणारे सूर पडले. नक्की रोझानाचाच आवाज आहे हा! माझी आठवण काढते आहे, नक्की रोझानाच गातेय. त्याचा स्वत:च्या कानांवर विश्वास बसेना. तडक उठला आणि पोर्टेबल टेलिफोनमधून त्यानं रोझानाशी संपर्क साधण्याचा प्रयत्न केला.

"माझी लाडकी रोझाना! शेवटी तुला शोधून काढलंच मी. कुठे आहेस तू? माझ्याशी दोन शब्द तरी बोल ना. तुझ्या सुमधुर आवाजासाठी मी व्याकूळ झालो आहे गं! रोझाना, त्या दुष्ट बर्लीव्हचाच डाव होता सारा. माझ्या आवाजाची नक्कल करून त्यानं तुला आणि मलाही फसवलं. तुला तेच खरं वाटलं आणि पुढचं सारं रामायण घडलं." फोनच्या दुसऱ्या टोकाला क्षणभर शांतता... ती शांतता अलोन्झोला युगानूयुगांची वाटली, असह्य झाली; परंतु काही वेळानंतर गोड आवाजात रोझाना उत्तरली,

"अलोन्झो, परत बोल बरं, तुझ्या याच प्रेमाच्या शब्दांची मी चातकासारखी वाट पाहते आहे." बोलताना रोझानाच्या भावना अनावर झाल्या,

"रोझाना, मी तुला खरंच सांगतोय. बर्लीव्ह बदमाश आहे. त्यानंच कट रचला आणि आपण दोघेही त्यात फसलो. माझ्यावर विश्वास ठेव. माझ्याकडे तर पुरावेसुद्धा आहेत." अलोन्झोला शब्दसुद्धा सापडत नव्हते.

"प्रिय अलोन्झो, मी तुला सोडून एकटं राहण्याचा विचारसुद्धा करू शकत नाही. मनानं तर मी तुझ्याजवळच आहे, मला सोडून कधीही जाऊ नकोस. यापुढे आपण एकमेकांची साथ कधीच सोडायची नाही. वचन दे तू मला... आत्ता या क्षणी... या आनंदाच्या क्षणी... या पवित्र आणि मंगल क्षणी... आपण दोघे एकच आहोत!"

"हो, माझ्या लाडक्या रोझाना, तू म्हणशील तसंच घडेल. आजचा दिवस आपल्या आयुष्यातील सुवर्णाक्षरांनी लिहिण्याचा दिवस! दर वर्षी आजच्या थँक्स गिव्हिंगचा हा दिवस आपण आपल्या प्रेमाचा वाढदिवस म्हणून साजरा करू! आता संध्याकाळचे सहा वाजून चार मिनिटं झाली आहेत... हाच तो आनंदाचा क्षण!"

"हो, माझ्या राजा, दुपारचे बारा वाजून तेवीस मिनिटं झाली आहेत... हाच तो प्रेमाचा क्षण!"

"रोझाना, पण तू आहेस तरी कुठे?" अलोन्झोनं तिला विचारलं.

"मी हवाई बेटावर होनोलुलू येथे आहे... पण तू कुठे आहेस? घरीच आहेस ना?"

"नाही गं, मी न्यू यॉर्कमधील सॅनिटोरियममध्ये ॲडमिट आहे. हो हो, पण माझी काळजी करू नकोस. मी बरा आहे आणि आता तुझा गोड आवाज कानी

पडला ना, बघ मी किती पटकन बरं होतो ते. रोझाना, मग कधी करू या आपण लग्न? मी अगदी आतुर झालो आहे.''

''इश्श्य!... तू म्हणशील तिथे नी तू म्हणशील तेव्हा!'' रोझाना लाजून उत्तरली, ''पण आता उशीर नको!''

''आज रात्रीच की या क्षणीच? खरंच, आता कोणी मोडता घालायच्या आधीच...''

''तू अगदी गुडघ्याला बाशिंग बांधूनच उभा आहेस की! अरे, सध्या मी काकांकडे राहते. काका-काकू दोघंच इथे हवाईला असतात; पण लग्नाच्या वेळी तुझी आई आणि तुझी सुझनमावशीपण असेल तर...''

''आता त्या फक्त माझ्या एकट्याच्या नाहीत! आपली आई आणि आपली सुझनमावशी म्हण...''

''ऑफकोर्स, तू म्हणशील तसं! पण त्यांच्याखेरीज हे लग्न कसं शक्य आहे?''

''झालं तर मग! सुझनमावशीला होनोलुलुला पोहोचायला बोटीने किती दिवस लागतील?''

''परवा सकाळी सॅन फ्रॅन्सिस्कोहून सक्काळी स्टीमर निघते, ती आठ दिवसांनी, म्हणजे ३१ मार्चला होनोलुलुला पोहोचेल.''

''तर मग आपण एक एप्रिल तारीख ठरवू या का?'' अलोन्झोनं आतुरतेनं विचारलं.

''अरे वा? एप्रिल फूल नाही का होणार?... आपलंच फूल होईल बघ हं!''

''आपण कशाला काळजी करायची? आपलं मन चांगलं तर जग चांगलं! एक एप्रिल काय की दोन एप्रिल... आपण नाही विचार करायचा!''

''तर मग मी तयार आहे... किती वाजताची वेळ ठरवू या?''

''मला सकाळ नेहमीच सुंदर वाटते. सकाळी आठ चालेल का?''

''सर्वांत सुंदर वेळ... कारण त्याच मुहूर्तावर तू माझी होणार आहेस, खरं ना?''

रिमोट टेलिफोनमधून प्रेमाचा, चुंबनांचा वर्षाव... आणि प्रेमाचा वार्तालाप...

''अलोन्झो, मला कोणीतरी भेटायला येणार आहे... नंतर बोलूच आपण!'' अचानक रोझानानं फोन ठेवला. तयार होऊन मग कोणाची तरी वाट पाहत खिडकीशी उभी होती. बाहेर सुंदर विहंगम दृश्य पाहून तिचं मन प्रसन्न झालं. उष्ण कटिबंधातील टवटवीत झाडाची फुलं आणि विविध प्रकारची फळं... समोरील इंद्रधनुषी कमान तिच्या आनंदात भर घालत होती. होनोलुलूतील नैसर्गिक सौंदर्य, निळाशार समुद्रकिनारा, रंगीबेरंगी फुलं आणि फळं! रोझाना आज

आनंदाच्या शिखरावर होती. तितक्यात कोणीतरी भेटायला आल्याची तिला वार्ता मिळाली. रोझाना वाटच पाहत होती... तो अभ्यागत पाहुणा दुसरं-तिसरं कोणी नसून चक्क मि. सिडनी अलेगेर्नोन बर्लीव्ह होता. अति आनंदात आतुरतेनं तिला मिठीत घ्यायला तो पुढे आला; परंतु तिच्या तटस्थ आणि थंड वागण्यानं आश्चर्यचकित होऊन तिथेच थबकला. त्याला तिथेच थोपवून रोझाना म्हणाली,

"तू खूप विनवण्या केल्यास, वचने दिलीस. प्रेमाच्या आणाभाका घेतल्यास... म्हणून मी तुला नकार दिला नाही आणि आज भेटायला तयार झाले. ठीक आहे तर मग, आपण एक एप्रिलला बरोबर सकाळी आठ वाजता लग्न करू या."

"प्रिये, तू मला हो म्हणालीस यातच मला सर्वकाही मिळालं. मी जन्मभर तुझा ऋणी राहीन," बर्लीव्ह आनंदानं उत्तरला... रोझाना लग्नाला तयार झाली यावर त्याचा विश्वासच बसत नव्हता... त्यानं प्रेमाच्या गप्पा सुरू करताच तिनं त्याला अडवलं,

"एक एप्रिलला भेटणारच आहोत ना, तेव्हा बोलूच आपण! विनवण्या नकोत आता. तू जाऊ शकतोस, भेटू या आपण एक एप्रिलला, सकाळी आठ वाजता!"

बर्लीव्ह निघून गेला. इतका वेळ आणलेलं अवसान संपलं. त्याच्याशी इतका वेळ हे असं खोटं बोलणंही तिला त्रासदायक झालं. 'थोडक्यात बचावले मी! तासाभरापूर्वीच या दुष्ट, नाटकी आणि भामट्या माणसाशी लग्न करण्याचा विचार तरी माझ्या मनात कसा आला, कोण जाणे. अजूनही गोड बोलून तो मला फसवत होता. अशा खोटारड्या आणि ढोंगी माणसाशी माझं लग्न झालं असतं तर! खरंच, देव पावला आणि वेळेत माझ्या लाडक्या अलोन्झोशी संपर्क झाला. मला सत्य कळलं आणि देवानंच मला या धर्मसंकटातून वाचवलं.' रोझाना स्वत:च्याच विचारात मग्न होती आणि पुढचे मनसुबेही ठरवीत होती.

मला वाटतं, आता कथेच्या शेवटापाशी आपण आलो आहोत. खरं तर सांगण्यासारखं काही आता राहिलंच नाही. दोन एप्रिलला सकाळी होनोलुलूच्या वर्तमानपत्रात खालीलप्रमाणे बातमी होती :

विवाहाची खबर : (होनोलुलू)

काल सकाळी आठ वाजता टेलिफोनद्वारे मि. अलोन्झो फिट्झ क्लॅरन्स, राहणार न्यू यॉर्क आणि मिस रोझाना एथेल्टन, राहणार पोर्टलॅन्ड, यांचा आगळावेगळा विवाहसोहळा पार पडला. रेव्हरंड नाथन, रेव्हरंड डेव्हीस यांनी न्यू यॉर्कला नवरा मुलगा अलोन्झो फिट्झ यांचे

विवाह सोहळ्याचे विधी पार पाडले. होनोलुलू येथे रेव्हरंड हेज यांनी नववधूचे म्हणजेच मिस रोझाना एथेल्टनच्या विधींची पूर्वतयारी केली. विवाह सोहळ्याला नववधूचे काका आणि काकू, सिडनी अलेर्गान बर्ले, सॅनफ्रॅन्सिको आणि तिची मैत्रीण सुझन हॉवलँडसुद्धा हजर होती. मिस्टर सिडनी अलेगेर्नोन बर्लीव्ह, सॅन फ्रॅन्सिको हेसुद्धा अभ्यागतांपैकी एक होते; परंतु काही अपरिहार्य कारणास्तव ते लग्नविधी सोहळा पूर्ण होईपर्यंत थांबू शकले नाहीत. अचानक ते तिथून निघून गेले. लग्न-सोहळा दूरस्थ पद्धतीनेच न्यू यॉर्क आणि होनोलुलू इथे संपन्न झाला. नववधू आणि तिची मैत्रीण सुझन ब्रायडल टूरसाठी रवानाही झाली.''

न्यू यॉर्क येथील वर्तमानपत्रात खालीलप्रमाणे विवाहाची बातमी छापून आली :

विवाहसोहळा : (न्यू यॉर्क)

न्यू यॉर्क शहरात काल भल्या पहाटे अडीच वाजता रेव्हरंड डेव्हीस आणि रेव्हरंड नाथन या धर्मगुरूंनी मि. अलोन्झो फिट्झ क्लॅरन्स, राहणार ईस्ट पोर्ट आणि होनोलुलूस्थित नववधू मिस रोझाना एथेल्टन यांचा अनोखा विवाहसोहळा रिमोट टेलिफोनद्वारे यशस्वीरीत्या पार पाडला. मुलाचे आई-वडील आणि वराकडील इतर मंडळी यांनी अगदी तांबडे फुटेपर्यंत डान्स-गाण्याचे प्रोग्राम केले. अशा रीतीने दोन्ही पक्षांनी वेगवेगळ्या ठिकाणी लग्नसमारंभ आनंदाने साजरा केला.

विवाह विधी पूर्ण झाल्यावर वर आणि वधू रिमोट फोनद्वारे एकमेकांशी प्रेमाचा वार्तालाप करण्यात मश्गुल होते आणि हनिमूनच्या ट्रीपबद्दल गुलूगुलू बोलत असताना अचानक ती नववधू उद्‌गारला,

''माय डिअर अलोन्झो, तुला एक गंमत सांगायलाच विसरले... मला जे हवं होतं, ते मी शेवटी करून दाखवलंच!''

अलोन्झो बुचकळ्यात पडला. ''आता काय सांगायचं बाकी आहे का?''

''अरे, काल एक एप्रिल होती ना? मग मी बर्लीव्हला चांगलंच एप्रिल फूल केलं. मी लग्नाला तयार आहे म्हणून त्याला सांगितलं, मग तो आला सक्काळी आठ वाजता नवरदेवाच्या वेषात तयार होऊन! त्याच्या कानात मग मी आपल्या लग्नाची बातमी सांगितली... चेहरा बघण्यालायक झाला होता अगदी! पण त्यानं इतका मोठा कट आपल्याविरुद्ध केला होता, त्याची शिक्षा व्हायलाच पाहिजे

होती; पण नंतर मलाच वाईट वाटलं. त्याला इतकं दुखवायचं नव्हतं रे. मग मी लग्न होईपर्यंत थांबायचा आग्रहही केला; पण वाईटसाईट बडबडत, चरफडत तो तिथून निघून गेला. 'तुमचं लग्न कसं काय टिकतं, मी बघतोच आता!' धमकी देऊन गेला रे जाताना!''

''तसं काहीही होणार नाही. तू मुळीच काळजी करू नकोस, रोझाना!''

विवाहसोहळा छान रीतीनं पार पडला; पण बिचाऱ्या बर्लीव्हचा अंत मात्र फार दु:खद झाला. 'करावे तसे भरावे' या उक्तीनुसारच! त्याच्या नेहमीच्या स्वभाव धर्माप्रमाणे चिडचिड करत एके दिवशी कंपनीतील एका विकलांग कुशल कामगारास त्यानं अकारण मारहाण केली. त्या मारहाणीत चुकून स्वत:च उकळत्या तेलाच्या ड्रममध्ये मृत्युमुखी पडला. असो.

अखेरीस आठवड्याच्या प्रवासानंतर सुझनमावशी रोझानाला घेऊन स्टीमर बोटीनं अलोन्झोच्या घरी आली. अलोन्झो आणि रोझाना, नवविवाहित जोडपं एकमेकांना प्रत्यक्षात प्रथमच भेटलं... आणि त्यांचा ऑनलाइन विवाहाचा ऑफलाइन संसार सुफळ संपूर्ण झाला.

◆

परतीची वाट

पस्तीस वर्षांपूर्वीची गोष्ट! कॅलिफोर्नियातील स्टॅनिसलॉस प्रदेशात मी माझं नशीब अजमावायला गेलो होतो. कुठेतरी काहीतरी चमत्कार घडेल आणि माझं भाग्य उदयास येईल या आशेनं थोडंफार काम शोधत उद्योगधंद्यासाठी माझी भटकंती चालू होती. अजून कुठेच काहीच जमत नव्हतं. एके काळी पुष्कळ लोकवस्ती असलेला, आल्हाददायक वातावरण आणि घनदाट वृक्षवल्लीचा प्रदेश आता सुना- सुना वाटत होता. कोणे एके काळी कॅलिफोर्नियाचं नंदनवन असलेला हा भाग सध्या मात्र एकाकी होता. दाट लोकवस्ती, वर्तमानपत्रं, बँका, वेगवेगळ्या कंपन्या, कारखाने, खाणी, कामगार, सरकारी दप्तरे, शाळा, बाजारपेठा वगैरे वगैरे! एकंदरीत काय तर हे एके काळी गजबजलेलं शहर होतं पण जसजसा खाणींच्या उत्खननाचा उद्योग बंद पडला, तसतशी गर्दी ओसरू लागली आणि काही वर्षांनंतर तर उरला तो फक्त एक विस्तीर्ण हिरवागार गवताळ प्रदेश.

बहुतांश लोक दुसरीकडे स्थलांतरित झाल्यानं असेल कदाचित; पण सध्याची लोकवस्ती फारच कमी होती. जवळपासच्या वनराईमध्ये पूर्वी बांधलेली छोटी छोटी सुंदर टुमदार घरं आता इतिहासजमा झाली होती. कोणे एके काळी फार प्रेमानं बांधलेले; पण नंतर विकताही न आलेले आणि ओसाड पडलेले असे कितीतरी छोटे छोटे देखणे बंगले कुठलीच वहिवाट नसल्यानं हिरव्या दाट वेलींआड मुकाट दडले होते. काही धनिक लोकांनी उच्च दर्जाच्या लाकडी केबिन्स बांधल्या होत्या, त्याही वापर नसल्यानं ओस पडल्या होत्या. हाताच्या बोटावर मोजता येतील, इतकेच रहिवासी गावात राहत असावेत. एकाकी वस्ती आणि खिन्न वातावरण! जणू काही सर्व गावच नैराश्यानं घेरलं होतं. एक धीरगंभीर पण उदासीन शांततेनं झाकोळलेलं शहर! रातकिड्यांचा किर्र आवाज तर दिवसाढवळ्याही यायचा! शोधूनसुद्धा माणूस सापडायचा नाही! ज्यांच्या नशिबात पैसे कमावण्याचं भाग्य नव्हतं आणि ज्यांना दुसरा काहीच पर्याय नव्हता अशी काही दुर्दैवी मूठभर माणसंच आता गावात शिल्लक होती. मूळ गावची परतीची वाट सोपी नव्हती, त्यामुळे अकाली वृद्ध झालेले दु:खी जीव जिवंतपणीच नरकयातना भोगत होते. हिरवेगार गालिचे, सुंदर

वनराई अशा अनेक निसर्गदत्त सौंदर्यानं फुललेला हा प्रदेश आता मात्र 'भुताटकीचा' वाटत होता. सुंदर, देखणं पण उदास, उजाड असंच ह्या गावाचं वर्णन करता येईल. गावातील एकेकाळच्या सुंदर आणि देखण्या कॉटेजेसची रया गेली होती. मी या गावात का आलो ह्याचा विचार करीत असताना अचानक मला एका सुंदर आणि देखण्या घरापाशी एक मध्यमवयीन माणूस दिसला. तो चाळिशीतील असावा बहुतेक. त्याला पाहताच मला एकदम हुरूप आला. हे घरपण इतर घरांसारखंच सुंदर होतं; पण ओसाड वाटत नव्हतं. गुलाबाचे ताटवे फुलले होते, डुलत होते, हिरव्यागार वेलींची जणू काही गुंफण घराला वेढली होती. घराची आणि बगीच्याची पण उत्तम निगा राखली होती. त्या इसमानं मला प्रेमानं आत बोलावलं. गावची म्हणे प्रथाच होती तशी.

इतके महिने मी हलाखीत दिवस काढले होते. बंद पडलेल्या जुनाट खाणीतील पत्र्याच्या शेडमध्ये राहत होतो. झोपायला कधी धड बिछानाही नव्हता. कळकट-मळकट ॲल्युमिनिअमची भांडी, जेवायला फक्त खारवून वाळवलेलं डुकराचं मांस, सोयाबीनचे दाणे आणि मिळालीच तर कधी बिनदुधाची कडवट कॉफी! अनेकदा अर्धपोटीच असायचो मी! भिंतीवर टांगलेली सर्व युद्धाच्या वेळची चित्रं! सगळं कसं कष्टप्रद, उदास, निराशाजनक आणि उजाड! थकल्याभागल्या माझ्या डोळ्यांना हे घरटं म्हणजे तर आनंदाची पर्वणीच होती. मी एकदम उल्हसित झालो. ही जागा काही फार श्रीमंती थाटाची वा राजेशाही नव्हती; पण माझ्यासारख्या सर्वसामान्यांना इथे यायला मिळणं हीपण माझ्यासाठी खूप मोठी गोष्ट होती. गेल्या काही महिन्यांपासून तर मी फारच उदास आणि दिशाहीन झालो होतो. आतापर्यंत नजरेसमोर फक्त भकास खाणी आणि निर्मनुष्य रस्ते, असं उदासीन वातावरण होतं, त्यामुळे हेन्रीसारखी उत्साही व्यक्ती भेटल्याचा मला खूप आनंद झाला. सभोवताली कमालीचं औदासीन्य आणि त्याच वेळी इथला जिवंतपणा या विरोधाभासाचं आश्चर्यही वाटलं. हेन्रीच्या घरात शिरताच मला जीवनाचा रसरशीतपणा अनुभवायला मिळाला. त्या भल्या गृहस्थाच्या प्रेमळ आमंत्रणानं माझ्या निराशेनं ग्रासलेल्या जिवाला जणू काही जगण्याची संजीवनीच मिळाली. मला कोणीतरी इतक्या आदरानं घरी बोलावतं आहे, माझा विश्वासच बसेना.

दिवाणखान्यात शिरताच मन प्रसन्न झालं. भिंती रंगीत वॉलपेपरनं सजल्या होत्या आणि सुंदर चित्रंही भिंतीवर टांगली होती. तिथली रंगसंगती सजविणाऱ्या व्यक्तीच्या उच्च अभिरुचीची ओळख करून देत होती. खूप सारी पुस्तके व्यवस्थित मांडली होती. जमिनीवर गालिचा अंथरला होता. वेताच्या विणलेल्या खुर्च्या आणि त्यावरील भरतकाम केलेल्या उश्या आणि शेजारील पुष्पगुच्छांची मनमोहक सजावट! अहाहा! एखाद्या कुशल आणि गृहकृत्यदक्ष स्त्रीचा हात

घरातील प्रत्येक वस्तूवर फिरला असावा याची जणू ती पावतीच होती. माझ्या चेहऱ्यावरचे प्रसन्नतेचे भाव स्पष्ट दिसत असावेत. घरमालक तर हे पाहून खूश झाला. मी काही बोलण्याच्या आधीच त्यानं सुरुवात केली,

"हे सगळं तिनंच केलंय. सारं कसं एकदम परफेक्ट! अगदी छोटीशी उणीवसुद्धा तिच्या नजरेतून सुटत नाही."

संपूर्ण दिवाणखान्यावर प्रेमानं आणि अभिमानानं नजर टाकून तो उद्‌गारला. बायकोविषयीचं प्रेम आणि आदर त्याच्या डोळ्यांत दिसत होता. भिंतीवरील जपानी स्त्रीची फ्रेम थोडीशी डावीकडे कलंडली होती. ताबडतोब त्यानं ती फ्रेम सरळ केली. लांब उभं राहून फ्रेमकडे निरखून पाहिलं आणि पुन्हा पुन्हा फ्रेम नक्की नीट लागली आहे याची खात्री करून घेतली. जेव्हा पूर्ण समाधान झालं तेव्हाच तो खूश झाला.

"तिचं हे असंच असतं. जोपर्यंत एखादी गोष्ट आदर्श, नीटनेटकी आणि योग्य रीतीनं मांडली जात नाही, तोपर्यंत ती काही शांत बसायची नाही. सगळं कसं जागच्याजागी असलंच पाहिजे. कधी काय, कुठे आणि कसं मांडायचं याचं ज्ञान तिच्याइतकं कुणालाच नाही. तिचे स्वत:चे असे काही फंडे आहेत. योग्य काय आणि अयोग्य काय याचं तारतम्य तिचं तीच जाणो! ती म्हणजे एक आदर्श स्त्री... एक आदर्श पत्नी!"

मी कौतुकाचे दोन शब्द बोलण्याआधीच तो मला बेडरूममध्ये घेऊन गेला. इतकं सुंदर आणि स्वच्छ शय्यागृह मी कित्येक वर्षांनी पाहत होतो. जमेल तितकं त्या खोलीचं सौंदर्य मी अधाश्यासारखं नजरेतच सामावून घेतलं. पांढरी शुभ्र तावदानं, पांढरे शुभ्र अभ्रे आणि चादरी घातलेला सुंदर नीटनेटका डबलबेड! निळसर रंगाचा मऊसूत आणि घरभर अंथरलेला गालिचा! कोपऱ्यात ठेवलेलं ड्रेसिंग टेबल, तो चकचकीत आरसा, शेजारील सौंदर्य प्रसाधनं, भिंतीवरील अप्रतिम पेंटिंग्ज! माझी नजर एका जागी ठरत नव्हती. सारं काही स्वप्नवत्‌च होतं माझ्यासाठी. दुसऱ्या कोपऱ्यात एक छोटंसं सुबक वॉशबेसिन दिमाखात उभं होतं. जवळच अप्रतिम आणि उच्च दर्जाचे चायनीज बाउल आणि त्यात महागडा साबण! शेजारी दांडीवर पांढरे शुभ्र नॅपकीन्स ओळीनं मांडून ठेवले होते. आपला हात जरी लागला तरी ते मलीन होतील की काय अशी भीती वाटावी इतके स्वच्छ! माझ्या चेहऱ्यावरील भाव जणू काही त्यानं वाचले आणि म्हणाला,

"सगळं काही तिनंच केलं आहे. तिचं कौतुक करायचं म्हणून नाही; पण खरंच सांगतो, ती खूप गोड आणि प्रेमळ आहे, कर्तव्यतत्पर आहे. तिला सौंदर्याची जाण आहे. माझ्या घराची शोभा आहे. आज ती आहे म्हणून हे घर आहे आणि मी आहे. तिच्याखेरीज हे घर आणि मीही अपूर्ण आहे."

बेसिनमध्ये हात धुऊन पांढऱ्याशुभ्र नॅपकीननं हात कोरडे करतानासुद्धा माझी नजर खोलीचं निरीक्षण करण्यातच गुंतली होती. डोळ्यांना सुखावणाऱ्या या आरामदायी घराबद्दल मनापासून कोणत्या नेमक्या शब्दांत दाद द्यावी या विचारात मी होतो; पण यजमानांच्या मनात तर दुसरंच काहीतरी चाललं असावं. त्यांना मला काहीतरी स्पेशल दाखवायचं आहे, हे मला जाणवलं. मी टक लावून काहीतरी बघतोय असं वाटून अत्यानंदानं तो म्हणाला,

"वा! शेवटी तुम्ही शोधून काढलंच ना? हो, हा तिचाच फोटो आहे. तुम्ही बरोबर ओळखलंत. कमाल आहे तुमची."

त्यानं बोट दाखवलं तिकडे खरं तर माझं लक्षच गेलं नव्हतं. अप्रतिम अशा चांदीच्या फ्रेममध्ये एका सुंदर व देखण्या युवतीचा हसतमुख फोटो होता. इतकं देखणं सौंदर्य! तो फोटो हातात घेऊन मी मंत्रमुग्ध होऊन बघतच राहिलो. अपेक्षेप्रमाणे हवी तशीच माझी प्रतिक्रिया पाहून तो भलताच खूश झाला. माझ्या हातून फ्रेम परत घेऊन हळुवारपणे जागीच ठेवत तो म्हणाला,

"मागच्या वर्षीचा तिचा १९व्या वाढदिवसाचा फोटो! आणि आमचं लग्नही त्याच दिवशी झालं. थांबा, भेटेलच ती इतक्यात!"

"कुठे आहेत त्या? कधी येतील परत?" मी आतुरतेने विचारलं.

"ओह, सध्या इथे नाही. दोन आठवड्यांपूर्वीच माहेरी गेली तिच्या नातेवाइकांना भेटायला. तिचं माहेर जवळच ४० -५० किलोमीटरवर आहे. लवकरच परत येईल."

"कधीपर्यंत परत येतील त्या?" मी आशेनं विचारलं. आता तिला भेटण्याचा माझा उत्साह बोलण्यातून स्पष्ट दिसून आला असावा.

"आज बुधवार आहे ना? ती शनिवारी नक्की परत येणार आहे, रात्री नऊ वाजेपर्यंत घरी पोहोचेलसुद्धा!"

"अरेरे, म्हणजे माझा काही भेटायचा योग दिसत नाही. मी तर कधीच निघून गेलो असेन." मी अगदीच नाराज होऊन म्हणालो.

"निघून जाणार म्हणजे? तुम्ही का जाताय? तुम्ही थांबा ना इथे, तुम्ही न भेटता गेलात तर किती वाईट वाटेल तिला." अजिजीनं तो उद्गारला.

मी न भेटता गेलो, तर ती नाराज होईल? मी भेटलो नाही तर ती सुंदर स्त्री दु:खी होईल? हेच शब्द जर तिच्या तोंडून ऐकायला मिळाले तर काय बहार येईल. आता तिला प्रत्यक्ष बघावं, भेटावं असं मला मनापासून वाटू लागलं. तो मोह मला आवरता येईना. तिच्याबद्दलची ही अनामिक ओढ, असं जबरदस्त आकर्षण... थोड्या वेळानं मला माझीच भीती वाटू लागली. आपण दूरवर कुठे तरी पळून जावं, या मोहापासून स्वत:चा बचाव करावा, तरच मनाला शांती

मिळेल. हे काही सत्य नाही, वेळीच स्वतःला सावरलं पाहिजे.'' मी मनाशीच स्वतःला बजावलं.

''हे बघा, आमच्या घरी पाहुणेरावळे आले की माझ्या पत्नीला खूप आवडतं. लोकांची सरबराई करण्यात तिला धन्यता वाटते. तुमच्यासारखे सुशिक्षित आणि सुसंस्कृत लोक तर तिला फार आवडतात; कारण ती स्वतःही खूप शिकलेली आणि हुशार आहे. पुस्तकं वाचणे हाही तिचा छंद आहे. तिचा पुस्तकांचा संग्रह बघाल तर चकितच व्हाल. वेगवेगळ्या विषयांवर चर्चा करायला तर ती एका पायावर तयार असते. तुम्ही ती येईपर्यंत तरी जाऊ नका. दोन दिवसांचा तर प्रश्न आहे, तिला नाराज नका करू.''

मी एका वेगळ्याच धुंदीत होतो. त्याच्या बोलण्याकडे माझं लक्षच नव्हतं, मनाची चलबिचल होत होती. तो थोड्या वेळातच परत आला. हातात तिची एक सुंदर फोटोफ्रेम होती.

''तिचा चेहरा बघा आणि ठरवा इथे थांबायचं की जायचं. तिला भेटायचं की नाही, हा निर्णय सर्वस्वी तुमचाच असेल.''

इतका देखणा फोटो पाहताच परत जाण्याचा माझा निश्चय पार धुळीला मिळाला. तिला भेटून जायचा माझा निर्णय पक्का झाला. जेवणं झाली, रात्रभर पाइप ओढत आम्ही खूप गप्पाही मारल्या, अर्थात विषय फक्त तिचाच होता. इतकं छान जेवण आणि इतक्या छान गप्पा... गेल्या कित्येक दिवसांत इतकी शांत झोपही मला लागली नव्हती. गुरुवारचा दिवस कधी उगवला आणि मावळला मला कळलंसुद्धा नाही. सायंकाळी दिवेलागणीला तीन-चार मैल दूरवरून एक खाणकामगार घरी आला.

''इथून जात होतो, तर सहज डोकावलं. मालकीणबाई कधी येणार आहेत? चौकशी करायची होती. काही बातमी आली की नाही?''

''हो तर टॉम! तिचं पत्र आलं आहे, वाचू का मोठ्यानं?''

''नक्कीच! अर्थात तुला चालत असेल तर!''

हेन्रीनं (घरमालकाचं नाव मला आता कळलं) खिशातून पत्र काढलं. ''तुमची इच्छा असेल तर मी तिचं पत्र तुम्हाला नक्कीच वाचून दाखवतो; पण सर्व नाही वाचणार बरं का!'' थोडंसं संकोचून हेन्रीनं डोळे मिचकावले आणि पत्र वाचावयास सुरुवात केली. पत्र फारच प्रेमानं आणि मनापासून लिहिलं होतं. ताज्या कलमात टॉम, ज्यो आणि चार्लीचा उल्लेखही होता. त्यांची आणि इतर काही शेजाऱ्यांची खुशालीही विचारली होती.

''काय रे? झालं का तुझं परत सुरू? तिनं तुझी खुशाली विचारली, तर इतकं डोळ्यांतून पाणी काढायला काय झालं? तिच्या पत्रानंतर तू नेहमीच

अस्वस्थ होतोस. थांब, येऊ दे तिला. आता मीच तिला तुझ्याबद्दल सांगतो.'' पत्राचं वाचन संपल्याबरोबर हेन्रीनं टॉमला प्रेमानं चांगलंच दटावलं.

''नको रे बाबा! माझं आता वय झालंय. भावनेच्या आहारी जाऊन येतं कधी कधी माझ्या डोळ्यांत पाणी! तिची भेट होईल या आशेनं मी आलो होतो.''

''काय झालंय तुला? ती शनिवारी येणार हे तर आख्ख्या दुनियेला माहिती आहे. तुला कल्पना नाही का?''

''शनिवार? माझ्या लक्षात होतं रे बहुतेक! कसा काय विसरलो कुणास ठाऊक? बरं, ते जाऊ दे! तिच्या आगमनाची तयारी करायला नको का? मी आता घरी जातोय; पण शनिवारी मात्र नक्की येईन तिला भेटायला.''

शुक्रवारची दुपार उजाडली. आणखीन एक ज्यो नावाचा वृद्ध खाण कामगार मैलभर चालून हेन्रीच्या घरी दाखल झाला. शनिवारी रात्री छोटेखानी पार्टी करू या का, विचारायला आला होता. कदाचित मालकीणबाई थकल्या असतील तर काय करू या? त्यांना चालेल का?

''ती? आणि थकणार? माझ्या लाडक्या मित्रा, आजतागायत ती कंटाळल्याचं कधी पाहिलं आहेस का? अरे, तुम्ही सगळे याच! तुमची सरबराई करायला तिला खूप आवडतं. तुमच्या चेहऱ्यावरील आनंदातच ती खूश असते.''

ज्योसाठी परत पत्रवाचन झालं. त्याचेही डोळे भरून आले. त्याच्या नावाचा तिनं विशेष उल्लेख केल्याचं पाहून तर तो खूपच भावनाशील झाला. 'तिची खूपच आठवण येते' असं म्हणताना त्याचेही डोळे पाणावले.

शनिवार दुपार! मी दुपारपासून सारखा हातातील घड्याळाकडे पाहत होतो. हेन्रीच्या नजरेतून काही ते सुटलं नाही. मिश्किलपणे तो म्हणाला, ''तू काय आत्तापासून तिची वाट पाहतोस का? तिला यायला बराच वेळ आहे अजून!''

माझी चोरी पकडली जाताच मी जरा गडबडलोच. ''घड्याळाशी चाळा करायची माझी जुनी सवय आहे,'' असं म्हणत मी वेळ मारून नेली खरी; पण मी पण हळूहळू अस्वस्थ झालो होतो. हेन्रीची अवस्थाही माझ्यापेक्षा काही वेगळी नव्हती. चार-पाच वेळा तो बाराच्या उन्हात रस्त्यावर जाऊनही आला. उन्हाची तिरीप जास्त तीव्र झाली होती. ऊन लागू नये म्हणून डोळ्यांवर आडवा हात ठेवून कितीतरी वेळ तो तिथेच उभा होता. आता त्याची अस्वस्थता वाढीस लागली होती.

''काही अडचण तर आली नसेल ना? मला माहिती आहे की ती नऊच्या आत घरी येणार नाहीये; पण मला काही विचित्र संकेत मिळताहेत. काही अघटित तर घडणार नाही ना? तुला काय वाटतं, ती येईल ना वेळेत घरी?''

मला जरा त्याच्या अशा विचित्र वागण्याचं हसूच आलं. इतका बालिशपणा!

पण तो वारंवार तेच प्रश्न विचारीत होता, स्वत:शीच काळजीनं पुटपुटत होता. मग मात्र माझी सहनशीलता संपली. मी जरा कठोरपणेच त्याच्याशी बोललो. तो भारीच दुखावला गेला. आपण इतकं कठोर बोलायला नको होतं, मला पश्चात्ताप झाला. मी त्याची माफीही मागितली. थोडंसं तणावाचं वातावरण झाल्यानं मी स्वत:वरच वैतागलो. सुदैवानं हेन्रीचा तिसरा मित्र चार्ली तेवढ्यात घरी आला आणि वातावरण निवळलं. चार्ली खूप उत्साही आणि आनंदी प्राणी होता. तिचं पत्र चार्लीनं वाचलं नव्हतं, म्हणून पुन्हा त्या पत्राचं वाचन झालं. हेन्रीचा मूड ठीक करण्याचं काम त्यानं लीलया केलं.

"तुला कसली काळजी वाटतेय? वेड्यासारख्या शंकाकुशंका काढू नकोस. डोकं शांत ठेव आता. तिला काहीही होणार नाही. तू उगाच अनाठाई काळजी करतोस. आत्ताच तू तिचं पत्र वाचलंस ना? काय लिहिलं आहे तिनं? मजेत आहे ना? तिनं सरळ सरळ लिहिलं की ती आज रात्री नऊ वाजता येणार आहे. बरोबर आहे? आतापर्यंत ती शब्दाला नेहमीच जागली आहे. कधीतरी खोटं बोलली का ती? ती येणार म्हणजे येणार! आता चिडचिड करू नकोस. तिच्या येण्याची जय्यत तयारी करू या. फार कमी वेळ उरला आहे."

इतक्यात टॉम आणि ज्यो दारावरचं तोरण, सजावटीचं सामान आणि भरपूर फुलं घेऊन आले. त्यांनी संपूर्ण घर लीलया सजवलं. येताना त्यांनी गिटार आणि व्हायोलीन आणलं होतं. सोबत सारंगी, बॅन्जो आणि क्लरोनेट ही वाद्यंही होती. अशी गाण्याबजावण्याची जय्यत तयारी झाली होती. वेगवेगळी वाद्यं वाजवायला त्यांनी सुरुवात केली. वातावरण एकदम प्रसन्न आणि आनंदमय झालं. नऊ वाजत आले तसा हेन्री चुळबुळ करीत उंबरठ्यापाशीच घुटमळत होता. रस्त्यावरून त्याची नजर हटत नव्हती. दारूचे ग्लास रिचवले जात होते. चार्लीनं हेन्रीला प्रेमानं दारूचा ग्लास हाती दिला आणि "Cheers" म्हणत ते सर्व जण गाण्याच्या तालावर डोलत होते. पार्टी अगदीच रंगात आली होती; पण हेन्री मात्र आशेनं दरवाज्याकडेच पाहत होता.

"आता हा अजून एक प्याला! तू पी, ती येईलच इतक्यात!" तबकात दारूचे दोन ग्लास होते. मी एक ग्लास उचलण्यासाठी हात पुढे केला, तर ज्योनं मला तिथेच टोकलं आणि तो ग्लास घेण्यास मनाई केली. दुसरा ग्लास माझ्या हाती दिला. शेवटचा उरलेला ग्लास हेन्रीसाठीच होता... अर्थात, त्या वेळी मला काहीच समजलं नाही.

हेन्रीने तो ग्लास घशाखाली रिचवला, तेव्हा घड्याळात नऊचे ठोके पडत होते. घड्याळाचे ठोके ऐकताना हेन्रीचा चेहरा पांढराफटक पडला होता. ठोके संपताच तो कसंतरीच करू लागला. "माझी तब्येत बरी नाही, मी बहुतेक

आजारी पडलो आहे. मला जरा मदत करा. मला झोपायचं आहे.'' हेन्रीला स्वत:चा तोल सावरता येईना. चार्लीनं त्याला कसंबसं सोफ्यावर बसविलं. ''तिची गाडी आली का? घोड्यांच्या टापांचा आवाज येतोय ना?'' असं काहीसं असंबद्ध बरळत होता.

''तिथल्या पार्टीला उशीर झाला आणि त्यामुळे तिलाही निघायला उशीर झाला आहे; पण काळजी करू नकोस, अर्ध्या-एक तासात पोहोचेलच ती! जिमी पॅरिश आताच निरोप सांगून गेलाय.'' हेन्रीच्या कानाशी जाऊन ज्योनं त्याला ही खबर सांगितली.

''बरं झालं! तू मला ही बातमी सांगितली. आता मला तिची काळजी नाही. नशिबानं काही अघटित घडलं नाही, ही परमेश्वराची कृपाच म्हणायची.'' बोलताबोलताच हेन्री गाढ झोपी गेला. क्षणात तिघांनी त्याचे बूट काढले. कपडे बदलले, नाइट सूट चढविला आणि त्याची रवानगी शयनगृहात केली. तो शांत झोपला आहे हे पाहून त्यांनी दार लावून घेतलं आणि दिवाणखान्यात आले. त्यांनी परत जाण्याची तयारी केली हे पाहून मी त्यांना थोपवलं. ''तुम्ही थांबा इथे. मॅडम येतीलच इतक्यात. मी तर तिऱ्हाईत आहे. त्यांनी मला कधी पाहिलंच नाही. मला त्या ओळखणारसुद्धा नाहीत.''

तिघांनी एकमेकांकडे पाहिलं. तिघांच्याकडे काहीच उत्तर नव्हतं. थोड्या वेळाने ज्यो उत्तरला,

''मालकीणबाई? ती तर कधीच येणार नाही. तिला जाऊन १९ वर्षं झालीत.''

''काय? त्या हयात नाहीत?'' मी शेजारील खुर्चीचा आधार घेत मटकन खालीच बसलो.

''मयत? त्यापेक्षाही वाईट घडलंय तिच्याबरोबर! लग्न झाल्यावर सहा महिन्यांनी ती नातेवाइकांना भेटायला माहेरी गेली. परत येताना जवळील पाच मैलाच्या परिसरात तिला रेड इंडियन्सनी पळवलं आणि आजतागायत तिचा काहीच पत्ता लागला नाही. खूप गोड आणि निष्पाप मुलगी होती ती.'' हे सांगताना चार्लीचे डोळे पाणावले होते.

''तेव्हापासून हेन्री असंच वागतो का?'' मी काय बोलत होतो माझं मलाच समजत नव्हतं. मला प्रचंड धक्का बसला होता.

''त्या दिवसापासून एक दिवसही हेन्री सावरला नाही; पण जेव्हा जेव्हा हा दिवस जवळ येतो, तसतसा तो जास्तच खचत जातो. तिच्या येण्याच्या तीन दिवस आधी दररोज आम्ही त्याला भेटायला येतो. सावरायला पाहतो. जुन्या आठवणी काढतो आणि काही घडलंच नाही असं त्याच्याबरोबर वागतो. गाणी

म्हणतो. तिला फुलं आवडायची म्हणून फुलांनी घर सजवतो, नाच करतो, जितकं शक्य आहे तितकं नॉर्मल राहण्याचा, वागण्याचा प्रयत्न करतो. शेवटी मित्र आहे तो आमचा! तीसुद्धा खूप गोड आणि निर्व्याज होती. तिच्या आठवणीत आम्ही सर्वच रमतो. मग तो तिचं पत्र शोधतो, परत परत वाचत बसतो, आम्ही पण प्रेमानं ऐकतो. त्याला आनंदी ठेवण्यासाठी ही धडपड असते. गेले १९ वर्षं आम्ही दरवर्षी हे नाटक करतो. पहिल्या शनिवारी आम्ही २७ जण जमलो होतो. हळूहळू संख्या रोडावली. फक्त तिघंच उरलो आहोत. तरी दरवर्षी न चुकता येतो, त्यानं स्वत:वरील ताबा घालवू नये, स्वत:चं बरंवाईट करू नये, म्हणून त्याला दारूतून झोपेचं औषध देतो. त्याला मग हे सगळं खरंच वाटतं. आणि तीन-चार दिवसांत ती येणारच आहे, या भ्रमात त्याचं पुढील वर्ष बरं जातं...

पुढच्या शनिवारची वाट पाहत...''

◆

न्यू यॉर्क शहरातील ही गोष्ट. एका भल्या मोठ्या जुनाट उंच इमारतीमध्ये ब्रॉडवेजवळ मला स्वस्तात भाड्यानं जागा मिळाली. बिल्डिंगचा वरचा मजला अनेक वर्षं वापरात नसावा; त्यामुळे तिथे जळमटांचं आणि धुळीचं जणू साम्राज्यच होतं. एक विचित्र भयाण शांतता आणि ओशट एकाकीपणा जाणवत होता. जागा ताब्यात घेतली खरी; पण रात्री पायऱ्या चढून वरच्या मजल्यावर जाताना कुठेतरी विचित्र भावनांचं काहूर माजलं. जणू काही मृतांच्या थडग्यातून वाट काढत चाचपडत चाललो की काय असं वाटलं. तसा मी अंधश्रद्ध मुळीच नाही. भूत-प्रेत अशा कल्पनांना थाराही देत नाही. तर्कशुद्ध विचारांचा, भाकड कथांवर विश्वास न ठेवणारा आणि रास्त विचारांनी नाकासमोर चालणारा मी! पण आज प्रथमच माझी पण जरा घाबरगुंडी उडाली होती. शेवटच्या पायरीवर अचानक एक विरलेलं झिरझिरीत जळमट माझ्या तोंडासमोर ठाकलं. वाऱ्याबरोबर हलतानाचे त्याचे वेगवेगळे आकार बघून मी तर गर्भगळित झालो. समोर वेताळ उभा आहे की काय या कल्पनेनं माझी तर बोबडीच वळली. स्वत:ला कसंबसं सावरलं. भूत-प्रेत खरं नसतं, ही तर साधी कोळ्यांची जाळी आहेत; असं स्वत:ला समजावीत मी ती गलिच्छ कोळ्यांची जाळी एका हातानं बाजूला केली आणि माझ्या खोलीपर्यंत पोहोचलो.

खोलीत शिरताच आधी दरवाज्याला कडी घातली आणि बाहेरचा अंधकार आणि भयानक वातावरण यापासून दूर गेल्यानं मला बरंच हायसं वाटलं. फायरप्लेसमधील शेकोटी पेटली होती. समोरच्या सोफ्यावर आरामशीर बसलो, भीतीचे सर्व विचार दूर पळाले. कमीतकमी दोन एक तास तर तसाच बसलो असेन. बसल्या बसल्या कदाचित अर्धवट डोळा लागला असावा. भूतकाळातील आयुष्यातील अनुभवांचा, घटनांचा चलत्‌चित्रपटच माझ्या नजरेसमोर होता. आठवणीतील जुनी गाणी (जी सध्या कानावरही पडत नाहीत), नातेवाइकांचे, परिचितांचे चेहरे (जे आता हयातही नाहीत) माझ्या नजरेसमोर अर्ध म्लान अवस्थेत फेर धरू लागले. दिवास्वप्नात रंगून गेलो होतो. माझंच मला भान नव्हतं.

एक डाव भुताचा

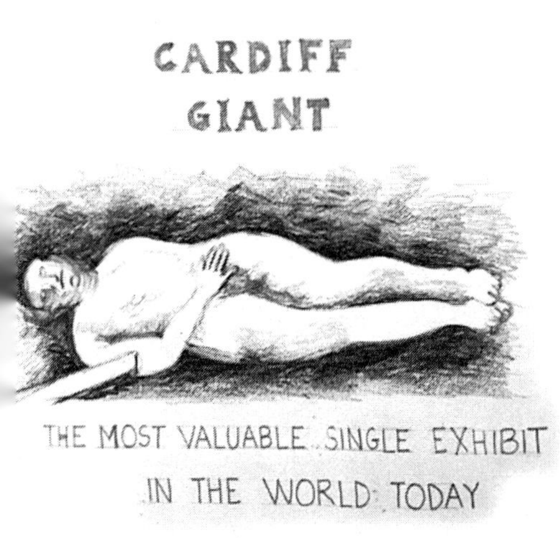

एकंदरीत वातावरणच उदास आणि तणावपूर्ण होतं. जोरदार पाऊस पडत होता. खिडकीची जुनी मोडकी तावदानं खडखड आवाज करायला लागली. दुरून कुठूनतरी कोल्ह्यांचा कुईकुई विलाप कानावर येऊ लागला. करुण आवाजातील टाहो फोडून कोणीतरी गायल्यासारखा आवाज माझ्या कानी पडला आणि मी तंद्रीतून बाहेर आलो. मला दरदरून घाम फुटला होता. काही वेळानंतर रात्रीचा प्रहर जसा जास्त उलटून गेला, तसतसे सगळेच आवाज थांबले. रस्त्यावरील येणाऱ्या-जाणाऱ्यांचे आवाजही कमी कमी झाले. सगळीकडे स्मशानशांतता पसरली.

हळूहळू फायरप्लेसमधील निखारे विझायला लागले, अंधकाराचं साम्राज्य पसरायला लागलं. एकटेपणाच्या जाणिवेनं मला घेरून टाकलं, तसा घाबरतच हळूच उठलो. कपडे बदलले तेही एखाद्या चोरट्यासारखे! आवाज केला तर कुणा सैतानाची झोप तर मोडणार नाही ना, या कल्पनेनंच मी गर्भगळित झालो. खोलीभर नि:शब्द शांतता होती. दूरवर कुठेतरी एखादा मोडका दरवाजा बिजागरी निखळल्यासारखा कुरुकुरु वाजत होता, तितकाच काय तो आवाज! सततच्या कुरकुरणाऱ्या आवाजाचं अंगाईगीत ऐकतच मी थकून गाढ झोपी गेलो. किती वेळ झोपलो होतो कोणास ठाऊक! अचानक जाग आली. अर्धवट ग्लानीतच खाडकन डोळे उघडले. भीतीनं थरथर कापतच होतो. सर्वत्र जीवघेणी शांतता होती. कसलाच आवाज येत नव्हता, फक्त माझ्या छातीचे ठोके मात्र स्पष्ट ऐकू येत होते. तितक्यात अंगावरचं पांघरूण पायाकडे सरकलं... कोणीतरी चादर खाली ओढत असावं. मी जागचा हललो नाही, जीव मुठीत धरून तसाच पडून होतो. पांघरूण अजून खाली घसरलं. धिटाईनं मी हळूच चादर वर ओढली आणि डोक्यापर्यंत लपेटून घेतली. डोळे टक्क उघडे ठेवून मी वाट बघत राहिलो, कोणत्यातरी आवाजाची.. की हालचालीची! परत तेच! चादर पुन्हा हळूहळू खाली खेचली गेली, ती वर खेचण्याचा माझा प्रयत्न केविलवाणा ठरला. हिंमत करून शेवटी मी चादर जोरात ओढली आणि अंगाशी घट्ट लपेटून घेतली. डोळे मात्र टक्क उघडेच होते. अंग चोरून मी वाट पाहत होतो, तितक्यात कोणीतरी ताज्या दमानं चादरच हिसकावून घेतली. माझा हात सुटला आणि चादर निसटलीच. मी घाबरून कण्हू लागलो, तर काय, बिछान्याच्या पायथ्याशी पण मला विव्हळण्याचा आवाज आला. मला दरदरून घाम फुटला. मी जिवंत आहे की वर गेलो हेही कळेना... परत डोळे घट्ट मिटून घेतले. पावलांचा, जड पावलांचा आवाज आला; पण तो आवाज मानवी पावलांचा वाटला नाही. हत्तीसारखा कोणी प्राणी असावा बहुतेक; पण जो कोणी होता, तो बेडपासून दूर गेला, हे मात्र जाणवलं आणि वाटलं, आपण सुटलो! पावलांचा आवाज हळूहळू दरवाज्यापाशी गेला. ती अज्ञात व्यक्ती वा प्राणी जो कोणी होता, तो कडी-कुलूप न काढता बाहेर गेला

आणि त्या उदास आणि भयाण कॉरीडॉरमधून बहुधा कायमचा नाहीसा झाला असावा! परत पहिल्यासारखं शांत शांत झालं.

"मला बहुधा स्वप्न पडलं असावं, वाईट! भीतिदायक स्वप्न! उगीच घाबरलो मी!" स्वत:चीच समजूत घातली. अंथरुणावर पडल्या पडल्या स्वत:लाच बजावीत राहिलो की हे फक्त आपल्या मनाचे खेळ होते. भूतबीत काही नसतं. माझी मलाच खात्री झाली आणि ओठांवर थोडंसं स्मित झळकलं. मी उठून दिवा लावला, दरवाज्याचा कडी-कोयंडा जागीच आहे पाहिलं आणि निश्चिंत झालो. बिनधास्त पाइप शिलगावला आणि फायर प्लेसजवळील खुर्चीत बसणार तोच माझी बोबडी वळली. मी नखशिखांत हादरलो, माझा श्वास घशातच अडकला. फायर प्लेसमधील राखेजवळ माझ्या पायांपाशी आणखी दोन भल्या मोठ्या पायांचे ठसे दिसले. अजस्त्र पाय होते ते! नक्कीच कोणा हत्तीचे असणार. त्यांच्यापुढे माझे पाय लहान बाळाचेच वाटत होते. मला भेटायला एक अनाहूत पाहुणा नक्कीच येऊन गेला असावा.

पटकन लाईट बंद करून मी बिछान्यात शिरलो. भीतीनं थरथर कापत होतो. डोळे सताड उघडे ठेवून कानोसा घेत राहिलो. कर्णकर्कश आवाज कानी आला, कोणीतरी एखादं अजस्त्र धूड ओढत नेत असल्याचा! त्याच वेळी खोलीच्या खिडक्याही थडथड करायला लागल्या. ओढत नेलेलं ते अजस्त्र धूड वरच्या मजल्यावरून कोणीतरी जोरात खाली फेकून दिल्याचा आवाज आला. बिल्डिंगमध्ये दरवाजे जोरजोरात लोटल्याचे आवाज येऊ लागले. जिन्यानं कोणीतरी वर चढत होतं. लाकडी पायऱ्यांचा करकर आवाज कानाला असह्य झाला. कधी कोणी माझ्या दरवाज्याशी येऊन थबकत होते वा हळूहळू दूर निघून जात होते. सुरुवातीला कुजबुजल्याचे आवाज आले, चाबकाचे फटके आणि पाठोपाठ कर्कश किंकाळी... सगळंच अदृश्य आणि भयानक! कुणीतरी माझ्या खोलीत शिरतंय, हे मला जाणवलं आणि भीतीने माझी बोबडीच वळली. आता मी नक्कीच एकटा नव्हतो, काही भुते आली असावीत. बिछान्याभोवती अगदी माझ्या उशाशी मला कुजबुजण्याचा आवाज आला. झगमगता प्रखर प्रकाश माझ्या तोंडावर पडला आणि अचानक तीन विद्रूप चेहरे माझ्या अगदी तोंडाशी वाकलेले. उष्ण हवा आणि रक्तलांच्छित चेहरे... डोळे न उघडताच मी समजून चुकलो की माझा अंत आता जवळ आला आहे. निस्तेज चेहरे, पांढरेफटक पडलेले हात आणि मंद प्रकाशात हवेत तरंगणारी त्यांची शरीरं! क्षणात दिसणारे... क्षणात गायब होणारे... ते आकारहीन आत्मे... हळूहळू त्यांची कुजबुज बंद झाली. स्मशानशांतता पसरली. मी जिवंत आहे की मेलो, हेही मला समजत नव्हतं. इतका घाबरलो होतो की थोडीशी हालचाल करण्याचीपण माझ्यात हिंमत नव्हती. लाकडासारखा स्तब्ध पडून आता

पुढे काय वाढून ठेवलं आहे याचाच विचार करीत होतो. काही क्षण असेच गेले. हळूच उठण्याचा मी प्रयत्न केला, तर कोणाच्यातरी बर्फासारख्या थंडगार आणि चिकट हाताचा स्पर्श झाला आणि माझ्यातली ताकदच संपली. मी धाडकन पुन्हा बिछान्यावर कोसळलो. कपड्याची सळसळ झाली आणि कोणीतरी खोलीबाहेर गेल्याचा भास झाला.

पुन्हा एकदा स्मशानशांतता! मी हळूच बिछान्यातून बाहेर पडलो, एका रात्रीत आजारी आणि अशक्त झालो होतो मी! थरथरत्या हातानं मेणबत्ती लावली, जसा काही शंभर वर्षांचा म्हातारा झालो होतो मी! त्या मिणमिणत्या प्रकाशानं मला जरा बरं वाटलं, थोडासा धीर आला. विचारात दंग होतो, डोळ्यांसमोर ते अजस्त्र पाय दिसत होते... जसजशी मेणबत्ती विझत गेली तसतसं हळूहळू पायांचं मनातील चित्रही विरून गेलं. थोड्या वेळानं हत्तीसारखा पायरव पुन्हा ऐकू आला. खालच्या मजल्यावरून... नंतर जिन्यातून... नंतर हळूहळू माझ्या दरवाज्याशी येऊन ठेपला. दरवाजा तर बंद होता; पण हलकेच थंडगार वाऱ्याचा स्पर्श माझ्या गालांना झाला. एक अवाढव्य आणि अजस्त्र कुणाचं तरी अस्तित्व मला खेटूनच उभं आहे असा भास झाला. आश्चर्यचकित नजरेनं आ वासून मी बघतच राहिलो. पिवळट प्रकाशात विरळ हवेतून मानवसदृश एक अवाढव्य आकृती माझ्यासमोर ठाकली. प्रथम हात, नंतर पाय, मग शरीर आणि शेवटी चेहरा... अंधारात, अंधूक प्रकाशात माझ्यासमोर प्रचंड मोठा आणि अजस्त्र देह अवतरला! चांगला दहा-अकरा फुटांचा! आश्चर्याची गोष्ट म्हणजे तो दिसायला अवाढव्य आणि अजस्त्र असला तरी त्याचा चेहरा मात्र कनवाळू आणि प्रेमळ होता. कारुण्य त्याच्या नजरेत दिसत होतं. त्यामुळे त्याची भीती वाटण्याऐवजी मला आनंदच झाला. तो कोण आहे, हेही मी ओळखलं. मी घाबरलो होतो, हे पूर्णपणे विसरलो; आणि माझा खोडकर, आनंदी मूळ स्वभाव परत आला. मी त्याचं प्रेमानं स्वागत केलं,

"ओह! तू आहेस होय! गेले दोन-तीन तास किती घाबरलो होतो मी. तुला पाहून मला खूप आनंद झाला आहे. खरं तर तुला तुझ्या साइझची खुर्ची बसायला..." मी वाक्य पूर्ण करायच्या आधीच तो खुर्चीवर स्थानापन्न झाला... बसला कसला, बसता बसता मोडलीच ती खुर्ची! "अरे थांब, थांब" म्हणेपर्यंत बाकीच्या तिन्ही खुर्च्यांची वाट लावली त्यानं. "तुला काही अक्कल आहे की नाही? तू केवढा? इथलं फर्निचर ते केवढं! बसायच्या आधी जरा तरी विचार नाही का करायचा?" आता माझाही आवाज चढला. त्याला थांबवायच्या आधीच त्यानं माझ्या बेडचीपण वाट लावली. खोलीतल्या फर्निचरची केविलवाणी अवस्था बघवत नव्हती! माझा सगळा राग मी त्या बिचाऱ्या दयाळू आत्म्यावर काढला,

"तू इतका घोडा झाला आहेस. दुसऱ्याच्या सामानाची नासधूस करायला काहीच वाटलं नाही का रे तुला? आता हे नुकसान कोण भरून देईल? तुझ्यासारखे भटके आत्मे दुसऱ्याच्या जिवाला किती घोर लावतात, कल्पना तरी आहे का तुला?'' माझा रुद्रावतार बघून तो बिचारा अधिकच घाबरला.

ओशाळून म्हणाला, "दोस्ता! माफ कर मला. आता नाही तोडफोड करणार मी! अरे, गेल्या कित्येक शतकांत साधं खुर्चीवरपण बसायला मिळालं नाही रे मला!'' बोलताना त्याच्या डोळ्यांत चक्क पाणी आलं. हतबल झाला होता अगदी. गरीब बिच्चारं भूत! मला त्याची कीव आली, "खूप रागावलो का रे मी तुला? बिच्चारा! सॉरी, मला माफ कर. तुला जमिनीवर बसण्याखेरीज दुसरा पर्याय नाही. तुझं वजन इतर काही पेलवू शकेल असं वाटत नाही. तू इतका अजस्त्र आहेस, की तू जमिनीवर बसलास तरच मी तुझ्याशी आमनेसामने बोलू शकेन,'' असं म्हणत मी त्याच्या समोर उंच स्टुलावर बसलो.

माझं लाल पांघरूण त्यानं खांद्यावरून लपेटून घेतलं. माझा बाथरोब डोक्याला हेल्मेटसारखा गुंडाळला, जसं काही मुंडासं! आणि मी दिलेल्या पाइपचे आनंदाने झुरके मारायला लागला. अगदीच विचित्र ध्यान दिसत होतं! शेकोटीत लाकडं घालून मी ती पुन्हा पेटविली, तितक्यात माझं लक्ष त्याच्या पायाकडे गेलं.

"तुझ्या पायाला काय झालं रे?''

"अरे, नेव्हिलच्या शेतावर असताना चांगलेच भाजले माझे पाय आणि खूप भेगाही पडल्यात बघ! तरी मला आवडतं त्याच्या शेतावर जायला. तिथे एकदम शांत असतं, कोणीच त्रास देत नाही मला.''

"तू तर फार थकलेला दिसतोस.'' मी काळजीपोटी विचारलं. आता आमच्यात चांगलीच मैत्री झाली होती.

"छे रे! तू माझ्याशी इतक्या प्रेमानं आणि आपुलकीनं बोलतोस... खूप बरं वाटलं. आता तुला माझं गुपित सांगायला काहीच हरकत नाही. समोरच्या रस्त्यावर एक म्युझियम आहे, तेथील 'कार्डिफ जाएंट'चा जो पुतळा आहे ना, त्याचेच मी भूत आहे. जोपर्यंत त्या पुतळ्याचं दफन करत नाहीत, तोपर्यंत त्याचा आत्मा, म्हणजे मी शांत झोपू शकणार नाही. माझा आत्मा नुसता फिरत असतो त्या म्युझियममध्ये! मी तेथील सगळ्यांना मध्यरात्री भीती दाखवतो. तिथल्या इतर प्रेतात्म्यांनापण बोलावतो... पण मध्यरात्री साधं कुत्रंही फिरकत नाही तिथे. रात्रभर वेगवेगळे आवाज काढीत, सगळ्यांना भीती दाखवीत होतो; पण कोणीच माझं ऐकत नाही. काल रात्री या पडीक बिल्डिंगमध्ये पहिल्यांदा लाइट पाहिला आणि म्हणून मग मी इथे आलो. कोणीतरी माझं म्हणणं ऐकावं म्हणून! तुला भेटलो, आशा वाटली की तू तरी माझं म्हणणं ऐकून घेशील. मला मदत करशील का?

मला मुक्ती हवी आहे.'' कार्डिफ जाएंटचं भूत अगतिक झालं असावं.

त्याचं बोलणं ऐकून मी खदाखदा हसायलाच लागलो. ''अरे वेड्या, तुला काहीच समजत नाही का? तुला कोणी सांगितलं की समोरच्या म्युझियममध्ये कार्डिफ जाएंटचा पुतळा आहे? तो तर खोटा खोटा प्लॅस्टर ऑफ पॅरिसचा पुतळा आहे... समजलं? अरे, खऱ्याखुऱ्या कार्डिफ जाएंटला तर अलबेनी इथे दफन केलं आहे, इतकंपण तुला माहिती नाही? असा कसा रे तो प्रेतात्मा? वेडाच आहेस, स्वत:चं दफन कुठे झालं हेही नाही माहीत तुला? असा कसा रे वेंधळा तू? प्लॅस्टर ऑफ पॅरिसला काय आत्मा असतो का? बावळटच आहेस.''

शरमेनं त्यानं मान खाली घातली. त्याचा चांगलाच अपमान झाला होता... करायला गेलो एक... आणि ऐकायला तर भलतंच मिळालं. आपली फसगत झाली पाहून त्याला काय करावं हेच सुचेना. बिचारा खूपच केविलवाणा दिसत होता. ''तू सांगतोस ते खरं आहे का?''

''अर्थात! मी कशाला खोटं बोलू? तुला जर खरंच मोक्ष हवा असेल, तर इथे काय करतोस? या म्युझियममधील खोट्या खोट्या पुतळ्याकडे काय तुझं काम? तू कार्डिफ जायंटचा असली आत्मा आहेस ना? की तूही नकली आहेस? त्या पुतळ्यासारखा?'' मला बोलतानापण हसू येत होतं.

तो उठला, त्यानं माझा पाइप मान्टेलपीसजवळ हळूच ठेवला. निघायच्या तयारीतच होता. ''तू माझी चेष्टा करू नकोस; पण तू नक्की खरं बोलतोस ना?'' त्यानं खात्री करून घेतली. मी फक्त मान डोलावली. बोलताना त्याचे डोळे पाणावले होते. आपली इतकी मोठी फजिती झाली या विचारानं त्याची मान शरमेनं खाली गेली.

''मला इतके दिवस कुणीच काही सांगितलं नाही. मी आपला अतृप्त मनानं दारोदार भटकतोय. कधीतरी या म्युझियममधील पुतळ्याचं दफन होईल आणि मी मुक्त होईन. इतका कसा रे मी बिनडोक? खऱ्या-खोट्यातला फरकसुद्धा कळू नये? खऱ्याखुऱ्या पुतळ्याला सोडून बोगस पुतळ्याच्या मागे लागलो. खरंच, मी मूर्ख आहे; पण कृपा करून माझी फजिती कुणाला सांगू नको हं! लोक हसतील मला. म्युझियममधील पुतळा तर बोगस आहेच! पण त्याचा आत्मापण फेक? असंच समजतील ना सारे! तुला विनंती करतो हवं तर! माझ्यावर खरंच उपकार कर आणि हे फजितीचं गुपित, गुपितच राहू दे... रिक्वेस्ट समज हवं तर. तुझ्या बाबतीत असं काही घडलं असतं, तर तुला काय वाटलं असतं? दया कर माझ्यावर; पण माझा पोपट झाला हे मात्र कुणाला सांगू नकोस...''

इतकं बोलून त्यानं हात जोडले. तो महाकाय पण केविलवाणा आत्मा...

‘कार्डिफ जाएंट’चा प्रेतात्मा हताश होऊन एकेक पायरी सावकाश खाली उतरला आणि शेवटी निर्मनुष्य रस्त्यावर दिसेनासा झाला. तो गेल्यानंतर काही वेळानं मी भानावर आलो. ‘अरेच्चा, भूत गेलं ते गेलं; पण जाताना माझं लाल ब्लँकेट आणि बाथरोबसुद्धा घेऊन गेलं...’

◆

अमेरिकेच्या टेनेसी राज्यातील मेम्फिस हे मोठं शहर! मिसिसिपी नदीच्या काठावर वसलेलं हे शहर यादवी युद्ध सुरू होण्याच्या काही वर्षं आधी तंबाखूच्या व्यापाराचं महत्त्वाचं केंद्र होणार, हे दिसत होतं. तेथे तंबाखूची आयात होत असे आणि नंतर ती राज्यातील इतर विविध भागांमध्ये पाठविली जात असे. किनाऱ्याला लागूनच फरसबंदी बांधकाम केलेला पक्का धक्का होता; परंतु बोटींमधून येणारा माल उतरविण्यासाठी मात्र पाण्यात एक तरंगता तराफा असे आणि त्यावरूनच सहसा मालाची वाहतूक केली जायची. दळणवळणाचा कारभार खूप मोठा असल्यानं तराफ्यावर अनेक कामगारांची गरज भासत असे. बोटी येण्याच्या वेळी कामाचं प्रमाणही खूप असायचं; पण बोटी नसताना कामगारांना निवांत वेळ मिळे. काम नसलं की ते सर्व एकमेकांची थट्टामस्करी करण्यात वेळ घालवत असत. बहुतेक कामगार तरुण, उत्साही, तसेच खोडकरपण होते. फारशी जबाबदारी नसल्यानं वागण्याचा पाचपोचही फारसा नसायचा. एकमेकांवर कुरघोडी करणे, दरवेळी नवनवीन शक्कल लढविणे आणि कुणाचीतरी खोडी काढणे हेही नित्याचंच.

एड जॅक्सन, त्यांच्यातीलच एक कामगार! स्वभावानं मृदू आणि सरळमार्गी होता. कामात फार तत्पर; पण थोडासा बावळट! टवाळकी करणाऱ्या इतर कामगारांना त्याला चिडवायला, त्रास द्यायला फार आवडत असे. सहजासहजी फसवायला, चिडवायला एडइतकं चांगलं गिऱ्हाईक त्यांना शोधूनही मिळालं नसतं. त्याची टर उडवणे हा या टवाळखोरांचा नेहमीचा उद्योग असायचा. त्याचा बिचाऱ्याचा कोणावरही पटकन विश्वास बसत असे, त्यामुळे त्याची चेष्टा करण्याची एकही संधी त्याचे मित्र सोडत नसत.

थट्टेतून जॅकपॉटकडे

एकदा एडनं सुट्टीसाठी काहीतरी नवीन विशेष प्लॅन केला आणि भाबडेपणी मित्रांच्या कानावर घातला. खरं तर शिकारीला किंवा मासेमारीला जाणं हे सहसा त्याचे सुट्टीतले नेहमीचे उद्योग; पण या वेळी मात्र त्यानं पद्धतशीर नियोजन केलं आणि एक मोठी झेप घेण्याचं ठरवलं. त्याची महिन्याची कमाई चाळीस डॉलर्स होती. त्यातून पै पै साठवून त्यानं या वेळी न्यू

यॉर्कला भेट देण्याचं ठरवलं. मित्रांसाठी एक आश्चर्याचा धक्काच होता; कारण त्या काळी इतका मोठा प्रवास मौजेखातर करणं, इतके पैसे फिरण्यावर उडवणं ही चैनच होती. त्याचं डोकं फिरलं की काय असंही टवाळखोर मित्रांना आधी वाटलं; पण न्यू यॉर्कच्या ट्रीपबद्दल एड मात्र ठाम होता. मत्सरापोटी म्हणा की टर उडवायची म्हणून, त्यांनी त्याची फिरकी घ्यायची ठरवलं. सगळे एकाच माळेचे मणी! त्यांनी गुपचूप मीटिंग्ज घेतल्या आणि त्याला उल्लू कसं बनविता येईल याचीही भरपूर चर्चा केली. कुठूनतरी आणि कसातरी त्याला त्रास द्यायचा हाच एक हेतू त्यांच्या मनात! शेवटी एडला त्रास देण्याचा एक मार्ग एकमतानं त्या संयुक्त कटामध्ये ठरला. तसा ठरावही पास झाला.

न्यू यॉर्क येथे कमोडर व्हान्डरबिल्ट नावाचा नावाजलेला, मोठ्या पदावरील नेव्हीतील अधिकारी! ग्रूपमधील एका मुलानं, चार्ली फेअरचाइल्डनं, बाबांच्या सहीचं एक खोटं शिफारसपत्र कमोडर व्हान्डरबिल्टच्या नावे तयार करायचे. ते पत्र घेऊन एड तिथे गेला, की त्याची चांगलीच फजिती होईल, त्याचा अपमानही होईल असा प्लॅन होता. फार डोकं लढवून एक सविस्तर पण खोटं पत्र बनविण्यात आलं. पत्रात त्याचे बाबा - आल्फ्रेड फेअर चाइल्ड आणि कमोडोर व्हान्डरबिल्ट किती जीवश्चकंठश्च मित्र होते, त्यांनी लहानपणी किती खोड्या काढल्या, मस्ती केली यांच्या आठवणी चांगल्या रचून सांगितल्या. आपण लहानपणी स्टीव्हनच्या बागेतून रात्री सफरचंदं चोरून पळ काढला आणि तीच सफरचंदं त्याच्याच स्वयंपाक्याला कशी विकली आणि त्याच्या बदल्यात डोनट्स मिळवलं... वगैरे वगैरे! त्यात बालपणीच्या अनेक काल्पनिक मित्रांची नावंपण घुसडली. लहानपणीच्या काल्पनिक खोड्या, उद्योग आणि भानगडी! सगळं काही इतकं सविस्तर लिहिलं की ते खरंच वाटावं. सरतेशेवटी लिहिलं की कदाचित तुम्ही मला विसरलाही असाल; पण मी मात्र तुम्हाला कधीच विसरणार नाही. तुम्हाला एक विनंती करतो. हे पत्र घेऊन माझ्या मित्राचा मुलगा, एड जॅक्सन तुम्हाला भेटायला येत आहे. मुलगा प्रामाणिक आहे, त्याची कष्ट करण्याची तयारीपण आहे. जमल्यास तुम्ही त्याला काही मदत करावी, अशा अर्थाचं ते पत्र होतं.

हे पत्र एडच्या खोडकर मित्रांनी लिहिलं खरं; पण त्यांना मनात कुठेतरी भीती होती. आज ना उद्या एडला सत्य कळेलच! आपली ट्रिक न्यू यॉर्कपर्यंत खपून जाईल; पण एड परत मेम्फिसला आल्यावर काय? तो काही आपल्याला सोडणार नाही. एड तसा खूप सालस आणि भाबडा आहे, याची मित्रांना कल्पनाही होती. आतापर्यंत त्याच्या खूप खोड्याही त्यांनी काढल्या होत्या. दरवेळी त्याचं हसं होत असे; पण तरी तो हसून सोडून देत असे... इतकं

मनावरही घेत नसे; पण या वेळची थट्टा तशी जीवघेणी होती, त्याला वाघाच्या गुहेत धाडण्यासारखंच होतं. इतकी टोकाची चेष्टा... तसे मनातून मित्र घाबरले होते. एडपुढे काय वाढून ठेवलं असेल, कोण जाणे! पण मित्रांचा मूळ स्वभाव काही जाईना... पुढचं पुढे बघू... आज तर गंमत येतेय ना? मग झालं तर!

एडची न्यू यॉर्कला जायची वेळ जवळ आली. चार्ली त्याला भेटायला गेला आणि अतिशय गांभीर्यानं म्हणाला. "मित्रा, न्यू यॉर्कमध्ये कमोडोर व्हान्डरबिल्ट नावाचे लक्षाधीश नाविक अधिकारी आहेत, तू त्यांना भेटून तर बघ ना. तुला या रेफरन्सचा नवीन शहरात नक्कीच फायदा होईल." अपेक्षेप्रमाणे एड आश्चर्यचकित झाला... "चार्ली, इतक्या मोठ्या माणसाशी तुझी कशी ओळख?"

"अरे, ते माझ्या बाबांचे लहानपणचे खास दोस्त आहेत. एकाच शाळेत होते. हवं तर मी बाबांशी बोलतो, ते तुला शिफारशीचं पत्र देतील. बघ या ओळखीचा आणि पत्राचा तुला काही फायदा होईल का? मला खात्री आहे आपल्या दोस्तीसाठी बाबा इतकी मदत तर नक्कीच करतील. ते आनंदानं पत्र लिहून देतील. बघ, विचार कर!" आपण जणू काही एडवर उपकारच करतो आहोत, अशा भाषेत चार्लीनं त्याला विचारलं.

कृतज्ञतेचे भाव एडच्या चेहऱ्यावर स्पष्ट दिसत होते. मित्राचे उपकार कोणत्या शब्दांत मानावे हेही त्याला उमजत नव्हतं. दोन-तीन दिवसांतच चार्लीनं पत्र आणून दिलं. मित्रांचा निरोप घेऊन पत्र जिवापाड जपत एड लांबच्या प्रवासासाठी निघाला. तो दिसेनासा झाल्यावर मित्रांनी जल्लोषच केला. हसून हसून त्यांचं पोट दुखू लागलं; मात्र एड आपल्या नाटकाला बळी पडला याचा आनंद मात्र फार थोडा वेळ टिकला. त्याची त्यांना काळजीपण वाटत होती. सर्व जण तसे इतके वाईट नव्हते, पण खोडकर होते इतकंच! असो.

मजल दरमजल करीत अखेर एड न्यू यॉर्कला पोहोचला. शहर बघण्यात त्यानं थोडासुद्धा वेळ न घालवता, आधी तो कमोडोर व्हान्डरबिल्टच्या भल्या मोठ्या ऑफिसमध्ये चक्क जाऊन पोहोचलासुद्धा! ऑफिसमध्ये मोठी वेटिंग रूम होती, अनेक लोक तिथे व्हान्डरबिल्टला भेटण्यासाठी रांगेत बसले होते. दोन मिनिटांसाठीसुद्धा त्याची भेट आणि दर्शन होणं हेही दुर्लभ होतं. काही वेळानंतर एडचा नंबर आला. त्याच्याकडे दाखवायला स्वत:चं ओळखपत्रसुद्धा नव्हतं. त्यानं कर्मचाऱ्याकडे आल्फ्रेड फेअरचाइल्डनं लिहिलेलं पत्र दिलं. कमोडोर व्हान्डरबिल्ट यांच्या खासगी चेंबरमध्ये त्याला बोलावण्यात आलं. कमोडोर एकटेच जातीनं हजर होते. हातात आल्फ्रेड फेअरचाइल्डनं दिलेलं पत्र होतं. एड भांबावला होता. काय आणि कसं बोलावं त्याला सुचत नव्हतं. इतक्या मोठ्या माणसासमोर जाण्याची त्याची पहिलीच वेळ होती.

"बसा, मि..."

"जॅक्सन, एड जॅक्सन नाव आहे माझं." घाबरत घाबरतच त्यानं स्वत:चं नाव सांगितलं.

"तुम्ही आणलेल्या पत्रावरून मला जरा नजर टाकू देत. कोणाचं पत्र आहे बरं? मि. आल्फ्रेड फेअरचाइल्ड! चिठ्ठीवरून तर वाटतं, की माझ्या कोणी बालमित्रानं लिहिली असावी. कोण असेल बरं हा आल्फ्रेड? कमोडोरनं चिठ्ठीवरील सही बघितली... आल्फ्रेड फेअरचाइल्ड! नाव ऐकल्याचंपण आठवत नाही. असो. नाव तर ओळखीचं नाही; पण शक्य आहे, इतक्या जणांच्या ओळखी आहेत, आज माझ्या स्मरणात नसेलही कदाचित! काही वेळानंतर मला नक्कीच आठवेल! पत्र वाचून बरं वाटलं... पण, ह्या बालपणीच्या गोष्टी काही मला आठवत नाहीत. विस्मृतीच्या पडद्याआड गेल्या असतील कदाचित. फार काळ लोटला आहे ना! आणि मित्रांची नावं? तीपण थोडीशी धूसरच आठवतात; पण असं नक्कीच घडलं असावं... कदाचित! खात्रीनं नाही सांगू शकत... हो? की नाही? देव जाणे! पण नक्कीच घडलं असावं. लहानपणच्या आठवणींनीसुद्धा किती आनंद झालाय मला... एड, मला भेटण्यासाठी बाहेर खूप लोक थांबले आहेत, आज काही महत्त्वाच्या मीटिंग्जपण आहेत. तर आता तुझ्याशी मोकळेपणी बोलायला मला वेळ नाही; पण आपण रात्री जेवताना खूप गप्पा मारू. तू माझ्या बालपणीच्या आठवणींना उजाळा दिलास. आपण रात्री भेटू या आणि निवांत बोलू. तू आता माझा पाहुणा आहेस. माझं हक्काचं घर असताना तुला मी न्यू यॉर्कमधील हॉटेलमध्ये कसा राहू देईन? माझ्या लाडक्या बालमित्राला काय वाटेल? त्यानं इतक्या प्रेमानं तुझ्याबद्दल लिहिलं आहे. तू थांब जरा. मी इथली कामं निपटतो आणि मग आपण घरी जाऊ. आता माझ्याकडे अगदी घरच्यासारखा राहा."

त्यानंतर जवळजवळ आठ दिवस एडचा मुक्काम कमोडोरच्या घरीच होता. एडचे ते आठ दिवस अगदी स्वप्नवत् गेले. आख्खं न्यू यॉर्क शहर त्यानं पालथं घातलं. कमोडोरचं मात्र एडकडे बारकाईनं लक्ष होतं. तो कसा राहतो, कसा वागतो, त्याची वागायची पद्धत, सर्वच बाबतीत जणू काही कमोडोर त्याची परीक्षाच घेत होता. एडला याची तर सुतरामही कल्पना नव्हती. आठ दिवसांनंतर आणखी किती पाहुणचार घ्यायचा, म्हणून संकोचून एडने परत जाण्याचा विषय एकदा नव्हे तर दोनदा काढला. दोन्ही वेळेस कमोडोरने त्याला अजून काही दिवस थांबण्याचा आग्रह केला. तू परत कधी जायचं ते मी ठरवीन, तूर्तास तरी तू इथेच राहा.

एक गोष्ट मात्र खरी की एड तिथे फार आनंदात आणि आरामात राहत

होता. एकही पैसा खर्च न करता अगदी एखाद्या राजासारखी त्याची बडदास्त ठेवली जात होती. आख्खं न्यू यॉर्क शहर पाहायला मिळालं, मौजपण केली. मित्रांना पत्र लिहावं, घरच्यांना आपण कुठे आहोत आणि काय करतो हे कळवावं, असं त्याच्या मनात अनेकदा आलं; पण त्यापेक्षा घरी जाऊ तेव्हाच सगळ्यांना चकित करू, असंही त्याला वाटलं म्हणून त्यानं गावी काहीच कळवलं नाही.

या दोन आठवड्यांत कमोडोर मात्र खूप बिझी होता. वेगेवेगळ्या रेल्वे मार्गांचे एकत्रीकरण करून एक व्यवस्थित सिस्टीम त्यानं तयार केली. भरकटलेल्या व्यापार उद्योगधंद्याला एकत्रित आणून व्यवस्थितपणे मार्गी लावण्याचंही काम त्यानं केलं. त्याचबरोबर मेम्फिस येथील तंबाखूचा व्यापार रुळावर आणण्याचं मोठं काम करण्याचं त्यानं योजिलं होतं. तंबाखूचा व्यापार वाढविणं आणि मेम्फिस येथील उद्योगधंदा वाढीस आणण्याचंही त्याच्या मनात होतं. तसंच तेथील तंबाखूची कंपनी ताब्यात घेण्याचा विचारही कमोडोरच्या मनात पक्का झाला.

तब्बल दोन आठवड्यांनंतर कमोडोरनं अखेर एडला घरी परतण्याची परवानगी दिली; परंतु जाण्याआधी मला काही महत्त्वाच्या विषयावर तुझ्याशी बोलायचं आहे, असं सांगितलं. तो म्हणाला, "गेले कित्येक दिवसांपासून मी तुझं वागणं पाहतोय, तुला समजून घेतोय. तुझी वागण्यातील नम्रता, गोडवा, तुझा प्रामाणिकपणा, सच्चेपणा मला फार आवडला. तुझी काम करण्याची हातोटी आणि कौशल्य यावरपण माझी बारीक नजर होती. तुझ्या कार्यक्षमतेवर माझा पूर्ण विश्वास आहे. कदाचित तुला स्वत:लाही कल्पना नसेल की तू किती हुशार आहेस. तंबाखूच्या विक्रीबाबत तुला बऱ्यापैकी ज्ञान आहे, समजही आहे आणि तू स्वत: मेम्फिसमध्ये या क्षेत्रात कामही केलं आहेस. तुला कल्पना आहे की मी मेम्फिस येथील तंबाखूचा पूर्ण व्यवसाय विकत घेण्याचा विचार करतोय. गेल्या दोन आठवड्यांत मी यावर तुझ्याशी चर्चापण केली आहे. माझ्या मेम्फिस येथील नवीन व्यवसायाची कल्पना इतक्या दिवसांत तुला आलीच असेल. तर मेम्फिस येथील पूर्ण कारभाराची जबाबदारी तू घ्यावीस अशी माझी मनापासून इच्छा आहे आणि ही जबाबदारी तूच पूर्णपणे सांभाळू शकशील याची मला खात्री आहे."

"मी???" आश्चर्याच्या धक्क्यानं एडच्या तोंडून शब्दही फुटत नव्हता.

"अर्थात! दुसरं कोण? तुझा पगारही चांगलाच असक्र; कारण माझा मॅनेजर म्हणून तू सर्व काम सांभाळणार आहेस. जसजसा धंदा वाढत जाईल, तसतसा तुझा पगार आणि मानही वाढेल. तू तिथे असलास की मला कोणतीच चिंता करण्याची गरज नाही. मेम्फिसचा पूर्ण कारभार सांभाळण्यासाठी तुला हाताखाली कुशल कामगार लागतील. त्यांना शोधणं हेही तुझंच काम असेल. अनोळखी

व्यक्तींना कामावर ठेवण्याऐवजी माहितीच्या पण कार्यक्षम कामगारांची निवड कर. तुला मी पूर्ण अधिकार दिले आहेत. तू मेम्फिसला जाऊन कामाला सुरुवात कर आणि तुझ्या मनाप्रमाणे कामगारांना कामावर नियुक्त कर. काही अडचण आली तर मी आहेच मदतीला. आणि हो, तिथे गेल्यावर प्रथम आल्फ्रेडला माझा नमस्कार सांग. माझ्यातर्फे माझ्या लाडक्या मित्राला धन्यवाद दे; कारण त्याच्या शिफारशीमुळेच तुझी-माझी ओळख झाली आणि मला माझ्या कामासाठी आवडता आणि योग्य माणूस मिळाला. त्याचे उपकार मी कधीच विसरणार नाही.''

एडचा न्यू यॉर्कमधील मुक्काम असा नाट्यमय रीतीनं संपुष्टात आला. एडचा न्यू यॉर्कचा मुक्काम अगदी राजेशाही थाटात झाला होता. तो जणू काही एका स्वप्नमयी दुनियेची सफर करून परत निघाला होता. आणि या प्रवासाचा शेवटही एडच्या उज्ज्वल भविष्याची जणू नांदीच होती. अत्यानंदानं एड मेम्फिसला पोहोचला. तातडीनं तो बंदरावर आपल्या तरंगत्या तराफ्यापाशी जाऊन थडकला. ही आनंदाची बातमी कधी आपल्या मित्रांना सांगतो आणि त्यांचे आभार मानतो असं त्याला झालं होतं. आज त्यांनी कमोडोर व्हान्डरबिल्टकडे केलेल्या शिफारशीमुळेच इतकी मोठी संधी त्याला मिळाली होती. जणू काही जॅकपॉटच लागला!

एड मित्रांना भेटायला आतुर झाला होता. टळटळीत दुपारची वेळ होती. कडकडीत उन्हामुळे तराफ्याजवळ एक चिटपाखरूही दृष्टिक्षेपात नव्हतं. बंदरावर एकही जहाज नसल्यानं कामगारसुद्धा विश्रांती घेत असावेत. बोटीवरून उतरवलेला माल इकडे-तिकडे अस्ताव्यस्त पडला होता. त्यातूनच मार्ग काढीत एड मित्रांचा शोध घेत होता. दुपारच्या वेळी कोपऱ्याला विसाव्याला पडले असतील या विचारानं तो इकडे-तिकडे फिरत असताना त्याला मालाच्या गोणीमागे पांढऱ्या युनिफॉर्ममध्ये झोपलेला एक मित्र दिसला. तो पटकन तिथे गेला आणि त्याला उठवणार तोच त्याच्या लक्षात आलं, "अरे, हाच तर आपला सर्वांत जिवलग मित्र! चार्ली फेअरचाइल्ड! त्याच्या बाबांनी दिलेल्या पत्रामुळेच तर माझं नशीब फळफळलं. काय हा योगायोग!'' एडनं गाढ झोपलेल्या चार्लीच्या खांद्यावर प्रेमानं हात ठेवला आणि तो त्याला उठवू लागला. चार्लीनं झोपेतच डोळे किलकिले केले. समोर मूर्तिमंत एड पाहताच त्याचा चेहरा भीतीनं पांढराफटक पडला. त्यानं धूम ठोकली आणि काही क्षणांतच तो एडच्या समोरून वाऱ्याच्या वेगानं नाहीसा झाला. एडला काहीच समजलं नाही. तो गोंधळून गेला आणि क्षणभर जागीच स्तब्ध उभा राहिला. 'चार्लीला काय झालं बरं? असा भूत बघितल्यासारखा पळून का गेला असावा?' आपल्याच विचारात तो तरंगत्या तराफ्याकडे सावकाश जात असताना कोपऱ्यातील गोदामातून अजून दोन-तीन मित्र अचानक सामोरे आले. त्यांनी एड दिसताच धूम ठोकली आणि तेही पळून

गेले. काही मित्र हसतखेळत एकमेकांची चेष्टामस्करी करीत होते. एडला समोर बघताच त्यांच्या तोंडचं पाणी पळालं. आणि शिकारी मागे लागल्यावर ज्या वेगानं हरिण जीव तोडून पळ काढतं, तसंच काहीतरी या मित्रांचंपण झालं. एड दिसताच त्याच्या वाऱ्यालाही कोणी थांबलं नाही. हे सगळे असं विचित्र का वागत असावेत याचा सुतरामही गंध नसल्याने एड अधिकच बुचकळ्यात पडला. तराफ्यावर आता एक विचित्र शांतता होती. एड बोटीवर चढला आणि तितक्यात पोहायला गेलेला एक मित्र अचानक समोर उभा ठाकला. त्याला पळायला कुठेच जागा नव्हती. एडला पाहताच तो घाबरून ओरडला,

"अरे बाप रे! तू परत आलास का? तू इथून ताबडतोब निघून जा. मला माफ कर. मी तुझं काहीच नुकसान केलं नाही. कृपा करून मला सोडून दे, आईशपथ मी काहीच केलं नाही."

"काय केलं नाहीस? तू कशाबद्दल बोलतोस?" एडनं त्याचा हात पकडून विचारलं.

"माझा काहीच संबंध नाही. मी तुला काही दिलंपण नाही."

"काय दिलं नाहीस? मला काहीच समजत नाही. तू काय देण्याबद्दल बोलतो आहेस? ते जाऊ दे, तुम्ही सगळे माझ्याकडे असं भूत बघितल्यासारखे का बघता? मी तुमचं काय घोडं मारलंय? माझ्यापासून दूर पळून काय जाताय? काय झालं, मला सांगशील का?" एडनं जरा दरडावूनच विचारलं.

"तू, तू आमच्यावर रागावला नाहीस ना?" मित्रानं भीत भीत विचारलं.

"मी कशाला रागावू? तुमच्या डोक्यात हे खूळ कसं आलं?" एडनं वैतागून विचारलं. "नक्की काय झालंय? तुम्ही मला टाळताय का?"

"नाही रे, असंच काही नाही; पण मग मी तुझ्याबरोबर शेकहॅन्ड करू शकतो का?" दोस्तानं घाबरतच विचारलं.

"नक्कीच, अरे मलाच तुम्हाला भेटायचंय, कडकडून मिठी माराविशी वाटते." एड उत्साहानं उत्तरला.

'याचा अर्थ एडनं ती चिठ्ठी कमोडोरला दिलेली दिसत नाही. पत्रात काही तरी गोची आहे हे त्याला कळलंच असेल. म्हणूनच त्यानं पत्राचा विषयही काढला नाही, मग मी तरी मुद्दाम कशाला काढू तो विषय?' दोस्त मनातल्या मनात म्हणाला. पाण्यातून ओलेत्यानं निथळत तसाच बाहेर आला. त्यानं एडचा हात प्रेमानं हातात घेतला. एकेक करत मग सर्वच कंपनी एडला भेटायला गोळा झाली... तो आपल्या अंगावर धावून येईल, आरडाओरडा करेल... ही त्यांची भीती खोटी ठरली. त्याच्याशी बोलताना मात्र साऱ्यांनी चिठ्ठीचा विषय सोडून सावधगिरी बाळगूनच इतर गप्पा मारल्या. आपण केलेल्या खोडीचा एडला पत्ता

लागला की नाही याचा हळूच कानोसाही दोस्त मंडळी घेत होते. समजा, त्यानं विषय काढलाच तर त्याला कसं पटवता येईल याचाच विचार चार्ली सतत करत होता. कोणतं स्पष्टीकरण द्यावं, की कोणती नवीन थाप मारता येईल की जेणेकरून आपल्यावर काही बालंट येणार नाही... पण, एडचं वागणं मोकळंढाकळं आणि आनंदाचं होतं, त्यामुळे कदाचित कमोडोरला एड भेटलाच नसावा अथवा त्याने चिठ्ठी दिलीच नसावी. आणि आपण केलेली चेष्टा अखेरीस फक्त चेष्टाच राहिली... त्याचा काही विपरीत परिणाम झाला नसावा. आपली भीती निरर्थक ठरली... असाही विचार चार्लीच्या मनात आला आणि नंतर सगळेच रिलॅक्स झाले. न्यू यॉर्कबद्दलचं कुतूहल तर मनात होतंच. त्यामुळे तुझ्या ट्रीपबद्दल आम्हाला सगळी माहिती सांग, म्हणून त्यांनी गलका सुरू केला आणि चिठ्ठीचा विषय सध्या तरी मागे पडला.

"चला, सगळ्यांनी डेकवर जमू या... ड्रिंक्स ऑर्डर करू आणि मोठी पार्टी करू. मी तुम्हाला न्यू यॉर्कच्या पूर्ण ट्रीपची माहिती सांगतो. आजचं माशाचं शाही जेवण माझ्याकडून तुम्हाला सर्वांना! आजकी श्याम... न्यू यॉर्क के नाम! मेजवानीची रंगतच निराळी... साथीला ड्रिंक्स आणि पाइपचे झुरके... सगळेच रंगात आले होते. या आनंदाच्या प्रसंगी सगळ्या मित्रांना टोस्ट करून एडनं भाषणाला सुरुवात केली...

"मित्रांनो, ज्या वेळी मी कमोडोर व्हान्डरबिल्टच्या हातात चार्लीच्या वडिलांनी दिलेली चिठ्ठी दिली..."

त्याचं वाक्य पूर्ण होण्याआधीच चार्लीनं आवंढा गिळला. त्याचे शब्द तर घशातच अडकले होते, "तू, तू ते पत्र कमोडोर व्हान्डरबिल्टला खरंच दिलंस?" त त प प करीत कसंबसं चार्ली पुटपुटला. सगळेच एकमेकांकडे आश्चर्यानं बघतच राहिले... आता आपली काही खैर नाही, एड अजून काय सांगणार आहे याची कल्पनासुद्धा करवत नव्हती; परंतु तसं काहीच घडलं नाही. एडची नाट्यमय कहाणी ऐकताना चार्लीचा स्वत:च्या कानांवर विश्वास बसला नाही. जसजशी एडची कहाणी उलगडत गेली, तसतसे सर्वांचे चेहरे आनंदानं फुलले. चक्क दोन तास एक अक्षरही न बोलता आणि कोणतीही गडबड न करता एडची रंजक व रोमांचक कहाणी आ वासून सर्व मित्र आतुरतेनं ऐकतच राहिले. एडसारखा साधारण आणि बावळट मुलगा इतका यशस्वी होऊ शकला आणि तेही आपण केलेल्या एका मर्कटचेष्टेमुळे, यावर त्यांचा विश्वास बसेना. अशा नाट्यमय कलाटणीची त्यांनी स्वप्नातसुद्धा कल्पना केली नव्हती; पण हे तर सत्य होतं. वास्तवात उतरलेलं सत्य! ज्याची खोड मोडायची म्हणून त्यांनी अथक प्रयत्न केले, त्यालाच आज नशिबाची लॉटरी लागली होती. तोच यशस्वी झाला, त्यांचा

हिरो झाला. अशी ही एडची न्यू यॉर्कची कहाणी! शेवटी एड समारोप करताना म्हणाला,

"मित्रांनो, तर हे असं सगळं घडलं; पण याचं श्रेय मात्र फक्त तुम्हा मित्रांनाच जातं. मी तुमचे सर्वांचे उपकार कधीच विसरणार नाही. तुमच्यासारखे जिवलग मित्र मिळणं ही किती भाग्याची गोष्ट! मी खरंच खूप नशीबवान आहे. माझ्या आयुष्यात, माझ्या हृदयात तुमचं प्रत्येकाचं एक विशेष स्थान आहे; पण आता स्पष्टच सांगतो. तुम्ही फक्त माझ्या मनातच नाही, तर मला माझ्याबरोबर बिझिनेसमध्येपण बरोबर हवे आहात. आपल्या सर्वांचा सहभाग मला मोलाचा आहे. चार्ली, तू तर माझा प्रमुख सहकारी असणार! तू कुशल कामगार तर आहेसच; पण तुझ्या बाबांनी माझ्यासाठी शिफारसपत्र लिहिलं आणि म्हणूनच मला इतकी मोठी जबाबदारी सांभाळण्याची संधी मिळाली. तुझ्या बाबांचे आणि त्याच्या वर्गमित्राचे म्हणजेच कमोडोर व्हान्डरबिल्टचे अनंत उपकार आहेत माझ्यावर!... आजचा टोस्ट तुझ्या बाबांसाठी..." असं म्हणत त्यानं मद्याचा ग्लास उंचावला!

सरतेशेवटी एकच सत्य... अल्ला देता है, तो छप्पर फाडके! कोणाला कधी, कशी लॉटरी लागेल आणि कोणाचं नशीब कधी, कसं फळफळेल... एक देवच जाणे... अथवा त्याचं भाग्यच जाणो! असो... ज्याचा शेवट गोड, ती कहाणी गोड!

◆

भाग १

इंग्लंडमध्ये १७व्या शतकातील तो काळ. ऑलिव्हर क्रॉमवेल इंग्लंडचा सेनापती होता. इंग्लंड, स्कॉटलंड आणि आयर्लंड त्याच्या अधिपत्याखाली होते त्यावेळी कॉमनवेल्थ सेनेतील सर्वांत तरुण परंतु उच्चपदावरील अधिकारी होता कर्नल मेफेअर! त्याचं वय अवघं तीस वर्षं. वयाच्या सतराव्या वर्षीच त्यानं लष्करात प्रवेश घेतला आणि स्वतःच्या कर्तृत्वाच्या बळावर इतक्या लहान वयात उच्च पदाचा मानकरी झाला. त्याचं गुणगान गाताना सैनिकांना शब्दही कमी पडायचे, इतका तो सर्वांचा लाडका आणि आदर्श सेनानी होता.

पण आजचा दिवस मात्र त्याच्या आयुष्यातील सर्वांत कटू दिवस! त्याच्या उज्ज्वल भविष्यावर नैराश्याचं आणि दुःखाचं सावट होतं. सायंकाळची वेळ होती. इंग्लंडमधील हिवाळ्यातील गोठवणारी थंडी. बाहेर वादळाचं आणि वाऱ्याचं थैमान चालू असताना, मेफेअरच्या घरातही त्याची पडछाया होती. संध्याकाळी नेहमीप्रमाणे मेफेअर आणि त्याची तरुण, देखणी पत्नी दोघांनी ईश्वराची प्रार्थना केली. कडक थंडीमुळे दिवाणखान्यातील धगधगणाऱ्या फायरप्लेसच्या धूसर प्रकाशात वातावरण अधिकच उदास झालं.

मृत्यूची गोल चकती

घरात एक प्रकारची भीषण शांतता होती; मात्र बाहेरील वादळाचे पडसाद दोघांच्याही मनात उमटत होते. इतर काहीही करण्याची मनाची तयारी नसल्याने दोघंही हातात हात घालून शून्यात नजर लावून वाट बघत बसले. त्यांना तशी फार वाट बघायला लागणार नव्हतीच; कारण कोणत्याही क्षणी त्यांची सात वर्षांची एकुलती एक लाडकी लेक ॲबी गुडनाइट किस करायला येणार होती.

"आधी डोळे पूस. तिला कोणतीही शंका यायला नको. आपण आत्तापुरतं तरी आनंदी असल्याचं नाटक करू या. आपल्या लाडक्या मुलीसाठी थोड्या वेळासाठी तरी आपल्याला उद्याचं संकट विसरायला हवं." कर्नल मेफेअरनं पत्नीस समजाविण्याचा एक असफल प्रयत्न

केला.

"हो, मला पटतंय हो तुमचं म्हणणं! ही दुःखद बातमी मी माझ्या मनात आजच्या रात्रीपुरती कशीबशी दडवून ठेवीन; पण मी पुरती कोसळून पडले आहे मनानं."

"त्याला काहीच दुसरा मार्ग नाही. जे आपल्या नशिबात आहे ते शांतपणे भोगणे हा एकच पर्याय आहे आपल्यासमोर. देवाच्या दारी न्याय आहे, अन्याय नाही. जे आपल्या नशिबात असेल, त्याला सामोरं जायलाच हवं. हे आता मी मनापासून आणि प्रामाणिकपणे बोलतोय; पण माझी लाडकी ॲबी जेव्हा माझ्या समोर गुडनाइट करून माझा पापा घेईल, तेव्हा कसा सावरू स्वतःला? कुठून आणू मी हे बळ? कदाचित आजची तिची ही भेट शेवटची तर नसेल ना?"

"जरा हळू बोल माझ्या जिवलगा! ती बघ आपली लाडकी मुलगी इकडेच येत आहे."

रात्रीचा गुलाबीसर सैल झगा घातलेली, कुरळ्या कुरळ्या केसांची आणि गोड गुलाबी गालाची ॲबी धावत धावत आली आणि बाबांकडे झेपावली. मेफेअरनं तिला प्रेमानं घट्ट मिठी मारली आणि तो तिच्या तोंडाचे पटापट मुके घेऊ लागला. त्याच्या भावना अनावर झाल्या होत्या. त्याचा असा आविर्भाव तिला नवीनच होता.

"हे काय बाबा, असं काय करताय? माझे केस विस्कटतील ना?" लटक्या रागानं तिनं त्याला दूर लोटलं.

"सॉरी बेटा! चुकलंच माझं! माफ करशील ना तुझ्या पापांना?" तिचे केस सारखे करत मेफेअर उत्तरला.

"नक्कीच बाबा! पण का म्हणून? हे खोटं खोटं सॉरी आहे ना?"

"तूच ठरव काय खरं आणि काय खोटं!" असं म्हणत त्यानं दोन्ही हातांनी आपले डोळे झाकून घेतले आणि खोटं खोटं रडायला लागला. बाबा रडतात हे बघून ती छोटी मुलगी खूपच बावरली आणि स्वतःच रडायला लागली. कळत-नकळत आपल्यामुळे बाबा दुखावले गेले, असं कुठेतरी तिला वाटलं आणि आपले चिमुकले हात त्यांच्या गळ्यात टाकून म्हणाली, "बाबा, तुम्ही नका ना रडू! मी चुकले, मी यापुढे नाही असं बोलणार. प्लीज बाबा, डोळे उघडा ना!" असं म्हणत तिनं त्याचे डोळ्यांवरील हात दूर केले आणि आपला बाबा खोटं खोटं रडण्याचं नाटक करतोय, हे तिच्या लक्षात आलं आणि तीपण मग फुरंगटून म्हणाली, "हे हो काय बाबा! माझी गंमत करताय का? तुम्ही फार नॉटी आहात. मी आता तुमच्याशी बोलणारच नाही जा! मी फक्त माझ्या आईची आहे."

“असं कसं मी जाऊ देईन तुला? सॉरी बेटा, चुकलं माझं! तू तर माझी लाडकी ॲबी आहेस!” असं म्हणत त्यानं तिचे डोळे पुसले आणि तिला परत घट्ट मिठी मारली. असा बाप-लेकीचा प्रेमालाप चालू होता. “तुला हवी ती शिक्षा दे मला; पण तू मला सोडून कुठेच जायचं नाहीस.” मेफेअर गहिवरून म्हणाला.

एका क्षणात त्या निर्व्याज ॲबीच्या चेहऱ्यावर सप्तरंगी इंद्रधनुष्यी हास्य फुललं. सारी नाराजी विसरून ती पटकन हसली आणि तिनं गोष्ट सांगा म्हणून धोषा सुरू केला. अचानक बाहेर बुटांचे आवाज आले. कर्नल मेफेअर आणि त्याच्या बायकोच्या काळजाचा ठोकाच चुकला. आवाज जवळजवळ येऊ लागला, तसतसा त्यांच्या मनावरचा ताण वाढला; पण हळूहळू आवाज लांबवर गेला आणि त्यांनी सुटकेचा नि:श्वास टाकला. आजचं मरण उद्यावर! कुठेतरी हायसंपण वाटलं.

“कोणती गोष्ट सांगू? एखादी गमतीशीर गोष्ट सांगू का?”

“नाही, नाही, मला राक्षसाची गोष्ट सांगा!” मेफेअरनं तिला समजावलं आणि छानशी गमतीशीर गोष्ट सांगायचा प्रयत्नही केला; पण ॲबी आपल्या मतावर ठाम होती; कारण बाप-लेकीत तसा अलिखित करारच झाला होता. तिला आवडेल तशीच गोष्ट सांगण्याचा! एका प्युरिटन सैनिकाचा शब्द होता तो आणि दररोज पाळलाही जायचा! पण आजचा दिवस मात्र खूप विचित्र आणि वेगळा होता.

“बाबा, मला एखादी भयकथाच सांगा, दु:खाचीपण चालेल; कारण आपल्याला हवं ते आणि हवं तसं सगळं चांगलं नी आवडीचं नेहमीच मिळावं असं नसतं, असं माझी टिचर सांगते. अनेक लोकांना सतत चांगले दिवस दिसतात असंही नेहमी नसतं, कधी कधी त्यांना दु:खालापण सामोरं जावं लागतं. टिचर म्हणते ते खरं आहे का बाबा? सांगा ना बाबा.” तिनं त्याची हनुवटी आपल्याकडे वळवून त्याला विचारलं. तिचे निष्पाप डोळे आतुरतेनं उत्तराची वाट पाहत होते.

तिच्या आईनं असहायतेनं एक उसासा टाकला आणि तिच्या मनात उद्याच्या चिंतेचं काहूर माजलं. कर्नल मेफेअरनं दु:खानं एक आवंढा गिळला आणि तिला प्रेमानं म्हणाला, “हो बेटा, तुझी टिचर म्हणते ते बरोबरच आहे. असे वाईट प्रसंग प्रत्येकाच्या आयुष्यात येतातच; असं होणं वाईट आहे; पण यातून कुणाचीच सुटका नसते.”

“असं असेल तर आज अशीच गोष्ट मला ऐकायची आहे, दु:खाची, भीतीची, जणू काही आपल्याच घरातली असेल अशी. मम्मा, तूपण ये जवळ, आज आपण एक भयानक घाबरवणारी गोष्ट ऐकणार आहोत. तुला भीती वाटली तर तू माझा हात घट्ट धर. आपण तिघं एकमेकांना घट्ट पकडून ठेवू, मग ही

भयकथा ऐकताना आपल्याला भीती नाही वाटणार. बाबा, आता करा सुरुवात! आम्ही ही गोष्ट ऐकायला खूप उत्सुक आहोत.''

''हं, तर बेटा, एकदा तीन कर्नल लढाईवर...''

''ओह, मला माहितीये कर्नल कोण असतात ते! त्यांना ओळखणं तर खूपच सोपं आहे; कारण तुम्हीसुद्धा कर्नलच आहात. मला तर कर्नलचा युनिफॉर्मही ओळखता येतो. सांगा ना मग पुढे काय झालं ते.'' बाबांना मध्येच थांबवत ॲबी म्हणाली.

''तर या तीन कर्नलनी लढाईवर असताना नियमभंग केला.''

'नियमभंग' असा हा मोठा अवजड शब्द तिच्या कानावर प्रथमच पडला होता, म्हणून आश्चर्यानं डोळे विस्फारून ॲबी म्हणाली ''बाबा, नियमभंग म्हणजे हा काही छान छान खायचा पदार्थ आहे का?''

''अग, नियमभंग म्हणजे मोठ्या अधिकाऱ्यांची आज्ञा न पाळणे. आज्ञा म्हणजे ऑर्डर!'' कसनुसं हसत मेफेअरनं गोष्ट पुढे चालू केली. ''लॉर्ड जनरल त्यांचा बॉस होता. त्यानं त्या तिघांना एका लढाईवर पाठवलं होतं. तिथे लढायचं नव्हतं, फक्त ढोंग करायचं होतं. खरीखुरी लढाई तर करायचीच नव्हती. शत्रूला फक्त घाबरवायचं होतं आणि नंतर लॉर्ड जनरल खरा खरा हल्ला करणार होते दुसऱ्या बाजूनं; पण हे तिघे वीर मात्र खरंच लढले. उत्साहाच्या भरात जनरलचे आदेश त्यांनी धाब्यावर बसवले. शत्रूवर चढाई केली आणि खरा खरा विजयही मिळवला शत्रूवर! लॉर्ड जनरलनं त्यांचं कौतुकही फार केलं; पण त्याचा आदेश न पाळल्यामुळे ते नाराजही झाले आणि खूप चिडले. त्या तिघांना आता त्यांचा बॉस शिक्षा करणार आहे.''

''बाबा, ते बॉस म्हणजे लॉर्ड जनरल क्रॉमवेलच ना? मी पाहिलं आहे त्यांना. आपल्या घरासमोरील रस्त्यावरून त्यांची घोड्यावरून मिरवणूक जाते, तेव्हा कितीतरी सैनिक असतात त्यांच्याबरोबर. अगदी एकसारखे युनिफॉर्म घालून सगळे सैनिक परेड करतात; पण ते जनरल एकदम चिडखोर आणि कडक शिस्तीचे वाटतात. सगळे त्यांना घाबरतातपण; पण बाबा, मी नाही घाबरत त्यांना; पण त्यांनी माझ्याकडे आत्तापर्यंत कधी बघितलंच नाही ना.'' ॲबी स्वत:शीच फुरंगुटून म्हणाली.

''आमचा चिडका बिब्बा तो!'' मेफेअरनं आपल्या मुलीचा गालगुच्चा घेतला. ''तर आता त्या तिघांना इथे आणलंय, त्यांचा शूर वीर म्हणून सत्कारही केला आहे. आता ते तिघे आपल्या नातेवाइकांना भेटायला घरी गेले आहेत. उद्या त्यांना लॉर्ड जनरल शिक्षा देणार आहेत.''

तेवढ्यात बाहेर परत खाडखाड बुटांचे आवाज आले. एक नि:शब्द शांतता

पसरली. तिघंही मूकपणे ऐकत होते. हळूहळू पुन्हा आवाज कमी झाले. मेफेअरची पत्नी पतीच्या खांद्यावर डोकं ठेवून रडू लागली.

“बाबा, तुम्ही सांगताय ही गोष्ट खरी आहे का?”

“होय माझ्या लाडके.”

“पुढे काय झालं बाबा? आई, तू का रडतेस गं? आई, तू शांत हो ना.”

“मी तर त्या तिघांच्या घरच्या लोकांचा विचार करतेय. गरीब बिच्चारे ते!”

“पण आई, तू मुळीच रडू नकोस. सगळं कसं छान होईल. प्रत्येक गोष्टीचा शेवट छान होतो. तूच नेहमी सांगतेस ना? ‘आणि ते सरतेशेवटी सुखाने राहू लागले.’ आता मुळीच रडायचं नाही. पुढे काय झालं बाबा?”

“लॉर्ड जनरल त्या तिघांना घरी जाऊ देण्यापूर्वी एका मोठ्या व उंच बिल्डिंगमध्ये घेऊन गेले होते.” मेफेअर पुढे सांगू लागला.

“मला माहिती आहे ती उंच बिल्डिंग. आपल्या घरातून तर नेहमीच दिसते ती उंच बिल्डिंग. पुढे सांगा ना बाबा!” ॲबीनं उत्साहानं बिल्डिंगची माहितीही पुरवली.

“मग त्या बिल्डिंगमध्ये त्यांची चौकशी झाली आणि त्यांना दोषी ठरवलं आणि शिक्षापण सुनावली. फाशीची शिक्षा झाली त्यांना.” हे बोलताना मेफेअरचा स्वत:वरील ताबा सुटत चालला होता. त्याला आता गोष्ट चालू ठेवणंही अवघड होत होतं.

“म्हणजे बाबा, त्यांना मारून टाकणार का? किती क्रूर आहेत ते लॉर्ड! आई, तू परत रडायला लागलीस? नको गं, आता बघ, गोष्टीचा शेवट कसा छान होणार आहे. बघा ना बाबा, आईला किती वाईट वाटतंय, तुम्ही लवकर संपवा ही गोष्ट! आता फार वेळ घेऊ नका. बाबा, तुम्ही ओळखता का त्या तीन कर्नल अंकलना?” कथा ऐकताना ॲबी अस्वस्थ झाली होती.

“हो गं बेटा!” आता बोलताना मेफेअरचाही आवाज कातरला होता.

“मलापण त्यांना भेटायचं आहे. मी त्यांना सांगेन की माझे बाबापण कर्नल आहेत आणि ते खूप शूर आहेत. त्यांनीपण तुमच्यासारखीच लढाई केली असती. ते कधीच चुकीचा निर्णय घेत नाहीत. तेव्हा लोक काहीही म्हणाले तरी तुम्ही वाईट वाटून घेऊ नका. तुमचं काहीच चुकलं नाही. तुम्ही योग्य तेच केलं असणार. हेच खरं आहे ना बाबा? आई, बघ, आता शेवट नक्कीच चांगला होणार आहे, गोष्ट संपतच आली आहे. तू मुळीच रडू नकोस. सांगा बाबा, पुढे काय झालं?”

“ती चौकशी चालूच होती. जमलेल्या इतर सर्व मिलिटरी अधिकाऱ्यांना फार वाईट वाटलं. ते मग जनरलला भेटले आणि त्यांनी या तिघांना सोडून द्या

अशी विनंतीपण केली. तिघांनी आपली कर्तव्यं पार पाडली होती. वाटल्यास एकालाच फाशी द्या आणि इतर दोघांची शिक्षा माफ करा. फक्त एकाला फाशी झाली तरी इतर सर्व सैनिकांवर तुमची जरब असेल आणि असा गुन्हा परत कोणी करण्यास धजावणार नाही; पण आता मात्र कमीतकमी यातील दोघांना तरी सोडून द्या. सर्वांनी दयेची याचना केली. जनरलनं शेवटी त्यांचं म्हणणं ऐकलं आणि तो तयार झाला.''

''बाबा, कोणत्या कर्नलचा बळी जाणार आता? गरीब बिच्चारा कर्नल.''

''तसं नाही झालं. तिन्ही कर्नलनी नकार दिला. तिघंही एकत्र शिक्षा भोगायला तयार होते. कोणा एकाचा बळी द्यायला तिघंही तयार नव्हते.''

''का बरं?'' ॲबीने कुतुहलापोटी विचारलं.

''जर तिघांपैकी एक जण स्वत:हून फासावर जायला तयार झाला, तर एका अर्थी त्या कर्नलचा आत्मत्याग असेल. यालाच आत्महत्या म्हणतात. तिघंही खऱ्या अर्थाने कॅथलिक होते. त्यांचा ख्रिश्चन धर्मावर आणि धर्मातील रूढी-परंपरांवर गाढ विश्वास होता. स्वत:चा जीव घेणे वा आत्महत्या करणे हे त्यांच्या धर्मात पाप मानले जाते, त्यामुळे एकाचा बळी देण्यास तिघांपैकी कोणीच तयार झाले नाही. या तिघांनी हा निर्णय वरच्या कोर्टावरच सोपविला. तिघंही धीरोदात्तपणे शिक्षेस सामोरे गेले.'' मेफेअर स्वत:शीच बोलत होता.

''म्हणजे काय बाबा?'' त्याचे बोलणे काहीच न उमजल्याने ॲबीने त्याला परत विचारले.

''म्हणजे, म्हणजे आता तिघांचाही बळी जाईल... कदाचित...''

तेवढ्यात बुटांचा खाडखाड आवाज आला. अगदी घराच्या दरवाज्यापाशी थांबला आणि कोणीतरी मोठ्या आवाजात कमांड दिली, ''दरवाजा उघडा!''

''बाबा, आपल्या घरी सैनिक आले आहेत. मला सैनिक फार आवडतात. थांबा, मीच जाऊन दार उघडते.'' ॲबीनं धावत जाऊन दार उघडलं. ''या, या, आत या. तुम्ही फौजी आहात ना?''

सैनिकांची फौजच मार्चिंग करत आत शिरली. घरात येताच एका सरळ रेषेत उभे राहून त्यांनी कर्नलला आदरयुक्त मानाची वंदना दिली. मेफेअरनंसुद्धा सॅल्यूट करून त्यांची सलामी स्वीकारली. त्याची पत्नीही शेजारी ताठ मानेनं उभी होती, चेहऱ्यावर कोणतंही दु:ख वा वेदनेचा आता लवलेशही दिसत नव्हता. ॲबी मात्र आनंदानं आणि उत्सुकतेनं त्यांच्याकडे पाहत होती. मेफेअरनं आपल्या बायकोचा आणि मुलीचा प्रेमानं आलिंगन देऊन जड अंत:करणानं निरोप घेतला आणि तो सैनिकांबरोबर बाहेर पडला.

''आई, ते बघ, बाबा किती छान मार्चिंग करत निघालेत. आता ते लॉर्ड

क्रॉमवेलला भेटायला त्या उंच बिल्डिंगमध्ये जाणार आहेत. मला तर खूपच आनंद झाला आहे.''

''ये, माझ्या प्रिय निष्पाप बाळा, ये, माझ्या कुशीत ये'' असं म्हणत आईनं तिला घट्ट मिठी मारली आणि तिच्या डोळ्यांतून अश्रूंच्या धारा वाहायला लागल्या.

भाग २

सकाळ झाली. दिवस उजाडला. शरीरानं आणि मनानं खचून गेलेली मेफेअरची पत्नी अंथरुणातून उठलीच नव्हती. डॉक्टर्स आणि नर्सेस तिच्या बिछान्यापाशी उभे होते आणि त्यांच्यात काहीतरी कुजबूज चालू होती. ॲबीला मात्र तिथे प्रवेश नव्हता. आई आजारी आहे, तिला विश्रांतीची खूप गरज आहे. तिला त्रास द्यायचा नाही, असं सांगून तिची खेळण्यासाठी बाहेर रवानगी केली होती. बाहेर हिवाळ्याची खूप थंडी होती, त्यामुळे स्वेटर, मफलर, सॉक्स व शूज अशी तिची जय्यत तयारी करून तिला खेळण्यास पिटाळलं होतं. एकंदरीत सर्वच वातावरण खूप तणावाचं होतं. प्रत्येकाच्या मनात नजीकच्या भविष्यातील कटू वार्तेची भीती! निर्णय झाला होता. पुढे काय होणार हेही सगळ्यांनाच माहिती होतं, तरीही सर्व जण त्या तीन एकांड्या शिलेदारांच्या सुटकेची प्रार्थना करत होते. गार्डनमध्ये ॲबी एकटीच खेळत होती. मनात आईचेच विचार चालू होते. आपल्या लाडक्या आईला इतकं बरं नाही, घरी डॉक्टर आले आहेत, अशा वेळी बाबा त्या उंच बिल्डिंगमध्ये काय करतायत? ते लवकर घरी का येत नाहीत? त्यांनी आईची काळजी घ्यायला हवी, असे काही प्रश्न त्या इवल्याशा जीवाला पडले होते. आईला बरं नाही, हे कदाचित त्यांना माहितीपण नसेल. आता मीच काहीतरी केलं पाहिजे, असे विचार तिच्या मनात फेर धरू लागले. आणि तिनं आपला मोर्चा त्या उंच बिल्डिंगकडे वळविला.

कोर्ट मार्शलची सर्व तयारी त्या उंच बिल्डिंगमध्ये झाली होती. लॉर्ड जनरल क्रॉमवेल जातीने तिथे हजर होते. ते अतिशय उग्र आणि कठोर दिसत होते. दोन्ही मुठी टेबलाच्या कोपऱ्यावर टेकवून ते ऐकण्याच्या तयारीत होते. त्यांचा निर्धार कायम असावा, हे त्यांच्या तीक्ष्ण नजरेतच स्पष्ट दिसत होतं. आता चौकशीची सुरुवात झाली.

लष्करी अधिकारी म्हणाले, ''आम्ही तिघांना खूप समजावलं. ते तयार नाहीत. स्वत:हून काहीही ठरवणार नाहीत, सर्वकाही त्यांनी देवावर सोडलं आहे. धर्माच्या आणि देवाच्या विरुद्ध जाऊन कोणतीही कृती करण्यास त्या तिघांनी साफ नकार दिला आहे. ते तिघंही मरणास सामोरे जायला सज्ज आहेत. आणि

या निर्णयावर ते ठाम आहेत.''

लॉर्डचा चेहरा अधिकच कठोर झाला. क्षणभर तो काहीच बोलला नाही. ''त्या सर्वांना तर मी फासावर चढविणार नाही; परंतु त्यांच्यातील कोणातरी एकाला फाशीची शिक्षा भोगायलाच लागेल; पण तो दुर्भागी कोण असेल, हे आता सोंगट्याच ठरवतील. त्यांना घेऊन या आणि एका खोलीमध्ये भिंतीकडे तोंड करून हात मागे बांधून पाठमोरे उभे करा. सर्व तयारी झाली की मला कळवा,'' असं म्हणून त्याने सर्वांना तेथून जाण्यास सांगितलं.

''रस्त्यावरील जे कोणी पहिलं छोटं मूल दिसेल, त्याला माझ्याकडे घेऊन ये'' त्यानं ऑर्डरलीला तशी सूचना दिली. ऑर्डरली बिल्डिंगबाहेर पडताच त्याला ॲबी दिसली. लगेच तो तिला घेऊन जनरलकडे आला. बर्फाचे थोडे हिमकण तिच्या गुलाबी फ्रॉकवर चमकत होते. देशात व परदेशात सत्ता गाजविणाऱ्या, शक्तिशाली आणि हुकूमशहा असलेल्या लॉर्ड जनरल क्रॉमवेलचं साधं नाव घ्यायलासुद्धा लोक घाबरतात, त्याला भेटण्याच्या कल्पनेनं नखशिखान्त हादरतात; मात्र अशा या जनरलला न घाबरता ती त्याच्याकडे गेली आणि त्याच्या मांडीवर जाऊन बसली.

''ओह, मी ओळखते तुम्हाला. तुम्ही लॉर्ड जनरल क्रॉमवेल आहात ना? आमच्या घरावरून तुम्ही मार्चिंग करत जाताना मी पाहिलं आहे. तुम्हाला पाहून सारे खूप घाबरतात; पण मी नाही घाबरले; पण तुम्ही माझ्याकडे पाहिलंच नाही. त्या दिवशी मी लाल रंगाचा फ्रॉक घातला होता, आठवतंय का तुम्हाला? पुढच्या बाजूला निळ्या रंगाचं फूल विणलं होतं, आठवतंय का?'' ॲबीनं न घाबरता प्रश्नांची सरबत्ती सुरू केली. निर्दयी क्रॉमवेलच्या पाषाण हृदयालाही तिच्या गोड बोलण्यानं पाझर फुटला. एका निष्पाप आणि निर्व्याज जीवाचे ते बोल ऐकून त्याचं हृदय द्रवलं, त्याच्यातील माणूस जागा झाला. भोवतालचं वातावरण, तणावग्रस्त परिस्थिती आणि त्याने घेतलेला एक कटू निर्णय सर्वकाही क्षणात पुसलं गेलं आणि ॲबीच्या बाळलीलांनी तो भारावून गेला. कठोर चेहऱ्यावर एक स्मित झळकलं आणि ॲबीच्या निरागस प्रश्नाला काय उत्तर द्यावं यासाठी शब्दांची जुळवाजुळव करू लागला.

''अहो, त्या मिरवणुकीत मी तर अगदी आमच्या दारासमोरच उभी होते, आठवतंय का?''

''सॉरी बेटा, मला आठवत नाही गं. त्या दिवशी खूप...''

त्याचं बोलणं मध्येच तोडून नाराजीचा कटाक्ष टाकून ॲबी उत्तरली, ''असं कसं म्हणता तुम्ही? इतकी छोटी असून मी तर नाही विसरले तुम्हाला. मग तुम्ही कसे मला विसरलात?''

"खरंच, चुकलो मी. यापुढे मी तुला कधी कधी नाही विसरणार. प्रॉमिस! तू आता माझी बेस्ट फ्रेंड आहेस ना? मग मला माफ करशील ना?" असं म्हणून क्रॉमवेलनं आपले कान धरले आणि माफी मागितल्याचा अभिनयही केला, तोही आता या बाळलीलांत रमला होता.

"नक्की; पण मला वाटतं की तुम्ही विसराळू आहात. मला कसे काय विसरलात, याचंच अजून आश्चर्य वाटतंय. तशी मीपण कधी कधी काही गोष्टी विसरते आणि आईची बोलणीपण खाते; पण मी आता तुम्हाला माफ केलं; कारण तुम्ही खूप छान आणि प्रेमळ आहात. तुमच्या मनात काही वाइटसाइट येणारच नाही. तुम्ही कधी चुकूच शकणार नाही, अगदी माझ्या बाबांसारखे. मी तुम्हाला मिठी मारू, माझ्या बाबांना मारते तशी? मला खूप आवडलात तुम्ही." असं म्हणत ॲबी प्रेमानं लॉर्डच्या कुशीत शिरली.

"ये बाळा, मी तुला जवळ घेतो. आज मला एक खूप छान छान दोस्त मिळाली. अगदी जिगरी दोस्त. माझ्या मुलीची आता मला आठवण आली. ती छोटी होती ना, तेव्हा अगदी तुझ्यासारखीच मिठी मारायची. आता तर ती खूप मोठी झाली आहे; पण लहानपणी अशीच होती, तुझ्यासारखी, गोड आणि लाघवी. तुझ्यासारखाच गोडवा, बालिशपणा, हट्टीपणा. ओळख असो वा नसो, तुझ्यासारखीच बिनधास्त, कोणालाही आवडेल अशीच होती. आम्ही एकत्र खेळायचो, लुटुपुटूची लढाई करायचो, गोष्टी सांगायचो, अगदी तुझ्यासारखीच बोलघेवडी होती. माझे कामाचे सर्व ताण मी विसरून जायचो तिच्या सहवासात. आज माझे सगळे ते दिवस परत आले तुझ्यामुळे, पोरी." असं म्हणत लॉर्डनं तिला घट्ट छातीशी धरलं आणि त्याचे डोळे पाणावले. कित्येक वर्षांनंतर अशा प्रेमाची अनुभूती अनुभवताना त्याचं मन शांत झालं, तृप्त झालं. लेकीच्या बालपणीच्या स्वर्गीय सुखाला कित्येक वर्षं पारखं झालेलं त्याचं मन परत एकदा भूतकाळात गेलं आणि त्याच्यातील बाप पुन्हा जिवंत झाला– प्रेमळ, आश्वासक, लाड करणारा, हसरा... त्याच्या लाडक्या मुलीचा लाडका बाबा! 'आख्ख्या इंग्लंडचं ओझं माझ्या खांद्यावर असताना माझा ताणतणाव, माझी टेन्शन्स, सारं काही बेटा तुझ्या एका मिठीत सामावून घेतलंस, मला मुक्त केलंस. लेकरा, तुझ्या ऋणातून मी कसा मुक्त होऊ?' तो स्वत:शीच बोलत होता.

"तुम्हाला तुमची मुलगी इतकी आवडते का?"

"ऑफकोर्स! तिनं आज्ञा करायची आणि मी पाळायची."

"तुम्ही खूपच छान आहात. मला फार आवडलात." आता त्याची आणि ॲबीची चांगलीच गट्टी जमली होती. "मी तुमची पप्पी घेऊ?" तिनं प्रेमानं विचारलं. "हो हो, का नाही?" त्यानं पटापट तिचे मुके घेतले आणि परत घट्ट

जवळ घेतलं. "आता मी फक्त तुझा आहे, तू आज्ञा करायची आणि मी ऐकायचं. ठरलं तर मग. तू तर आता माझी मुलगीच आहेस."

अॅबीला जणू काही प्रमोशन मिळाल्याचा आनंद झाला. अत्यानंदानं ती टाळ्या वाजवू लागली. तितक्यात पुन्हा बुटांचा खाडखाड आवाज आला आणि ती आनंदानं म्हणाली, "ओह लॉर्ड, मला त्या सैनिकांना भेटायचं आहे."

"नक्कीच बेटा, पण त्याआधी माझं एक काम करशील का?"

तितक्यात एक लष्करी अधिकारी आत आला आणि त्यानं लॉर्डला सलाम ठोकला. "सर, त्या तिघांना आम्ही घेऊन आलो आहोत."

इंग्लंडचा अधिपती, लॉर्ड प्रोटेक्टर, ऑलिव्हर क्रॉमवेल! त्यानं अॅबीला जवळ बोलावलं आणि तिला तीन गोल चकत्या दिल्या. त्यातील दोन पांढऱ्या आणि एक लाल रंगाची होती. अर्थात ती लाल चकतीच फाशी कोणाला होणार याची खूण होती.

"वा, किती छान लाल रंग, हे माझं गिफ्ट आहे का?" निरागस अॅबीने कुतूहलानं विचारलं.

"नाही बेटा, तुझ्यासाठी नाहीत या चकत्या. आता तू माझं एक काम करणार ना? हा पडदा बाजूला करून आतील खोलीत जा. तिथे आत गेल्यावर तुला तीन सैनिक दिसतील. त्यांची फक्त तुला पाठ दिसेल; कारण ते भिंतीकडे तोंड करून उभे आहेत. त्यांनी हात मागे केले आहेत. तर तू एकच काम करायचं. प्रत्येकाच्या हातात एकेक चकती ठेवायची आणि परत माझ्याकडे यायचं. जमेल ना तुला?"

अॅबीनं पडदा बाजूला केला आणि ती खोलीत गेली. लॉर्ड क्रॉमवेल आता त्याच्या ऑफिसमध्ये एकटाच होता. "खूप दिवसांनंतर प्रथमच मला आज खूप शांत वाटतं आहे. माझ्या मनात कोणतंच काहूर नाही. आज जणू काही देवानंच मला हा निर्णय घ्यायला दिशा दाखवली. तोच आता निर्णय घेईल. एका निष्पाप आणि निरागस हातानीच खरी व योग्य निवड केली जाईल. देव कधी चुकत नाही. आज ही छोटीशी गोड मुलगी त्याचीच दूत आहे. ती योग्य व्यक्तीचीच निवड करेल, याची मला खात्री आहे. हे देवा! तुझी लीला अगाध आहे. तुझे मार्गही विलक्षण आणि आमच्या आकलनशक्तीच्या पलीकडचे आहेत. आज तू मला मार्ग दाखवलास आणि एका विलक्षण पेचातून माझी सुटका केलीस. तुला माझे शतकोटी प्रणाम. आता मी निर्धास्त झालो आहे.' मनातल्या मनात लॉर्ड क्रॉमवेल देवाची आदरपूर्वक प्रार्थना करत होता आणि अशी सद्बुद्धी दिल्याबद्दल त्यानं देवाचे आभारही मानले. आता त्याच्या मनात अपराधीपणाची कोणतीही भावना नव्हती.

त्या लहानशा परीनं हळूच पडदा दूर सारला. अजाणतेपणी एक क्षणभर तिथेच थबकली. ते तीन शिलेदार तिच्याकडे पाठ करून उभे होते. आपल्या बाबांना पाठमोरे असूनही तिनं पटकन ओळखलं. त्यांना तिथे पाहून ती खूपच खूश झाली. आता माझ्याजवळील सर्वांत सुंदर आणि छान लाल लाल चकती मी माझ्या बाबांनाच देणार. असा विचार करत तिनं दुसऱ्या दोघांच्या हातात पांढऱ्या चकत्या टाकल्या आणि आपल्या लाडक्या बाबांसाठी राखून ठेवलेली लाल चकती त्यांच्या हातात देऊन त्यांना मिठी मारली. थोडीशी हसत आणि थोडीशी रडत म्हणाली, "हे पाहा बाबा, हे पाहा तुम्हाला काय मिळालंय! मी तुम्हाला मुद्दामहून सर्वांत छान लाल लाल चकती दिली आहे."

मुलीच्याच हातानं मिळालेल्या मृत्यूच्या लाल चकतीकडे पाहत मेफेअरनं ॲबीला प्रेमानं जवळ कवटाळलं आणि आपल्या दुर्दैवी नशिबाला दोष देत हतबल होऊन त्यानं जमिनीवर गुडघे टेकले. मुक्त झालेले दोन शिलेदार, इतर सर्व अधिकारी वर्ग आणि सैनिक स्तंभित होऊन पाहतच राहिले. नियतीचा असा विचित्र खेळ आकलनशक्तीच्या पलीकडचा होता. लोकांना अश्रू अनावर झाले. एक गूढ, शोकाकुल, परंतु आदरयुक्त शांतता सर्वत्र पसरली होती. काही वेळानंतर लष्करी अधिकारी भानावर आले. त्यातील एक अधिकारी मेफेअरच्या जवळ गेला. त्यांच्या खांद्याला स्पर्श करून म्हणाला,

"सर, मला हे बोलताना खूप वेदना होत आहेत; पण तरीही आपल्याला निघायला हवं. मला हुकमाचं पालन करायला हवं."

"कसला हुकूम?" डोळे पुसत ॲबीनं विचारलं.

"मी त्यांना घेऊन चाललो आहे." अधिकारी पाणावलेल्या डोळ्यांनी उत्तरला.

"कुठे, कुठे घेऊन जाणार माझ्या बाबांना?"

"दूर, दुसऱ्या एका किल्ल्यात घेऊन जाणार आहोत." जड अंत:करणानं त्यानं उत्तर दिलं.

"असं कसं तुम्ही त्यांना घेऊन जाणार? तुम्हाला माहिती आहे का माझी आई किती आजारी आहे ते? आता मी त्यांना घरी घेऊन जाणार आहे. मी नाही सोडणार त्यांना!" असं म्हणून तिनं आपल्या बाबांना परत घट्ट मिठी मारली आणि पाठुंगळी जाऊन बसली. म्हणाली, "चला बाबा, ॲबी तयार आहे, चला, आपण घरी जाऊ या."

"बाळा, तू आता घरी जा. मला यांच्याबरोबर जावं लागेल." तिची प्रेमाची मिठी सोडवत मेफेअर उत्तरला. एवढं बोलणंही त्याला अवघड झालं होतं. अशा विचित्र परिस्थितीचा सामना कसा करावा याचंही उत्तर त्याच्याकडे नव्हतं आणि इतक्या निरागस मुलीची समजूत कशी काढावी हेही त्याला कळत नव्हतं.

अॅबी बाबांच्या पाठीवरून खाली उतरली. तिनं इकडे-तिकडे मिनिटभर पाहिलं. इतक्या वेळचा समजूतदार असण्याचा आविर्भाव आता गळून पडला होता. हात-पाय आपटत रडता रडता म्हणाली, "मी तुम्हाला सांगितलं होतं ना, की माझी आई खूप आजारी आहे. तुम्ही ऐकलं होतं ना? मग माझ्या बाबांना सोडा ना, मला त्यांना घरी घेऊन जायचं आहे."

"अगं बेटा, मला असं नाही करता येणार. मला त्यांना घेऊन जायलाच हवं. मला लॉर्डची आज्ञा पाळायलाच हवी. गार्ड्स! सावधान!"

एका क्षणात अॅबी विजेच्या वेगानं धावली. धावत धावत ती शेजारील ऑफिसमध्ये लॉर्ड क्रॉमवेलसमोर जाऊन उभी राहिली. त्यांना हाताला धरून तिनं ओढत ओढत बाबांच्या जवळ आणलं. अचानक असं काही अघटित घडेल याची कोणतीच कल्पना नसल्यामुळे सर्व जण खडबडून ताठ उभे राहिले आणि त्यांनी लॉर्ड क्रॉमवेलला सलामी दिली.

"थांबवा त्यांना, माझी आई खूप आजारी आहे आणि बाबांनी माझ्याबरोबर घरी यायलाच पाहिजे; पण हे सैनिक माझं काही ऐकतच नाहीत. ते माझ्या बाबांना कुठेतरी लांब घेऊन जाणार आहेत."

लॉर्ड क्रॉमवेल आश्चर्यचकित झाले. "हे तुझे बाबा आहेत?"

"अर्थात, माझेच बाबा आहेत ते. ते माझे बाबा नसते, तर इतकी छान मला आवडलेली लाल लाल चकती मी का देईन त्यांना? मला ते खूप आवडतात म्हणून तर मी ती लाल लाल चकती त्यांना दिली."

क्रॉमवेलचा स्वतःच्या कानांवर विश्वास बसेना. त्याला आश्चर्याचा धक्का बसला. त्याच्या निर्णयाला असं काही विचित्र वळण लागेल, याची त्यानं स्वप्नातही कल्पना केली नव्हती. 'अरे देवा! हे काय केलं मी? एखाद्या सैतानापेक्षाही क्रूर आहे मी. फार नीच पातळीवर उतरलो मी. देवा! मला मार्ग दाखव. सगळीकडे अंधकार दिसतो आहे मला. इतकं घृणास्पद वर्तन माझ्या हातून का आणि कसं झालं? हे देवा, मला मदत कर.'

अॅबी आता मोठमोठ्यानं रडायला लागली होती. बाबांबद्दल काहीतरी अनुचित आणि वाईट घडतंय एवढी जाण त्या चिमुकलीला आली होती. "अंकल, बाबांना सोडवा ना माझ्या. तुम्ही सांगा त्या सैनिकांना, तुमचं ऐकतील ते." हुंदके देऊन ती रडत होती. "तुम्ही तर मला म्हणाला होतात, की मी आज्ञा करायची आणि तुम्ही माझं म्हणणं ऐकाल. मी प्रथमच तुमच्याकडे काहीतरी मागितलंय. तुम्ही कराल ना मला हवं तसं? आता माझ्या बाबांना सोडून द्याल ना?" तिचं रडणं थांबतच नव्हतं.

निष्ठुर आणि राकट चेहऱ्याचा क्रॉमवेल आता हळुवार झाला होता. त्यानं

ॲबीच्या डोक्यावर प्रेमानं हात ठेवला. आकाशाकडे तोंड करून म्हणाला, "हे देवा! तू महान आहेस. मी तुझे आभार मानतो. माझ्या हातून कोणतंही अनुचित कृत्य घडण्यापासून तू मला वाचवलंस. या अजाण बालिकेच्या मुखातून तू सत्य वदवून घेतलंस आणि मला एका महासंकटातून वाचवलंस. देवा, तुझी लीला अगाध आहे. सैनिकांनो, या अजाण बालिकेच्या मुखातून जणू मीच आज्ञा देतो असं समजा आणि कर्नलला मुक्त करा. हाच माझा आदेश समजा!"

◆

अजब स्वप्न

दोन दिवसांपूर्वी मला एक विचित्र स्वप्न पडलं. कोण्या एका शहरात, नाव नाही आठवत, असाच रात्रीच्या वेळी पायऱ्यांवर बसलो होतो. रात्री बारा ते एकच्या आसपासची वेळ असावी. आल्हाददायक वातावरण होतं. रस्त्यावर कोणाचा मागमूसही नव्हता. सर्वत्र शांतता होती. दुरून कोठून तरी क्वचितच कुत्र्याचं भुंकणं ऐकू येत होतं. साथीला दुसरा कोणतातरी कुत्रा मध्येच ओरडत होता; पण तशी एकंदरीत स्मशानशांतताच होती. इतक्यात चिपळ्या वाजवल्यासारखा आवाज आला. काही मिनिटांतच एक हाडांचा उंच सापळा आपली सुकलेली हाडं खडखड वाजवत समोरील रस्त्यावर दिसला. अंगावर फाटकेतुटके कपडे; पण डोक्यावर मात्र हॅट! कपड्यांची लक्तरं जमिनीवर लोंबत होती; पण चाल मात्र एखाद्या राजासारखी! खांद्यावर मोडकी शवपेटी घेऊन खडखड करीत तो माझ्याजवळून निघून गेला. माझी घाबरगुंडी उडाली. भविष्यातील काही अपशकुनांची नांदीच होती जणू काही, असं मला वाटलं. त्या भयाण दृश्यातून मी सावरतो न सावरतो तोच, परत तसाच खडखड आवाज... अजून एक हाडांचा सांगाडा पाठोपाठ हजर झाला. त्यानं तर आख्खी शवपेटीच खांद्यावर घेतली होती. बरोबर काखोटीला काही लाकडी बोर्ड्सपण होते. त्याच्याशी बोलावं का असा विचार माझ्या मनात आला. त्यानं तोंडाचं बोळकं उघडलं आणि हलकंसं स्मित करीत तोही पुढे निघून गेला. 'बरं झालं मी काही बोलायला गेलो नाही ते.' मी मनाशीच म्हणालो. सांगाड्याच्या डोळ्यांच्या खोबण्या पाहिल्यावर कुणाची हिंमत होईल बोलायची? तितक्यात आणखीन एक सांगाडा त्याच्या पाठोपाठ आला. त्याच्या डोक्यावर भलं मोठं सिमेंटचं थडगं होतं आणि एका जुनाट शवपेटीला दोरी लावून तो ती कष्टानं ओढत चालला होता. त्याच्या अंगात त्राण नव्हतं. मला पाहिलं, तसा तो थबकला. क्षणभर माझ्याकडे पाहिलं आणि केविलवाण्या स्वरात म्हणाला,

"कृपा करून मला थोडी मदत करता का? मला इतकं ओझं झेपत नाही."

त्याच्या डोक्यावरचं धूड खाली उतरवायला मी पुढे सरसावलो. 'जॉन बॅक्स्टर कॉप्मनहुर्स्ट' असं नाव

थडग्यावर कोरलेलं होतं आणि तारीख होती मे, १८३९! तर असा हा थकूनभागून गेलेला जॉन माझ्याशेजारी पायरीवर बसला. सवयीप्रमाणे घाम पुसायला कपाळावरून हात फिरवला. कपाळ कसलं, नुसती कवटीच होती. खरं तर त्याला घामबीम काही आला नव्हता; पण जिवंतपणीची सवय असावी बहुतेक, मेल्यावर थोडीच जाते...

"वैताग आलाय नुसता! सगळंच बिघडलंय." लक्तरं झालेलं कफन एका हातानं सावरत दुसरा हात जबड्यावर ठेवून विचार करत पुटपुटला. डावा पाय उचलून त्यानं उजव्या गुडघ्यावर ठेवला. शवपेटीतून एक गंजलेला खिळा काढला आणि उगीचच घोट्याशी खाजवत बसला.

"इतकं वैतागायला काय झालं, रे मित्रा?" धिटाईनं मी त्याच्याशी मैत्री करायचा प्रयत्न केला.

"अरे, सगळंच संपलंय बघ! मी मेलोच नसतो तर किती बरं झालं असतं!"

"काय प्रॉब्लेम आहे? मला समजेल अशा भाषेत सांगशील का? मेल्यावर इतक्या वर्षांनी तुला असे प्रश्न पडावेत, याचंच मला आश्चर्य वाटतं."

"काय घडलंय? तूच बघ तुझ्या डोळ्यांनी! हे माझे कपडे बघ. कशी लक्तरं झाली माझ्या सुटाची! हे माझं थडगं! ठोकून ठोकून त्याची सगळी रयाच गेली आहे. आता ही माझी शवपेटीच बघ बरं! किती जुनाट आणि मोडकळीस आली आहे, तुझ्या डोळ्यांनीच बघ. अरे, एके काळचं माझं वैभव होतं हे सारं काही. माझ्या मालकीच्या साऱ्या वस्तूंची ही अशी दैनावस्था! बघवत नाही रे उघड्या डोळ्यांनी आणि तू विचारतोस काय झालं म्हणून? कसं सहन करू हे सगळं? किती कमनशिबी आहे मी!"

"तुझं पटतंय मला; पण खरं सांगू का? राग येणार नसेल तर स्पष्टच बोलतो. तू तर स्वर्गवासी झाला आहेस. अशा परिस्थितीत चांगले कपडे घातले की नाही, याचा तुला काय फरक पडतो? शवपेटी जुनी झाली की नवी आहे, याच्यानं तुझ्यात काय फरक पडेल? सध्या तू ज्या स्थितीमध्ये आहेस, त्यात या अशा क्षुद्र गोष्टींच्या पलीकडेच गेला आहेस ना तू?" माझ्या परीनं मी समजावण्याचा प्रयत्न केला.

"वा रे वा! हा तर माझ्या प्रतिष्ठेचा प्रश्न आहे. माझ्या आरामदायी जगण्याचा आहे. थांब, तुला असं नाही समजणार. तुला कळेल अशाच भाषेत सांगतो. जवळच दोन ब्लॉक सोडून एक पडीक स्मशान आहे, मी तिथेच असतो. गेल्या तीस वर्षांपासून मी तिथेच आहे. ही माझी शवपेटीपण तितकीच जुनी! याच्या बुडाशी बघ कसे खिळे निघालेत. माझ्या बरगडीला बघ कशी इजा झाली त्यामुळे. आधीच हाडं खिळखिळी झालीत, त्यात या दुखण्याची भर! तू आज

रात्री झोपून तर बघ या मोडक्या कॉफिनमध्ये. मग कळेल काय त्रास होतो ते!'' जॉननं माझ्या खांद्यावर त्याच्या सुकड्या हातानं (की हाडांनी?) प्रेमानं थाप मारली.

''अरे, जेव्हा मी या शवपेटीत पहिल्यांदा झोपलो, तेव्हा किती आनंदी होतो. डोळ्यांसमोर सुंदर चित्र होतं. खूप छान छान स्वप्नं पाहिली होती मी. आता भूतलावरील कटकटीतून सुटका. यापुढे आता फक्त शांत झोप मिळेल, दुःखाचा, क्लेशाचा लवलेशही असणार नाही. आरामात एकट्याला आनंदात राहायला मिळेल. ना कसली चिंता, ना कोणती काळजी. मला तर ही जागा फार आवडली होती. एकतर त्या वेळचं स्मशान खूपच सुंदर होतं. चारी दिशांना सुंदर लाकडाचं कुंपण, हिरवीगार झाडं आणि झुडपं. पक्ष्यांचा चिवचिवाट! प्रत्येक थडग्याभोवती सुंदर फुलांच्या कुंड्या आणि कोरीव रस्ते. हिरव्यागार वेलींनी नटलेलं असायचं हे स्मशान! आणि हो, इथे येणारे सगळे उच्चभ्रू वस्तीतले होते बरं का. त्यामुळेच असेल कदाचित; पण या स्मशानाची देखभाल मात्र खूप छान करत असत. दर वर्षी कुंपणाला आणि भिंतींना रंग द्यायचे, डागडुजी करायचे. झाडांची आणि कुंड्यांचीपण खूप काळजी घ्यायचे. जरा कुठे गंज लागला, की अगदी ताबडतोब रंगरंगोटी आणि दुरुस्ती होत असे. अगदी प्रसिद्ध होतं बरं त्या काळी आमचं स्मशान!... 'मरावे आणि इथेच विसाव्यास यावे'... अगदी प्रत्येकाची शेवटची इच्छा हीच असायची हो! पण गेले ते दिवस! पुढच्या पिढीतले आमचे दिवटे वंशज विसरून गेले आम्हाला. माझा नातू इथेच जवळ राहतो, एका भल्या मोठ्या प्रासादात! त्याचं राजवाड्यासारखं घर कोणाच्या जिवावर बांधलंय? माझ्या घामाच्या कमाईवरच जगतात ना ते आनंदानं? त्यांना किंमत तरी आहे का माझ्या कष्टांची? या माझ्या जीर्णशीर्ण झालेल्या हातांनी कष्ट केले आणि पैसा कमावला; पण उपभोग मात्र माझा नातू घेतोय. आणि मी? मी मात्र या अशा मोडक्यातोडक्या, वाळवी लागलेल्या कॉफिनमध्ये सडतोय.

माझ्यासारखे कितीतरी मित्र इथे आहेत की ज्यांनी या शहरासाठी कष्ट केले, रक्ताचं पाणी केलं, म्हणून तर आज या शहराला इतकं मोठं नाव मिळालं, इतकी भरभराट झाली. आणि आमचे वंशज बघा... त्यांनी काय आमची दशा केली. विचार कर, तेव्हाचं स्मशान आणि आताचं स्मशान! स्मशानाची दुर्दैवी अवस्था तर बघवतच नाही. भिंतीचा रंग विटून गेलाय, झाडं सुकून गेलीत, कुंड्यांमध्ये फक्त निवडुंग आणि झुडपं. आमच्याप्रमाणे इथले वृक्षही वठून गेले आहेत. थडग्यावर बुरशी चढली आणि कोरलेली अक्षरंही आता विरून गेली. कुठे गेली ती हिरवीगार वनराई? कुठे हरवला तो स्मशानातील जिवंत झरा? आमची स्मारकं, आमच्या आठवणी सारं काही कुजून मातिमोल झालंय. एके

काळी अभिमानानं मिरविणारा हा आठवणींचा खजिना लोप पावलाय. उपहासानं टर उडविली जाते आमची. आजकाल तर कोणी इथे फिरकतही नाही. थडग्यावर ना कोणी फुलांचे गुच्छ ठेवतात, ना कोणी कधी आदरांजली वाहायला येतात. काळाच्या भीषण पडद्याआड आमच्या आठवणीसुद्धा विरून गेल्यात. आमची दैन्यावस्था लपवूनसुद्धा ठेवता येत नाही. शहरानं इतका मोठा विस्तार केला आहे की त्यापुढे आम्ही आणि आमचं स्मशान नगण्य ठरलो. पूर्वी इथे सुंदर झाडं-झुडपं होती. आम्हाला त्यांचा आधार वाटायचा. आमच्या आनंदाचं, जगण्याचं ते एक कारण होतं; पण आता रानटी वृक्षांनी आमचं स्मशान व्यापून टाकलं आहे, त्यांची जाड मुळं आमच्या कॉफिनमध्ये घुसू पाहतात, आमची शवपेटी उद्ध्वस्त करतात. आमचं जगणं नव्हे तर आमचं मरणंसुद्धा असह्य झालंय!

"अपमानास्पद जीवन जगतोय आम्ही इथे. आमची दयनीय अवस्था समजून तर घे. आम्ही कमाविलेल्या पैशावर आमच्या समोरच ही पुढची पिढी मजा मारतेय आणि आमच्या हालांची कुणाला पर्वाही नाही. तुला खोटं वाटेल; पण या आख्ख्या स्मशानातील सगळ्याच शवपेट्या गळक्या आहेत. मध्यरात्री येऊन बघ, कसे सगळे काकडलेले असतात. नुसती हाताचीच नाही तर पायाची हाडं खिळखिळी होतात, कधी कधी तर तुटूनही पडतात. जेव्हा पाऊस पडतो, तेव्हा आम्ही स्वत:चा बचाव करण्यासाठी झाडावर चढून बसतो. गार पाण्यानं ओलेचिंब होतो. या वयात सहन होत नाही रे असं ओलेतं राहणं! मग पहाटे पहाटे ही ओली वस्त्रं मोडक्या कुंपणावर वाळत ठेवायला लागतात. तुला खोटं वाटेल; पण, अरे एकदा तर त्या स्मिथनं माझे कपडेच पळविले. चांगला भारी सूट होता माझा, एकदा पार्टीत त्यानं घातलाही होता; पण मला येताना पाहिलं, तसा मला चुकवून पळून गेला तिथून. एक खूप म्हाताऱ्या आजीबाई आहेत, ॲना मटिल्डा हॉचकिस! त्यांना तर बिचाऱ्यांना संधिवात झाला आहे. गारठा वाटू नये म्हणून बिचाऱ्या सगळीकडे आपली शवपेटी घेऊनच फिरतात. परवा तर तिची शवपेटीच चोरीला गेली. ती म्हातारी आठवते का तुला, तिच्या तोंडाचं बोळकंच आहे, त्यात दोनच दात आहेत आणि कुबड काढून चालते. तीच ती ॲना! एखाद्या राणीपेक्षा तिचा तोरा काही कमी नाही. तू भेटलास का रे तिला कधी?"

"नशीब माझं, अजून म्हातारी भेटली नाही मला!" मी चुकून बोलून गेलो खरं; पण पटकन सावरून घेतलं, "मला असं म्हणायचं होतं की तुमच्या मैत्रिणीला भेटण्याचा योग नाही आला अजून! असो. ते जाऊ दे, तुम्ही तर म्हणालात की तुमचा सूट चोरीला गेला. फारच लज्जास्पद गोष्ट घडली; पण मग तुमच्या अंगावरचे हे आताचे महागडे कपडे? म्हणजे एके काळचे बऱ्यापैकी महागडे कपडे! ते कसे काय?" मी विषय बदलला.

माझ्या प्रश्नानं त्याच्या चेहऱ्यावरचे भाव एकदम बदलले. एकतर आधीच त्याचा चेहरा भीषण आणि विद्रूप होता. चेहरा काय, खरं तर कवटीच म्हणायला हवी... मी बावचळून गेलो, माझं टेन्शनही वाढलं, आपण याच्या वर्मावरच बोट तर ठेवलं नाही ना... तसा तोही लबाडच असावा... "शेजारील स्मशानातील एकाचे कपडे मिळाले..." डोळे मिचकावून म्हणाला. म्हणजे तो खरं तर रागावला नव्हता; पण हसताना त्याचा चेहरा इतका विद्रूप झाला की मी घाबरलोच होतो. मग मी त्याला सरळ सांगितलं, की माझ्याशी बोलताना यापुढे हसायचं नाही... मला भीती वाटते. सांगाड्यानं कसं आनंदी असावं; पण हसू नये... हसताना ते कसेतरीच दिसतात.

"अरे, माझ्या मित्रा, तुला खरं सांगावंसं वाटलं इतकंच! असं हे आमचं स्मशान! आणि अजून एक असंच स्मशान आहे बरं जवळच इथे. दोन्ही स्मशानांची अवस्था एकसारखीच आहे... केविलवाणी.. आमच्या पुढच्या पिढीने पूर्ण दुर्लक्षित केलेली... परिस्थिती इतकी बिकट आहे की सर्व जण स्मशान सोडून जातायत. एकतर डोळ्यासमोर आपण केलेल्या कष्टाची वाताहत झालेली उघड्या डोळ्यांनी बघायची... अथवा ही जागा सोडून दूर निघून जायचं... दृष्टिआड तर सृष्टिआड... निर्णय आमचा! तुझा कदाचित विश्वास बसणार नाही; पण इथलं एकही कॉफिन आता राहण्यालायक नाही. आणि ही कॉफिन काही कोणा ऐऱ्यागैऱ्याची नव्हेत हो! शहरातील प्रतिष्ठित नागरिकांची! श्रीमंत नागरिकांची! ज्यांना समाजात मान होता, जे उच्चभ्रू वर्गातील होते, त्यांनी स्वतःच्या शवपेट्या स्वतःच निवडल्या होत्या... अस्सल सागाच्या, उत्तम कोरीव काम केलेल्या... आपल्याला हव्या तशा... खूप महागड्या... अरे, या शवपेट्यांभोवती चांदीचं कोरीव काम केलेलं असायचं, अति उच्च प्रतीचं, उत्तम कारागिरीचं, त्यांच्या स्वतःच्या पसंतीचं... कोरीव अक्षरांत त्यावर मजकूर असायचा... तोही त्यांच्या पसंतीचा... अभिमान असायचा त्यांना... प्रत्येक थडगं आणि शवपेटी म्हणजे उत्तम कलाकृतीचा नमुनाच असायचा. मोठी मिरवणूक निघायची... पुढे-मागे अनेक मंडळी... अभिमानानं, गर्वानं शहरातून मिरवत मिरवत इथे या पवित्र आणि प्रसिद्ध जागी दफन केलं जायचं. काय थाट असायचा तेव्हा!"

नवीनच ओळख झालेला हा माझा मित्र, 'जॉन बॅक्स्टर कॉप्मनहुर्स्ट'! त्याच्या भूतकाळातील रम्य आठवणी रंगवून रंगवून सांगत होता. जार्व्हिस, ब्लेडसोएस, बर्लीग्नस अशा अनेक प्रसिद्ध असामींच्या मिरवणुकींची वर्णनं सांगताना तो रमून गेला. "तूच विचार कर, आज त्या सर्वांच्या शवपेट्यांची काय अवस्था झाली आहे. पूर्वीचं सगळं वैभव लयाला गेलं आहे. पूर्वी रात्रीच्या वेळी कॉफिनमधून बाहेर यायचं, आपल्याच थडग्यापाशी बसायचं... समोरची कोरलेली

अक्षरं परत परत वाचायची... शेजारील ताज्या फुलांचा सुगंध हृदयात साठवायचा... आणि समाधानात दिवस काढायचे. अर्थात सगळ्यांच्या नशिबी हे सुख नसायचं. नशिबात असेल तर थडग्यावर चांगलंसं वाक्य असायचं... नाहीतर... आता माझंच बघ ना. माझ्या मुलांनी माझ्या थडग्यावर लिहिलं होतं...

'Gone To His Just Reward'

सुरुवातीला मला खूप अभिमान वाटला; पण काही दिवसांनी माझ्या लक्षात आलं की माझे मित्र मला भेटायला थडग्यापाशी यायचे... तो 'एपिटाफ' वाचायचे, तोंड वाकडं करायचे आणि हसत हसत निघून जायचे. जणू काही मलाच हसायचे. माझी चेष्टा करायचे... कोणत्याही मूर्ख माणसानं वाचून माझी किंमत करू नये, म्हणून मग एक दिवस ठरवून मीच ती कोरलेली अक्षरं कानशीनं खोडून टाकली... नामोनिशाण मिटवलं. आता हा माझा मित्र स्मिथर्स! त्याच्या थडग्यावरची वाक्यं वाच! तसाच तो हिगिन्स! १८४४ला गेला. फार मोठ्या घराण्यातील होता. माझे-त्याचे संबंध फार प्रेमाचे! आत्ता त्याचं आपल्याकडे लक्ष नाही, नाहीतर तुझी ओळख करून द्यायला मला खूप आवडलं असतं. तो फार वर्षांपूर्वीच वारलाय. इतका जुना सांगाडा तुला बघायलाही मिळणार नाही. तसा हाडांचा अगदी सापळाच आहे; पण स्वभावानं मात्र एकदम दिलखुलास! हसायला लागला की इतका कर्णकर्कश हसतो की कान विटून जातात. हा आला बघ, जॉन्स कोलंबस! चारशे डॉलर्सचा तर पोशाख आहे त्याचा! त्याच्या दफन विधीचा खर्च चक्क २७०० डॉलर्स झाला होता, तोही १८२६ मध्ये! फार थाटामाटात झालेला तो कार्यक्रम! त्याचं थडगं बघायला लांबून सगळे मृतात्मे येत असत. माझ्या शेजारील थडग्यातील प्रेतानं मला ही कहाणी सांगितली. तो बघ बस्तीव डलहौसी! काखोटीला लाकडी बोर्ड घेऊन लंगडत चाललाय. बिचाऱ्याकडे कपडेच नाहीत. तो कोलंबस जोन्स, एके काळी त्याच्याइतके सुंदर आणि रुबाबदार कपडे कोणाकडेच नव्हते. आता बघ काय दशा झाली आहे त्याची.

"ही नवीन पिढी! नवीन नवीन स्मशानं उभी करतात आणि जुन्याकडे पार दुर्लक्ष करतात. नवनवीन रस्ते तयार करतात, शहरं वसवतात; पण इथल्या जुन्या स्मशानांच्या डागडुजीसाठी यांना वेळ नसतो, इच्छाही नसते. आमचं जगणं अगदी नामुश्कीचं झालंय! नवीन पिढी आमचा सतत अपमान करते, त्यांना पूर्वजांची फिकीरसुद्धा नाही. आता मात्र अशी हीन आणि अपमानास्पद वागणूक सहन होत नाही रे आम्हाला. जिवंत असताना आम्हालाही मान होता, प्रतिष्ठा होती. हे सर्व विसरायचं? छे! म्हणून तर सर्वानुमते निर्णय घेतलाय आम्ही! हे स्मशान सोडून जाण्याचा! हे माझं कॉफिन बघ ना. कोणे एके काळी किती सुंदर

आणि महागडं होतं. इतकं देखणं की कोण्या श्रीमंताच्या दिवाणखान्यात फर्निचर म्हणून शोभून दिसलं असतं. दुरुस्त करून परत वापरायची माझी खूप इच्छा आहे; पण मला परवडणार नाही ते. मित्रा, तूच ठेवतोस का तुझ्यासाठी? माझ्याकडून गिफ्ट समज हवं तर. थोडंसं दुरुस्त करायला लागेल, जसं की याचा तळ आणि वरचा भाग, दोन्ही नवीन करून घे आणि थोडंसं चारी बाजूंनी ठोकून घे. इतकी आरामदायी शवपेटी शोधूनसुद्धा मिळणार नाही तुला. अरे, माझे आभार मानायची खरंच गरज नाही. तू माझ्याशी इतका वेळ गप्पा मारल्यास, माझी बडबडपण ऐकून घेतलीस. मग माझी इस्टेट तुला दिली तर काय झालं? हे पांघरूण! हेपण घेतोस का? उबदार आहे बघ! तुला नको का? नाही काय म्हणतोस? खरंच, तुला काहीपण नको? बघ हं! नंतर वाईट वाटेल. तसा मी एकदम दिलदार आहे.

"एनी वे, आता मात्र मला निघायला हवं. आता माझी भटकंती खऱ्या अर्थाने सुरू होईल. जीव गेला तरी चालेल; पण या फडतूस स्मशानात एक रात्रही काढणार नाही. पक्का निश्चय केलाय मी. जोपर्यंत चांगली जागा मिळत नाही तोपर्यंत माझा प्रवास असाच चालेल. कदाचित न्यू जर्सीपर्यंत जायला लागेल. आम्ही सगळेच निघालोत, कालच्या बोर्ड मीटिंगमध्येच ठरलंय सगळं! उद्या सकाळपर्यंत बघ, या स्मशानात औषधालासुद्धा हाड सापडणार नाही. आमच्यासारखे प्रेतात्मे स्वाभिमानाला जपतात. कोणीच ऐकून घेणार नाही हो आता. एके काळी काय रुबाब होता आमचा! आम्ही निषेध करतो, या नवीन पिढीचा! अरे, ब्लेड्सन कुटुंब निघालंय वाटतं! तू जर मला हे जड थडगं उचलायला मदत केलीस तर मीपण त्यांच्याबरोबरच प्रवासाला निघतो. तेवढीच मला सोबत मिळेल. ब्लेड्सन फॅमिली म्हणजे खानदानी घराणं! सहा सहा घोड्यांच्या बग्गीतून फिरायचे एके काळी. अशा बड्या मंडळींबरोबर जाण्याची मजाच और! तर मग माझ्या मित्रा, निघतोच मी. निरोप घेतो तुझा... गुड बाय..."

अशा रीतीनं नवीनच मैत्री झालेल्या 'जॉन बॅक्स्टर कॉप्मनहुर्स्ट'नं माझा निरोप घेतला. खांद्यावर जड सिमेंटचं थडगं घेऊन दोरीनं मोडकी शवपेटी ओढत ओढत जॉनसुद्धा त्या भयानक मिरवणुकीत सामील झाला. मिरवणूक कसली, ती तर एक भयानक प्रेतयात्राच होती. त्यानं प्रेमानं देऊ केलेली शवपेटी तर अर्थातच मी नाकारली. खडखड, खटखट, खळखळ आवाज करीत जवळजवळ दोन तास ती मिरवणूक चालली. विकलांग हाडांचे सापळे आपापलं जड ओझं घेऊन कष्टानं चालताना पाहून तर मला त्यांची कीव आली. सगळेच खूप म्हातारे असावेत. त्यातील एक-दोन तरुण मंडळी तुलनेनं धटधाकट होती. ते मात्र

रात्रीच्या ट्रेनची चौकशी करत होते. वयस्कर मंडळींना मात्र ट्रेन म्हणजे काय हेही माहीत नसावं, इतक्या पुरातन काळातील ते सांगाडे! बिचारे चालतच मार्गक्रमणा करू लागले. असल्या गावांची व शहरांची चौकशी करू लागले, जे आजच्या जमान्यात अस्तित्वातच नाहीत. काळाच्या ओघात, तीस ते चाळीस वर्षांत ही गावं आणि रस्तेसुद्धा विस्मृतीच्या पडद्याआड गेली होती. अशी काही शहरं जी फक्त जुन्यापुराण्या नकाशात आणि इतिहासातच सापडतील. त्यामुळे तिकडच्या स्मशानांची आणि मृत व्यक्तींची माहिती मिळणं तर अधिकच दुरापास्त!

सगळा प्रकारच एकंदरीत वेगळा आणि हृदयस्पर्शी वाटला; पण त्याच-बरोबर बेघर प्रेतात्म्यांबद्दल आत्मीयताही वाटली. बिचारे निर्वासित... आणि त्यांच्या व्यथा! त्या क्षणी तरी मला सर्व खरी खरी, माझ्यासमोर घडणारी सत्य घटना वाटली होती. हे केवळ एक स्वप्नच होतं... हे त्या वेळी तरी मला माहीत नव्हतं. हा सर्व निर्वासितांचा लोंढा का निघून गेला, त्यांनी इथल्या त्यांच्या आवडत्या जागेचा का त्याग केला? ही सर्व घटना नवीन पिढीला कळायला हवी, त्यांच्या चुका त्यांच्याच पदरात घालायला हव्यात. त्यासाठी ही मुलाखत आणि या अतृप्त आत्म्याचं मनोगत प्रसिद्ध करावं का? याबद्दल त्यांच्यातल्याच एका निर्वासिताशी मी मोकळेपणे बोललो. तो अतिशय सभ्य आणि मितभाषी होता. उरल्यासुरल्या अवशेषातला तो सांगाडा माझ्या कानात हळूच म्हणाला, "इतका विचार करू नकोस आणि त्रासही करून घेऊ नकोस. जी कम्युनिटी आपल्या स्मशानाची इतकी हेळसांड करू शकते, इतकं दुर्लक्ष करू शकते, त्यांच्याकडून अजून काय वेगळी अपेक्षा असणार? ते स्मशानातील मृत पूर्वजांचा कोणता मान राखतील?..."

तितक्यात पहाट झाली आणि कोंबडा आरवला... ती विचित्र मिरवणूक माझ्या डोळ्यांसमोरून नाहीशी झाली... हाडांचा आणि साध्या चिंध्यांचाही मागमूस राहिला नाही...सर्व काही अवकाशात जणू विरून गेले. डोळे उघडले... तेव्हा मी माझ्या बिछान्यातच होतो... फक्त या वेळी माझं मस्तक मात्र कॉटच्या कडेला जमिनीकडे उलटं लटकत होतं. असं हे उलटं, उरफाटं लटकणं... स्वप्नात चालून गेलं... त्यातून खूप शिकायला मिळालं हेही नसे थोडके...

काळाचा महिमा! दुसरं काय?

◆

अमेरिकेतील इतर सर्व खेड्यांसारखंच 'लेकसाईड' हे खेडं! पाच-सहा हजारांची वस्ती असलेलं हे गाव, छोटंसं असलं तरी टुमदार आणि प्रसन्न होतं. पश्चिमेकडील या छोट्याशा गावात बहुतांशी लोक प्रोटेस्टंट होते. एकमेकांना धरून राहणारा, वृत्तीनं धार्मिक आणि पापभीरू असा हा समाज गुण्यागोविंदानं एकत्र राहत असे.

साल्डिन फॉस्टर नावाचा ३५ वर्षांचा तरुण गावातील सर्वांत मोठ्या दुकानात हिशेबनीस म्हणून काम करत असे. गेली १४ – १५ वर्षं तिथेच काम करत होता. त्याचं लग्न झालं, तेव्हा वर्षाला ४०० डॉलर्स कमवत असे. चार-पाच वर्षांत त्याचा पगारही दुपटीनं वाढला आणि नंतर ८०० डॉलर्सवर स्थिरावला. इतरांच्या तुलनेत त्याला पगारही जास्त मिळत असे. बाकीच्या गावकऱ्यांच्या मानानं ही रक्कम बरीच मोठी होती; पण त्याच्या कष्टाचं खरं चीजही होतं, गावकऱ्यांनाही त्याच्या कष्टाची आणि योग्यतेची पूर्ण कल्पना होती.

इलेक्ट्रा, त्याची पत्नी खऱ्या अर्थानं त्याची सहचारिणी होती. मोठी मोठी स्वप्नं बघणारी, हौशी आणि तरीही समजूनउमजून पैसे खर्च करणारी! चार पैसे गाठीशी ठेवणारी तर होतीच; पण त्याचबरोबर अत्यंत व्यवहारी आणि चतुरही! लग्नाच्या वेळी अवघी १९ वर्षांची असली तरीपण इतक्या लहान वयातही पैशाचं आणि बचतीचं महत्त्व इलेक्ट्राला समजलं होतं. पैसे साठवून तिने गावाच्या टोकाला एक छोटासा जमिनीचा तुकडा २५ डॉलर्सला खरेदी केला. साल्डिनकडे फक्त १५ डॉलर्स होते, तेव्हा शेजारच्या जोडप्याची थोडीशी आर्थिक मदत घेऊन तिनं तिथे भाजीपाला लावायला सुरुवात केली. साल्डिनच्या पहिल्या वर्षाच्या कमाईतील तीस डॉलर्स, दुसऱ्या वर्षी साठ, तिसऱ्या वर्षी शंभर आणि चौथ्या वर्षी चक्क दीडशे डॉलर्स अशी तिची बचत दरवर्षी वाढतच गेली.

आभासी मिळकत

साल्डीनचा पगारही आता दुप्पट झाला होता. दोन गोजिरवाण्या मुली झाल्यावर तसा खर्चही वाढतच होता; पण तरीसुद्धा दरवर्षीची किमान २०० डॉलर्सची बचत मात्र नियमितपणे होत होती. लग्नानंतर सात वर्षांतच त्यांनी चक्क दोन हजार डॉलर्स खर्च करून एक छोटंसं, पण सर्व सोयींनी युक्त असं टुमदार घर बांधलं. आता त्यांच्या डोक्यावर कोणाचं कर्जही नव्हतं आणि गाठीशी बऱ्यापैकी पैसाही होता.

हळूहळू जमिनीचा भावही वाढत गेला. इलेक्ट्रानं काही वर्षांपूर्वीच दोन-चार एकर जमिनी घेऊन ठेवल्या होत्या, त्यांना आता सोन्याचा भाव आला होता. जमिनीच्या खरेदी-विक्रीतून तिला चांगलाच नफा झाला. तिचा गावात चांगलाच जमही बसला. साठवणीच्या पैशातून आणि बचतीतून जणू काही तिनं स्वत:चं एक साम्राज्यच उभं केलं आणि आता प्रतिष्ठित नागरिकांत त्यांची गणना होऊ लागली. इलेक्ट्राच्या स्वत:च्या बचतीतून तिला शंभर - दोनशे डॉलर्सचं वार्षिक उत्पन्न स्वतंत्रपणे मिळतच होतं. साल्डिन आणि इलेक्ट्रा दोघंही आपल्या संसारात आनंदी आणि सुखी होते.

साल्डिनला अकरा आणि तेरा वर्षांच्या दोन सुंदर आणि देखण्या गोड मुली होत्या. क्लॅटी आणि ग्वेन अशा टोपण नावानं आई-वडील त्यांना हाका मारीत असत. साल्डिन आणि एलेक्ट्रा एकमेकांना लाडानं अलेक आणि सॅली हाक मारत. अतिशय आनंदी आणि प्रेमळ चौकोनी कुटुंब! प्रेमानं आणि आत्मीयतेनं एकत्र बांधले गेले होते चौघे जण. दिवसभर हिशेबनीस म्हणून काम करणारा साल्डिन, घरदार सांभाळून स्वत:चा रिअल इस्टेटचा बिझिनेस सांभाळणारी चतुर इलेक्ट्रा, दोघंही सायंकाळी घरी परतल्यावर मात्र फक्त आपल्या कुटुंबाचे सदस्य म्हणून वेळ घालवीत. एकमेकांशी गप्पा मारणे, मुलींच्या उज्ज्वल भविष्याची स्वप्नं रंगवणे आणि प्रेमाचे कौटुंबिक रेशमी बंध जपणे, हेच दोघांचं विश्‍व होतं. मनोरंजक कहाण्या एकत्र वाचणे, आपले अनुभव, स्वप्नं एकमेकांशी शेअर करणे हाच त्यांचा आनंदाचा ठेवा होता. चौघंही स्वप्नमयी दुनियेत रममाण होत असत. असं हे गोड सुखी कुटुंब! त्यांची कहाणी आता मात्र एका वेगळ्याच वळणावर येऊन ठेपली.

एके दिवशी सकाळी एक सनसनाटी बातमी आली आणि या शांत आणि सुखी कुटुंबात वेगळीच खळबळ माजली. बातमी तशी आनंदाची होती. जवळच्याच एका राज्यात साल्डिनचे दूरचे वृद्ध काका टीलबरी फॉस्टर राहत असत. काकांशी त्याचा फारसा संबंध नव्हता. काकांनी लग्न केलं नव्हतं, एकटेच राहत असत. अगदी तिरशिंगरावच होते. काही वर्षांपूर्वी साल्डिननं त्यांच्याशी पत्रव्यवहार करून संबंध जोडण्याचा प्रयत्नही केला होता; परंतु त्यांच्या तिरसट वागण्यामुळे आणि माणूसघाण्या स्वभावामुळे त्यांनी कोणताच संपर्क ठेवला नाही. इतक्या वर्षांनंतर मात्र त्यांचं पत्र आलं. त्यांची तब्येत बरी नव्हती आणि ते काही फारसे दिवस काढू शकतील असं वाटत नव्हतं. आयुष्याची जमवलेली तीस हजार डॉलर्सची पुंजी मृत्यूनंतर जवळचा नातेवाईक म्हणून साल्डिनला देण्याचं त्यांनी ठरवलं. यामागची त्यांची भूमिका काही प्रेमाची नव्हती. ‘पैशाने मला आनंद विकत घेता

आला नाहीच, तर फक्त त्रास आणि दुःखच भोगायला लागलं. त्यामुळे हा पैसा मला नको, असा घातक आणि त्रास देणारा पैसा माझ्यानंतर तुझ्याकडेच ठेव.' अशा अर्थाचं पत्र होतं. काकांच्या पत्रात मात्र काही विचित्र अटीही होत्या. साल्डिन या पत्राची आणि त्याला मिळणाऱ्या पैशाची कोठेही आणि कधीही वाच्यता करणार नाही. काकांबद्दल कोणतीही माहिती त्यांच्या मृत्यूआधी मिळविण्याचा प्रयत्नही करणार नाही, तसंच त्यांच्या फ्युनरलला त्याला येता येणार नाही. ह्या अटी पाळल्या तरच हे सर्व पैसे काकांच्या मृत्यूनंतर त्याला मिळतील.

पत्र वाचल्यावर आनंद तर झालाच; पण अशा विचित्र अटींमुळे दोघांना दडपणही खूप आलं. तीस हजार डॉलर्स रक्कम थोडीथोडकी नव्हती. इलेक्ट्रा तशी चलाख होती. तिनं ताबडतोब काकांच्या गावच्या स्थानिक वृत्तपत्राची वर्गणी भरून वर्तमानपत्र सुरू केलं, जेणेकरून काकांच्या, म्हणजेच टिलबरी फॉस्टरच्या निधनाचं वृत्त ताबडतोब कळेल.

काकांच्या पत्रानंतर घरातलं वातावरण एकदमच बदललं. आतापर्यंत समाधानी आणि आनंदी असलेल्या कुटुंबातील वातावरणाला एकदम वेगळंच वळण लागलं. पत्राबद्दल गुप्तता ठेवणं आत्यंतिक गरजेचं होतं. कोणास या पत्राबद्दल कळलं आणि त्या व्यक्तीनं ही बातमी काकांपर्यंत कळत- नकळत पोहोचवली, तर तीस हजार डॉलर्सवर चक्क पाणी सोडून द्यायला लागेल, याची दोघांनाही पूर्ण कल्पना होती. एकीकडे मिळणाऱ्या पैशांच्या नुसत्या विचारानंही त्यांच्या मनात आनंदाची कारंजी फुटत होती; पण दुसरीकडे काकांच्या निधनापर्यंत ही माहिती गुप्तही ठेवायची होती. पती-पत्नीत एक अलिखित करार मात्र लगेचच झाला– पत्राबद्दलची वार्ता इतर कोणालाही कळता कामा नये.

परिणाम असा झाला की हे हसतंखेळतं घर आपला जीवनातील आनंदच गमावून बसलं. हिशेबाचं काम करताना सॅलीनं असंख्य चुका केल्या आणि घोळ घालून ठेवले. अलेक कामाची तर खूप पक्की आणि तत्पर; पण आज मात्र तिचं कशातही मन लागत नव्हतं. साधी घरातील नेहमीची कामं करतानाही तिच्याकडून चुका झाल्या. दिवास्वप्नात दोघंही चांगलेच रमले होते आणि वास्तवतेची जाणीवही नव्हती. वस्तुतः, दोघं अंथरूण पाहून पाय पसरणारे होते; पण आज वर्तमान काळापेक्षा उज्ज्वल भविष्याची स्वप्नं दोघं रंगवत होते. अचानक मिळणारं घबाड त्यांना वस्तुस्थितीपासून दूर एका रम्य स्वप्न विश्वात घेऊन गेलं.

तीस हजार डॉलर्स! दिवसभर हेच आकडे त्यांच्या कानात मधुर संगीताप्रमाणे गुणगुणत होते. लग्न झाल्यापासून इतकी वर्षं काटकसरीनं अलेकनं संसार केला. पै पै जोडून संसार केला. नुसताच केला नाही, तर उत्तमरीत्या मार्गी लावला. आज गावातील प्रतिष्ठित लोकांमध्ये त्यांची ऊठबस होती. अगदीच श्रीमंत नाही

पण ही मंडळी बऱ्यापैकी पैसे राखून होती. कोणतीही ददात नव्हती; पण वायफळ खर्च करणं दोघांच्याही तत्त्वात बसत नव्हतं. आनंदात, आपल्याच विश्वात रमणारी होती ती दोघं! अंथरूण बघून हात-पाय पसरणारं समाधानी कुटुंब होतं; पण ही बातमी कळल्यापासून दोघांचंही चित्त थाऱ्यावर नव्हतं. तीस हजार डॉलर्स ही जादुई रक्कम दोघांच्या डोळ्यांसमोर २४ तास फेर धरून होती. मिळणारे पैसे कसे आणि कुठे गुंतवावे याचाच विचार अलेक सतत करीत होती. तर मिळणारे पैसे कसे आणि कुठे खर्च करावे याचा विचार सॅलीच्या डोक्यातून जात नव्हता.

संध्याकाळी सगळे घरी परतले; पण पती-पत्नी दोघं आपल्याच विचारात होते. आज ना कोणती थट्टामस्करी, ना कोणतं पुस्तकवाचन, ना गप्पा! आई-वडील नेहमीसारखे आनंदी आणि थट्टामस्करीच्या मूडमध्ये नाहीत, हे दोन्ही मुलींच्या लक्षात आलं. नेहमीपेक्षा दोघी लवकरच झोपायला गेल्या आणि त्या क्षणापासून जणू घरातील सुखसंवाद संपला. सॅली आणि अलेक आपल्याच विचारात मग्न होते. डायरीत काही नोंदी करीत आणि उद्याची स्वप्नं बघत! नि:शब्द शांततेचा भंग करीत सावधपणे कोणताही आततायीपणा वा अति उत्साह न दाखविता सॅली म्हणाला,

"अलेक, मिळणाऱ्या पैशातून मी प्रथम एक हजार डॉलर्सचा घोडा आणि बग्गी घेणार आणि हिवाळ्यासाठी एक ओव्हर कोटपण घेणार, हे नक्की!"

"तू मुद्दल खर्च करायचा विचार तरी कसा करू शकतोस? हे अशक्य आहे, अगदी लाखो रुपये मिळाले तरी नाही." अलेकनं साफ नकार दिला.

सॅलीचा चेहरा खरकन उतरला. नाराजी त्याच्या चेहऱ्यावर स्पष्ट दिसत होती. "अलेक, आपण जन्मभर फक्त कष्टच करतोय आणि किती काटकसरीनं खर्च करतो. आता कुठे थोडे चांगले दिवस दिसतायेत आणि हा पैसापण मिळतोय, तर थोडा खर्च केला तर कुठे बिघडलं?"

"माझ्या लाडक्या! मिळालेले पैसे जपूनच वापरायला हवेत. तुझी भावना मला समजतेय; पण तूच विचार कर, भांडवल जपून वापरलं पाहिजे. खरं तर हे पैसे आपण खर्च करायचेच नाहीत. त्यापेक्षा जर आपण गुंतवले तर आपल्यालाच फायदा होईल. तू समजून घे ना!"

"खरं आहे तुझं म्हणणं; पण कुठेही गुंतवले तरी सहा महिने तरी थांबायला लागेल. त्याखेरीज व्याजही मिळणार नाही."

"सहाच काय, कदाचित अजून जास्त महिनेसुद्धा थांबायला लागेल."

"असं कसं? सहा सहा महिन्यांनीच व्याज मिळतं ना?" सॅलीनं शंका व्यक्त केली.

“अरे, मी बँकेच्या व्याजाबद्दल बोलत नाहीये. माझे प्लॅन वेगळेच आहेत. अशी छोटी-मोठी इनव्हेस्टमेन्ट करण्यापेक्षा शेअर्समध्ये गुंतविण्याचा माझा विचार पक्का आहे.” अलेक जणू काही स्वप्नातच होती, तिच्या डोळ्यांपुढे जणू पैशाची रासच होती.

“सध्या वेगवेगळे शेअर्स मार्केटमध्ये येत आहेत, त्यात आता दहा हजार गुंतविले तर त्याचे तिप्पट व्हायला फारसा वेळ नाही लागणार! एक तर दहा टक्क्यांनी दर सहामाहीला डिव्हिडंडही देतील आणि पैशाला पैसा जमायला वेळ नाही लागणार.”

मग मात्र सॅलीच्या उत्साहाला जणू उधाण आलं. “असं असेल तर आपण सगळेच पैसे शेअर्समध्ये गुंतवू या. मी आत्ताच फॉर्म भरतो. चांगल्या कामाला उशीर कशाला?” असं म्हणत तो टेबलावरील डायरी घेण्यासाठी झेपावला.

“अरे, थांब! थांब! तुझं डोकं फिरलंय का? आधी पैसे तर मिळू देत, मग बघू कुठे आणि कसे गुंतवायचे ते.” अलेकनं सॅलीला थांबवलं. सॅली थोडासा भानावर आला खरा; पण त्याचा उत्साह मात्र तिळमात्रही कमी झाला नव्हता.

“अलेक, काय फरक पडतो, आज ना उद्या हे पैसे आपल्यालाच मिळणार आहेत ना? आणि तेही लवकरच! काकाची बातमी तर येईलच इतक्यात.”

“असं अभद्र बोलू नकोस! शोभत नाही तुला! काकांच्या मरणावर टपला आहेस का तू? परत असलं काही बोलू नकोस. टीलबरीकाका जिवंत आहेत अजून! तुझ्याबद्दल असं कोणी बोललं तर चालेल का तुला?” अलेक बोलताना शहारली.

“अगं, माझ्या मनात तसं काही नव्हतं गं, मी असंच म्हणालो. टीलबरी-काकांचा विषय राहू देत बाजूला. आपण आपलाच विचार करू. मला वाटतं आपण सारे पैसे एकरकमी शेअर्समध्येच गुंतवू या. तुला पटत का नाही माझं म्हणणं?” साल्डिन ओशाळला.

“सगळे पैसे एकाच ठिकाणी गुंतवायचे? काहीतरी काय? मी मुळीच असं करणार नाही.”

“मग कमीतकमी वीस हजार तरी गुंतवू या का? तुझा नक्की विचार तरी काय?”

“अरे, थांब, थांब. मला थोडा वेळ हवा आहे. इतकी मोठी गुंतवणूक घाईघाईनं नाही करायची.”

“ठीक आहे; पण विचार कर. पैसे गुंतविल्यावर दहा वर्षांनी वीस हजार नफा तर नक्कीच मिळेल. ते कसे खर्च करायचे याचा तरी मी विचार करू शकतो ना?” सॅलीनं खोचकपणे विचारलं.

"नाही रे, इतका मोठा डिव्हिडंड मिळेल असं मला नाही वाटत. एक वर्ष जाऊ दे. मग त्यातला थोडासा पैसा तू खर्च करू शकशील."

"एक वर्ष?"

"कदाचित तीन महिन्यांनी पण थोडासा डिव्हिडंड मिळू शकेल. ती पण एक शक्यता नाकारता येत नाही."

हे ऐकून सॅली थोडासा खूश झाला. प्रेमानं अलेकला त्यानं मिठी मारली आणि अत्यानंदानं तिचं चुंबन घेतलं. थोडेफार म्हणता म्हणता दोन-तीन हजार डॉलर्स खर्चायला मिळतील या आनंदात सॅली होता; पण सॅली पैशाचा सारासार विचार करत नाही, त्याची वृत्तीच खर्चिक आहे असं अलेकला मात्र वाटत होतं.

दोघांची अवस्था शेखचिल्लीसारखी झाली होती. भविष्यात मिळणाऱ्या पैशाचा विनियोग कधी आणि कसा करावा याच विचारात अलेक गढून गेली होती. स्वप्नमय जगात रमून गेली होती. वास्तवतेच्या पलीकडचं हे पैशाचं मोहमयी जगच अलेकला सत्यवत् वाटत होतं. तर पैसे कसे आणि कुठे खर्च करावेत याची सॅली चक्क डायरीत नोंद करत होता. घोडा, बग्गी, कुत्रा, नवीन ओव्हरकोट, कपडे, त्याची लिस्ट संपतच नव्हती. अनेक वर्षं मनाच्या कोपऱ्यात दडवून ठेवलेल्या सुप्त इच्छा कशा पुऱ्या करता येतील याचीच उजळणी तो मनात करत होता.

आणि मग दोघांचं स्वप्नांचे इमले बांधणं सुरू झालं. कोळशाच्या खाणीतून मिळालेला, किंबहुना मिळणारा वीस हजार डॉलर्सचा नफा परत कुठे गुंतवायचा, मग त्यातील किती पैसा कुठे आणि कसा खर्च करायचा, याची चक्क आकडेवारीच दोघांनी सुरू केली. वास्तवतेच्या जगापासून फार दूरवर दोघे निघून गेली. झोपेतसुद्धा त्यांना मिळालेले पैसे, त्यातून निर्माण होणारी बचत आणि त्यातून थोडा खर्च करून परत गुंतवलेला पैसा असलीच स्वप्नं पडत होती. तीस हजार डॉलर्सचे लाखो डॉलर्स कसे होतील, त्यानंतर आपलं जगणं किती ऐशआरामाचं असेल, याचा विचार करता करता हळूहळू ते स्वप्नमयी जगच त्यांना खरं वाटू लागलं.

टीलबरीचं गाव चांगलं पाचशे मैल दूर होतं, तिथली खबरबात काढणं केवळ अशक्य होतं. त्यामुळे दोघांची भिस्त तिथल्या वर्तमानपत्रावरच होती. दर गुरुवारच्या झीग्मोर साप्ताहिकात गावातील मृत्यू पावलेल्या लोकांची माहिती यायची आणि तो पेपर सॅलीच्या गावात पोहोचायला चक्क शनिवार उजाडायचा. त्यामुळे टीलबरीबद्दलची माहिती मिळावी याची कितीही उत्सुकता असली तरी बातमीसाठी एक आठवडा थांबायलाच लागे.

अखेरीस शनिवार उजाडला. चातकासारखी पती-पत्नी साप्ताहिकाची वाट

पाहत होते. झीग्मोर साप्ताहिक घरी येऊन पडले; पण त्याच वेळेस श्रीमती बेनेट घरी आल्या होत्या. श्रीमती बेनेट, तेथील धर्मोपदेशकाची पत्नी, धर्मादाय संस्थेसाठी काम करीत असे. आज ती फॉस्टर कुटुंबाकडे वर्गणी मागण्यासाठी आली होती. तिच्या बोलण्याकडे मात्र या पती-पत्नींचं अजिबात लक्ष नव्हतं. शेवटी ती वैतागली आणि दोघांच्या तटस्थ आणि कोरड्या वागण्याचं आश्चर्य व्यक्त करीत नाराज होऊन निघून गेली. ती घराबाहेर पडताच दोघांनी पोस्टातून आलेलं पार्सल घाईघाईनं फाडलं आणि शेवटच्या पानावरील गावातील लोकांच्या निधनाची वार्ता पाहण्यास सुरुवात केली. दुर्दैवानं टीलबरी काकांचं नाव मात्र त्या यादीत नव्हतं. अलेक नाराज झाली होती; परंतु जातीची किरीस्ताव असल्यानं स्वतःला सावरत तिनं टीलबरी जिवंत असल्याबद्दल देवाचे आभारही मानले.

"काका अजून गचकला कसा नाही?'' सॅली मात्र चांगलाच वैतागला होता.

"सॅली, जरा जपून शब्द वापर! इतका निष्ठुर आणि कठोर कसा झालास रे?'' अलेकनं त्याला फटकारलं, तसा तो भानावर आला आणि भावनेच्या भरात आपण असं बोलल्याचा त्याला पश्चात्तापसुद्धा झाला.

"अगं, मला असं काही म्हणायचं नव्हतं गं! कुणाला दुखवायचं पण नव्हतं गं! माझा माझ्यावर ताबाच राहिला नाही. माफ कर मला!'' तो ओशाळून म्हणाला. तिनं त्याला नजरेनंच माफ केलं.

टीलबरीच्या मृत्यूची बातमी तर अजून कळली नव्हती. त्यामुळे आठवडेच्या आठवडे असेच तणावात जायचे. तहान-भूक विसरून दोघंही आपल्याच विचारात दंग असायचे. वर्तमानातील जगणं जणू काही विसरूनच गेले होते. अलेक वेगवेगळे बचतीचे पर्याय शोधून काढायची, तर सॅली ते कसे खर्च करता येतील याची यादी बनविण्यात दंग असायचा... अर्थात, बायकोची परवानगी असेल तरच! परंतु तरीही दोघांच्या 'शेख चिल्ली' स्वप्नांची घोडदौड मात्र चालूच होती. जळी, स्थळी, काष्ठी, पाषाणी त्यांना भविष्यात मिळणारा पैसाच दिसत होता. स्वप्नंसुद्धा त्याचीच पडत होती. अजून टीलबरीकाका जिवंत आहेत, याचं भान त्यांना नक्कीच होतं. कळत-नकळत मात्र ते त्याच्या मरणाच्या बातमीची आतुरतेनं वाट पाहत होते. तोपर्यंत येणारा पैसा कसा आणि कधी खर्च करायचा की त्याची बचत करायची यावर दोघांचीही मतं भिन्न असली तरी त्याबद्दलचे स्वप्नातले इमले बांधणं काही थांबलं नव्हतं. पैसे राखून ठेवणं आणि पैशाला पैसा जोडणं यावर ती मात्र ठाम होती. आणि त्याच कल्पनाविश्वातील बराच पैसा आत्तापर्यंत गाठीशी जमलाही होता. आणि नवऱ्याला खर्च करण्याची थोडीशीही सवलत देण्यास ती तयार नव्हती. अर्थात हे सगळं मृगजळ आहे आणि यातला एक छदामही खरा नाही, हे मात्र मानायला ती वा तो दोघंही तयार नव्हते.

आता टीलबरीबद्दल विचार आपोआप एकेक आठवडा पुढे ढकलले गेले. शनिवारखेरीज त्याच्या मृत्यूची बातमी कळणं शक्य नव्हतं. टीलबरी पत्राप्रमाणे चार दिवसांचा सोबती असावा. लिहिल्याप्रमाणे कदाचित आतापर्यंत त्याचं निधनही झालं असावं. गावात एखादं नवीन आइस्क्रीम पार्लर वा असंच काहीतरी सुरू झालं असेल आणि संपादकाला तीच बातमी महत्त्वाची वाटू शकते. त्याचा अग्रलेख मोठा झाला असेल तर तो मृत्यूच्या बातम्या छापण्यात काटछाट करण्याची शक्यता नाकारता येणार नाही. मग या आठवड्यातील अशा शिळ्या बातम्या पुढच्या अंकात कदाचित येणारपण नाहीत. तेव्हा वीकली साप्ताहिकावर विश्वास तरी किती ठेवायचा? दोघांच्या मनात उलटसुलट विचारांचं काहूर माजलं होतं.

म्हणता म्हणता पाच महिने गेले. झीग्मोर साप्ताहिक दर आठवड्याला घरी येत होतं, त्यात आतापर्यंत तर टीलबरीबद्दलची एकही बरी-वाईट बातमी आली नव्हती. 'म्हातारा अमर आहे की काय!' असे टोकाचे विचार सॅलीच्या मनात येत होते. सहावा महिनाही उलटला. झीग्मोर आणि टीलबरी दोन्हीही शांतच होते. काकाच्या गावी जाऊन गुप्तपणे तेथील काही माहिती काढणं अवघडच काम होतं. कोणालाही शंका तर येता कामा नये. माझ्या मृत्यूची माहिती गावात विचारपूस करून काढू नये अशी स्पष्ट ताकीद पत्रात होती. वेषांतर करून गावात जावं आणि हळूच कानोसा घ्यावा का, असा बंडखोर विचारही त्याच्या मनात डोकावलाच होता.

अलेकनं मात्र स्पष्ट नकार दिला, "असला प्रस्ताव म्हणजे स्वत:च्या पायावर कुऱ्हाड घालण्यासारखं आहे. समजा कोणी ओळखलं तर सगळंच मुसळ जायचं केरात! तुझे टीलबरी काका फार धूर्त आहेत, त्यांनी हा सापळा मुद्दाम तर रचला नसेल?" आता अलेक स्पष्टपणे बोलली.

"त्यांची अटपण किती विचित्र आहे बघितलीस का? 'पैशानं मला आनंद विकत घेता आला नाहीच, तर फक्त त्रास आणि दु:खच भोगायला लागलं. त्यामुळे हा पैसा मला नको, असा घातक आणि त्रास देणारा पैसा माझ्या नंतर तुझ्याकडेच ठेव.' तू या पत्राची आणि त्याला मिळणाऱ्या पैशाची कोठेही आणि कधीही वाच्यता करणार नाहीस. माझ्याबद्दल कोणतीही माहिती माझ्या मृत्यूआधी मिळविण्याचा प्रयत्नही करणार नाहीस, तसंच माझ्या फ्युनरलला तुला येता येणार नाही. त्यामुळे हे सर्व पैसे माझ्या मृत्यूनंतरच मिळतील. हे सारं काही फार प्रेमानं लिहिलंय असं वाटतं का तुला? जिवंत असताना कधी प्रेमानं वागले नाहीत, ते तुला सुखासुखी पैसा देतील असं वाटतंय का?"

"तेव्हा असा विचार मनातून काढून टाक. तुझी फजिती बघायचाच त्यांचा डाव असेल. काकांचं तुझ्यावर नक्कीच लक्ष असावं. तू चुकून जरी त्याची माहिती काढायचा प्रयत्न केलास तर ते पैसे तुला मिळणार नाहीत; पण काळजी करू नकोस, मी आहे तुझ्याबरोबर! त्यांचा हा डाव मी मुळीच यशस्वी होऊ देणार नाही. आपण हे सगळं धीरानं घेऊ."

सॅलीनं नाराजीनंच मान डोलावली. त्याचा चेहरा फार उतरला होता. ते बघून अलेकलाही वाईट वाटलं; पण त्याला उल्हसित करण्यासाठी ती म्हणाली, "तू घाई करू नकोस, उतावळापण होऊ नकोस. आपण धीरानं आणि शांतपणे घेऊ यात. काहीतरी मार्ग निघेल. तोपर्यंत, येणाऱ्या पैशाचा कसा वापर करायचा आणि कुठे गुंतवायचे याचा विचार करायला तर कोणी अडवणार नाही ना?" अलेकनं त्याला धीर दिला.

"इतकी घाई करायला नको. पैसे आज ना उद्या आपल्यालाच मिळणार आहेत. आणि त्या पैशाची भविष्यातील तरतूद मी खूप चांगली आणि विचार-पूर्वक केली आहे. तीस हजाराची रक्कम मी आता अगदी हजारो डॉलर्सवर नेली आहे. त्यामुळे जणू काही भविष्यातील श्रीमंतीत आजच आपण लोळतोय, हवं तर असं समज! पटतंय ना तुला?"

अलेकच्या बोलण्यानं त्याचा उत्साह वाढला. त्यानं आनंदानं मान डोलावली.

"आता देवाचे आभार मानायला हवेत. काळजी तर मुळीच करायची नाही. देव पाठीशी आहे म्हणूनच पैशाची रास आपल्यासमोर उभी आहे. त्याखेरीज हे शक्य झालं असतं का?" त्यामुळे परत दोघंही स्वप्नरंजनात मग्न झाले. भविष्यात, पण कल्पनेतला मिळणारा खात्रीचा पैसा त्यांना वास्तवापासून दूर नेत होता. दुर्दैवानं याची त्या दोघांना काहीच जाण नव्हती.

स्टॉक मार्केट, शेअर्स, त्यातील गुंतवणूक दोघांचे परवलीचे शब्द झाले होते. दिवास्वप्नंच त्यांना सत्य वाटू लागली. अलेकनं 'डेली शिकागो' आणि 'वॉल स्ट्रीट जर्नल'ची वर्गणी भरली आणि दररोजच्या शेअर्सच्या उलाढालीचा बारकाईनं अभ्यास करू लागली. दर रविवारच्या बायबलइतकंच स्टॉक मार्केटचं वाचनही तिला महत्त्वाचं वाटू लागलं. पहिल्यापासून ती तल्लख बुद्धीची, महत्त्वाकांक्षी आणि हुशार होती. त्यामुळे हळूहळू स्टॉक मार्केटमध्येही तिचा चांगलाच जम बसला आणि ती आभासी पैसा सतत गुंतवत राहिली. तिच्या कल्पनेतला पैशाचा खेळच तिला खरा वाटू लागला. शेअर्सचा भाव कसा आणि किती वाढतोय यावरून आपल्या कुटुंबाचं आर्थिक स्वास्थ्य आणि राहणीमानही तिला उंचावलेलं वाटू लागलं. कल्पनेतले इमलेच खरे वाटू लागले. काही दिवसांनंतर पैसे गुंतवणं आणि त्यामुळे पैशानं पैशाची वाढ होणं हा तिचा खेळ बनला. त्या आभासी

जगातच ती रमू लागली. तिची गुंतवणूक, त्यातील नफा आणि मिळणाऱ्या पैशाची आभासी रास याचं सॅलीला भारी कौतुक होतं आणि त्याला बायकोचा अभिमानही वाटत असे. शेअर मार्केटमधील आभासी गुंतवणुकीनं आता चांगलीच गती प्राप्त केली होती. सुरुवातीला कोळशाच्या खाणीत गुंतवलेल्या शेअर्समुळे वर्षाच्या आतच जवळजवळ तीनशे टक्के नफा, अर्थात आभासी नफा मिळाला होता.

तीनशे टक्के नफा म्हणताच दोघांचेही डोळे विस्फारले. त्यांचा आनंद गगनात मावेना. धीर करून तिनं उरलेले वीस हजार डॉलर्सही गुंतविले. अर्थात हे सारे आभासी पैसे असले तरी त्या क्षणी मात्र दोघांना ही गुंतवणूक धाडसाची आणि खरी वाटत होती. कल्पनेतील शेअर ब्रोकरला काल्पनिक ऑर्डर दिली आणि आभासी कमिशनही दिलं गेलं. असा हा दोघांचा आभासी प्रवास सुरूच राहिला. हळूहळू त्यांची कमाई एक लाख डॉलर्स इतकी झाली. दोघांच्या स्वप्नांनी आता गगनभरारी घेतली होती. त्यांचं छोटंसं टुमदार लाकडी घर आता साधं घर राहिलं नव्हतं. दगड-विटांचा दोन मजली आलिशान बंगला, लोखंडी गेट... हॉलमध्ये लटकणारं चमकणाऱ्या लोलकांचं झुंबर, दिवाणखान्यातील आलिशान लाल गालिचा... याखेरीज दारात बग्गी, घोडे हे तर होतेच. ही यादी संपता संपत नव्हती.

तेव्हापासून बाहेरील लोकांना आणि त्याच्या दोन्ही मुलींना आपलं घर नेहमीसारखं लाकडीच वाटलं, तरी या दोघांसाठी मात्र तो एक आलिशान बंगलाच होता. आपल्या आभासी आणि कल्पनेतील जगातच दोघं रमले होते. हळूहळू त्यांचे काल्पनिक खर्चपण वाढू लागले. हा खर्च आपण सहज करू शकतो, आपल्याला काय कमी आहे असाच विचार दोघं करू लागले. लाख डॉलर्सची काल्पनिक कमाई झाली त्या दिवशी रात्री दोघं खूप आनंदात होते. कसंही करून आपण हा आनंद साजरा केलाच पाहिजे. साजरा तर करायचा; पण ही बातमी गुप्तही राहिली पाहिजे. आनंद साजरा कसा करावा? साजरा करण्यासारखा कोणता दिवस निवडावा? घरात कोणाचा वाढदिवसपण इतक्यात नाही; मग निमित्त तरी कुठलं सांगायचं? या विचारांनी दोघांना झोप आली नाही. आपण खूप श्रीमंत झालो आहोत, ही आनंदाची बातमी, मुलींपासून लपवायची की त्यांना सांगायची हेही दोघांना सुचेना. 'कोलंबस डे'! कोलंबसनं अमेरिकेचा शोध लावला तो दिवस! आनंद साजरा करायला याहून अधिक चांगला दिवस तो कोणता? अलेकला नवऱ्याचा खूप अभिमान वाटला. आनंद साजरा करायला सयुक्तिक आणि योग्य निमित्त मिळालं होतं.

अशा रीतीनं अखेरीस घरी एक पार्टी तर झालीच. मित्रमंडळी जमा झाली. तरुण फ्लॉसी, ग्रेसी, तिचा रुबाबदार भाऊ ॲडेलबर्ट आणि त्याचा उमदा तरुण मित्र डिलकिनसुद्धा समारंभास हजर होते. ॲडेलबर्ट आणि डिलकिन यांचं घरी नेहमीच येणं-जाणं होतं आणि सॅलीच्या दोन्ही मुलींशी त्यांची मैत्री होती. नुसती मैत्रीच नव्हे तर किंबहुना त्यापलीकडच्या हळुवार आणि गहिऱ्या नात्याचीही सुरुवात होती. अलेक आणि सॅली दोघांनाही याची पूर्ण कल्पना होती आणि त्यांचा त्यासाठी होकारही होता. त्यांच्या मुलींसाठी याहून योग्य वर शोधूनही सापडले नसते; पण आता परिस्थिती बदलली होती. आता ॲडेलबर्ट आणि डिलकिनसारखे कनिष्ठ मध्यम वर्गातील युवक आपल्या मुलींना शोभणार देखील नाहीत. दोघींसाठी आता कमीतकमी वकील अथवा एखादा व्यापारीच शोधायला हवा. आपल्या प्रतिष्ठेस शोभणारे आणि त्याच उच्च दर्जाचे जावई शोधायचे हा त्यांचा निर्णयही पक्का झाला. सध्याच्या आभासी श्रीमंतीमुळे आता फॉस्टर कुटुंबाचा आर्थिक स्तर बराच उंचावला होता. खर्च तर वाढतच होता; पण अपेक्षांचं ओझंही वाढत चाललं होतं; पण कुठे बोलायची सोय नव्हती. त्यामुळे सगळे विचार मनातल्या मनातच!.

पार्टी चालू असताना अलेक आणि सॅलीचं वागणं इतरांना जरा वेगळंच वाटलं. त्यांचं वागणं, बोलणं पूर्वीसारखं हसतंखेळतं राहिलं नव्हतं. थोडे गुर्मीत आणि आढ्यतेनं दोघं पाहुण्यांचं स्वागत करत होते. बोलताना अदबीनं, पण थोडंसं अंतर राखून! अती खानदानी दिसण्याचा आणि वागण्याचा प्रयत्न करीत होते. थोडेसे चढेल, गर्विष्ठ आणि उच्चभ्रू! पूर्वी हे जोडपं अगदी साधंसुधं, आनंदी, समाधानी आणि सगळ्यांशी मिळूनमिसळून खेळीमेळीनं वागत असे. त्यामुळे आजच्या त्यांच्या अशा वेगळ्या वागणुकीचं सगळ्यांना आश्चर्य वाटलं. त्यांचं वागणं इतरांना थोडंसं गूढ आणि विचित्रही वाटू लागलं; पण अंदरकी बात कुणालाच ठाऊक नव्हती. मुलींच्या मुद्द्यावर मात्र सध्यातरी दोघं तटस्थ होते. इतक्या घाईघाईनं कोणता निर्णय घ्यायला नको, हे अलेकचं म्हणणं सॅलीला पटलं; कारण अलेक कधी भावनेच्या आहारी जाऊन निर्णय घेणारी नव्हती. ती व्यवहारी आणि अचूक निर्णय घेईल याची त्याला खात्री होती.

"आपण कोणालाही न दुखवता आपल्या मुलींसाठी खानदानी आणि प्रतिष्ठित घरातील मुलांचा शोध घेऊ या. अलेक, तुझ्या डोळ्यांसमोर अशी कोणती उपवर मुलं आहेत का?'' त्यानं आतुरतेनं विचारलं.

"सध्यातरी इतका पुढचा विचार मी केला नाही. थोडी चौकशीपण केली पाहिजे. नाहीतर फर्नांडीस आहे, तो वकील आहे. तसाच तो दातांचा डॉक्टर फुल्टनसुद्धा आहे; पण इतक्यात नको. त्यांना नंतर कधीतरी जेवायला बोलवू या.

त्या निमित्तानं मुलींची ओळखही होईल. सगळं काही सावधपणे आणि विचारपूर्वक केलं पाहिजे. शेवटी मुलींच्या आयुष्याचा प्रश्न आहे.''

अलेकची स्वप्नातील घोडदौड चालूच होती. तीन आठवड्यांतच एक लाखाचे चार लाख डॉलर्स व्हायला वेळ नाही लागला. परमोच्च आनंदाचा क्षण होता तो. रात्रीच्या जेवणात आज खोटी खोटी शॅम्पेनची बाटलीपण होती. त्यांच्या कल्पनेला आता अधिकच पंख फुटले. आत्ता वकील अथवा डॉक्टर भावी जावयाच्या यादीतून काढून टाकले, त्याची जागा आता बँकर आणि पोर्क पॅकरने घेतली.

नशिबाने परत एकदा साथ दिली आणि गुंतवलेल्या शेअर्सचे भाव पुन्हा वधारले, चार लाखाचे पन्नास लाख व्हायला अजून फारसा वेळ नाही लागला. आता मात्र दोघांचा आपल्या नशिबावर विश्वासच बसेना. वास्तवापासून ते कित्येक मैल दूर गेले होते. कल्पनाविश्वातील पैसा, ते शेअर्स, त्यातून मिळणारा नफा हे त्यांना खरंच वाटत होतं. बँकर आणि पोर्क पॅकरची जागा आता गव्हर्नरच्या आणि खासदाराच्या मुलानं घेतली.

सुखाच्या खोट्या खोट्या हिंदोळ्यावर दोघंही डोलत होती, खूश होती. अलेकच्या हाती जणू काही 'मिडास टच' होता, ज्या शेअर्सला ती बोली लावेल, त्याचं सोनं झालं. पैशांच्या राशी डोळ्यांसमोर होत्या, त्या इंचाइंचानं वाढतच होत्या. या आभासी जगण्याला अंतच नव्हता का? म्हणता म्हणता दोन वर्षं गेली. टीलबरीकाका, त्यांचं पत्र या गोष्टीपण आता गौण झाल्या. कल्पनेतलं दोघांचं जगच त्यांच्यासाठी सत्य होतं. काकांनीच त्यांना हा मार्ग दाखविला होता. आता अलेक तीस लाख डॉलर्सची मालकीण होती. भारावून गेल्यासारखे दोघं सत्यापासून मैलोन्‌मैल दूर असलेल्या आभासी जगात वावरत होते.

दिवस-रात्र घरातील सर्व दैनंदिन कामं, जशी की घर झाडणं, स्वयंपाक करणं, भाजीपाला आणणं... अलेक सगळंच यंत्रवत् करत असे. सॅलीचंही ऑफिसमध्ये लक्ष लागत नसे. हळूहळू मात्र मानसिक ताण असह्य होऊ लागला. बोलता बोलता स्वप्नातील उलाढाल कोटींची झाली. इतके पैसे आणि त्याची गणिती उलाढाल दोघांना झेपेना आणि शेवटी दोघांनी यातून मार्ग काढायचं ठरवलं. आपण खूप कष्ट घेतले आणि इथे येऊन पोहोचलो. आता विश्रांती घेण्याची वेळ आहे. त्यांनी आत्तापर्यंत केलेल्या गुंतवणुकीचा आढावा घ्यायचा ठरविला. अर्थात सगळा कल्पनेचा खेळ होता; पण त्यांच्यासाठी मात्र तेच वास्तव होतं. त्यांनी शेअर्सची यादी केली. रेल्वे सिस्टीम, स्टॅन्डर्ड ऑइल कंपनी, ओशन केबल्स, डायल्युटेड टेलिग्राफ, स्टीमर लाइन्ससारख्या अनेक नामवंत कंपन्यांचे शेअर्स आणि त्यावर मिळणारा डिव्हिडंड याची नुसती गोळाबेरीज जरी

केली तरी त्यांची गणना अमेरिकेतील कोट्यधीशांमध्ये झाली असती. आता त्यांनी बिझिनेसमधून निवृत्त व्हायचं ठरवलं.

पैसे कसे खर्च करायचे याचीच चर्चा दोघंही करू लागले. कल्पनेतलं हेच आभासी जग त्यांना खरं वाटत होतं आणि हे जग इतकं सुखावह आणि आनंदी होतं की ना त्यांना खऱ्या जगाची पर्वा वा चिंता! दुसरीकडे घरखर्च, मुलींची देखभाल आणि इतर सर्व खर्च तर सत्यातले होते आणि ते टाळणंही अशक्य! दैनंदिन संसार तर त्यांना चुकला नव्हता. त्यासाठी लागणारा पैसा तर आभासी नव्हता, तो खर्च भागवणं तर अनिवार्य होतं. सॅली हळूहळू स्टोअरमधून थोड्या थोड्या वस्तू चोरून घरी आणू लागला. आधी छोट्या-मोठ्या वस्तू, मेणबत्त्या, मेपल सिरपसारख्या. नंतर फळं, किराणा, सीलबंद खाण्याचे डबे, साबण आणि इतर बरंच काही. एकदा अधोगतीला सुरुवात झाली की त्याला अंतच नसतो. सुरुवातीला अलेकच्या पापभीरू स्वभावाला पटायचं नाही; परंतु हळूहळू तिलाही याची सवय झाली, किंबहुना तिनं सवय करून घेतली. हे सत्य कटू होतं. त्यापासून पळून जाण्याचा एकच मार्ग, तो म्हणजे पुन्हा आपल्या भ्रामक जगात विसावण्याचा!

तिथला पैसा खोटा होता; पण तोच समाधान देत होता. अलेक-सॅलीनं मिळून एक युरोपची आभासी टूरपण केली. रोम, पॅरीस, लंडन... स्वप्नांच्या दुनियेत जगभर फिरून आले दोघं! अलेकनं वेगवेगळ्या युनिव्हर्सिटीज उभ्या केल्या. अलेक तिच्या आभासी जगात सॅनिटोरियम, नोबल सोसायटी, चर्चेस अशा अनेक इमारती उभ्या करीत होती. अनेक लोकोपयोगी कामांसाठी काल्पनिक खर्च करत होती, तेव्हा सॅली मात्र त्याच्या स्वभावाप्रमाणे पैसे उधळण्याचा मार्ग शोधत होता. पोकर खेळणं, जुगारात पैसे उडविणं, दारूच्या पार्ट्या करणं हेच त्याचं मनोरंजनाचं साधन होतं. चांगलं काम केलं म्हणून जेव्हा रोमच्या चर्चमध्ये पोप अलेकचा सत्कार करत होते, तिच्या कार्याचं कौतुक होत होतं, तेव्हा त्यानं मात्र मोन्ते कार्लो बँकेवर काल्पनिक दरोडा घातला होता. कल्पनेतील असेल; पण तो खरंच विरोधाभास होता.

आपलं वर्तन स्वप्नातही किती खालच्या पातळीवर आहे, याचा विचार मनात येताच मात्र त्याला स्वत:चीच लाज वाटली. रडू आवरेनासं झालं आणि त्यानं तिची क्षमा मागितली. सॅली भविष्यात मिळणारे पैसे अशा रीतीनं खर्च करेल याची तिने कल्पनाही केली नव्हती. त्यामुळे ऐकून तिला धक्का बसला; पण शेवटी तो तिचा लाडका सखा होता, तेव्हा उदार मनाने तिने त्याला माफ केले. पती-पत्नीचे स्वप्नरंजन असेच काही दिवस चालू राहिले.

एका सुंदर रविवारी दोघंही आपापल्या दिवास्वप्नात नौकाविहार करण्यात मग्न होते. हल्ली दोघंही एकत्र असताना एकमेकांशी फारसे बोलत नसत. त्यांच्यातील पूर्वीचा उत्साह आता राहिला नव्हता. नेहमी एकत्र स्वप्नं बघणारी, मनानं एकरूप झालेली, सुख-दुःख वाटून घेणारी दोघं जणं, आता एकमेकांपासून दुरावली. वरवर अलेकनं आपल्या नवऱ्याला माफ केलं असलं; तरी तिच्या मनातून तो साफ उतरला. सॅली इतक्या खालच्या पातळीवर जाऊ शकतो, हा विचारच तिला त्रासदायक होता. ती मग प्रत्यक्षातसुद्धा त्याला टाळण्याचा प्रयत्न करू लागली. त्याचा सहवासही तिला नकोसा झाला. मनातून त्याच्याबद्दल घृणा वाटू लागली. स्वप्नातच नव्हे तर सत्यातही त्याच्याबद्दलची तिरस्काराची भावना तीव्र झाली होती. दोघांच्यात मानसिक आणि शारीरिक दुरावा निर्माण झाला.

हा त्याचा एकट्याचाच दोष होता का? नाही, एकमेकांपासून दूर जाण्याचं अजून एक कारण होतं. अलेकनंसुद्धा स्वप्नं पाहताना सॅलीपासून अनेक गोष्टी लपवून ठेवल्या. स्वप्नात मिळालेलं हे भलं मोठं पैशाचं घबाड तिनं त्याच्या नकळत स्टील आणि रेल्वेच्या शेअर्समध्ये पूर्णपणे गुंतवून टाकलं. गुंतवणुकीचा इतका मोठा निर्णय त्याला न सांगता स्वतःच्या हिमतीवर घेतला. एक प्रकारचा जुगारच होता तो! तोही नवऱ्याच्या नकळत! एका अर्थी तिनंही त्याला फसवलंच होतं. हा लपाछपीचा आभासी जगातला डाव पुढे मात्र दोघांना चांगलाच महागात पडला.

ती शेअर्सच्या गुंतवणुकीच्या विचारात मग्न होती. सॅलीच्या मनात मात्र इतरच विचार घोळत होते.

''अलेक, मुलींच्या बाबतीत आपण चूक तर नाही केली? जवळजवळ पाच वर्षं झाली. दोघींसाठी स्थळं पाहिली की तू दर वेळेस अधिक चांगल्या स्थळासाठी लग्न पुढे ढकलतेस. ॲडेलबर्ट आणि डिलकिनला आधी नकार दिलास, नंतर वकील आणि डेन्टिस्ट दोघांना डावललंस. नंतर बँकर आणि पोकरला नापसंत केलंस. आता तर खासदार आणि गव्हर्नरच्या मुलांनाही नाही म्हणतेस. आता काय अमेरिकेच्या प्रेसिडेन्ट आणि सेनेटरच्या मुलांना शोधायचं का? हे जरा अति होतंय असं नाही का वाटत तुला? आता हे शोधचक्र थांबव आणि मुलींनाच निवडू देत त्यांचे जोडीदार!''

अलेक मनातल्या मनात हसत होती. तिची झेप फार पलीकडची होती, त्याची सॅलीला कल्पनादेखील नव्हती. तिच्या डोळ्यांपुढे आता फक्त राजघराण्यातील स्थळं होती. सॅलीला हे सांगताना तिचे डोळे विलक्षण चमकत होते.

हे ऐकताच त्याचा स्वतःच्या कानांवर विश्वास बसेना. थोड्या वेळानं तो भानावर आला. अलेकबद्दलची आदराची भावना द्विगुणित झाली. तिच्यावरचं प्रेम पुन्हा एकदा उफाळून आलं.

"अलेक, तू खरंच कमाल आहेस. तुझ्याइतकी हुशार आणि कर्तबगार स्त्री आख्ख्या दुनियेत शोधूनसुद्धा सापडणार नाही. मी तर अजून तुला पूर्ण ओळखलं पण नाही. मी तुझ्यापुढे आदरानं हात जोडतो. तू खरंच महान आहेस, तुझ्या प्रतिभेला माझा सलाम! तू नक्कीच काहीतरी मोठा प्लॅन केलेला दिसतोय, त्याखेरीज इतकी मोठी उडी घेणार नाहीस."

राजघराण्यातील स्थळं, त्यांचे मानमरातब आणि त्यांच्याशी होणारी सोयरिक अलेकसाठी आता फक्त स्वप्नच राहिलं नव्हतं, तर ते सत्यात आणण्याची जणू तिला घाईच झाली होती. इतकी ती दिवास्वप्नात मग्न झाली होती. पुढील तीन-चार दिवस स्वर्गसुखातच गेले. तीन ते चार दिवसांतच तिला पैशाची लॉटरी लागणार होती. शेअर बाजारातील चढती कमान तिला आता सर्वांत मोठा फायदा करून देणार याची तिला खात्री होती. म्हणूनच तिनं आतापर्यंत जमविलेली सर्व पुंजी, भाग भांडवल पणाला लावलं होतं. आभासी असलं तरी त्या क्षणी मात्र तिला आपण खरंच मोठा जुगार खेळतोय याचं टेन्शनही आलं होतं.

इतरांचं साधं बोलणंही ऐकण्याच्या मन:स्थितीत दोघंही नव्हते. त्यांचं आभासी दुनियेतील स्वप्नच त्यांना सत्य वाटत होतं, इतके दोघंही आपल्याच विचारात गढून गेले होते. सॅलीचं कामात अजिबात लक्ष नव्हतं. तो तर पुरता गोंधळून गेला होता. मॉलमध्ये काउन्टरवर गिऱ्हाइकांनी साबण मागितल्यास मेणबत्त्या अथवा इतरच काही वस्तू देत होता. साखर किंवा गूळ विकताना वाराचा आणि मीटरचा भाव लावत होता. एकंदरीत काय तर तो आता भानावर नव्हताच. अलेकची कहाणी काही फारशी वेगळी नव्हती. कपड्यांऐवजी चुकून एकदा मांजरीलाच वॉशिंग मशीनमध्ये टाकणार होती आणि त्याच वेळी तिनं कपड्यांसमोर दुधाची वाटी सरकवून ठेवली. दोघांचं असं विचित्र वागणं इतरांना बुचकळ्यात टाकणारंच होतं. फॉस्टर कुटुंबाचं डोकंबिकं फिरलं आहे का, असा शेजाऱ्यांना प्रश्न पडला. अलेक आणि सॅली मात्र वास्तवतेपासून मैलोन्‌मैल दूर गेले होते. त्यांना कसलंच भान राहिलं नव्हतं.

आजचा दिवस फार महत्त्वाचा आणि निर्णायक! आजची शेअर्सची उलाढाल आणि तिला मिळणारा नफा याखेरीज तिला काहीच सुचत नव्हतं. आज सर्व शेअर्स विकायचे आणि मिळेल तो नफा घेऊन जिवाची चैन करायची. दोघं उत्साहात होते आणि काल्पनिक शेअर ब्रोकरबरोबर डील करण्याच्या तयारीत असताना अचानक अतर्क्य घडलं आणि कधी नव्हे ते शेअर मार्केट पूर्णपणे गडगडलं. मार्केट कोसळण्याची ही एक ऐतिहासिक घटनाच होती. होत्याचे नव्हते झाले. अलेक तर मटकन खालीच बसली. हवेतलेच असले तरी त्यांच्या-साठी ते खरंच पैशाचे मनोरे होते. आतापर्यंतची तिची चतुराई, हुशारी, चलाखी

एका क्षणात नाहीशी झाली. तिला चक्क रडू फुटलं. कालपर्यंत हुशार आणि कर्तबगार असणारी अलेक जणू काही सामान्य आणि कफल्लक गृहिणी झाली आणि सॅलीच्या गळ्यात पडून ढसाढसा रडू लागली. तिलाच आता मानसिक आधाराची गरज होती.

"मला माफ कर. मीच घाई केली, अति हव्यासही केला. आपल्या मुलींशी आता कोण लग्नाला तयार होईल? मी खूप मोठी चूक केली. आता तर साधा डेन्टिस्टसुद्धा आपल्या मुलींशी लग्न करणार नाही. कफल्लक झालो आपण!"

तिच्या दुःखाला पारावार राहिला नाही. हा मानसिक धक्का सॅलीलासुद्धा पचवणं अवघड होतं. अलेकवर रागावून काहीच फायदा झाला नसता; उलट ती अजूनच दुखावली गेली असती. जसजसे स्वप्नांचे डोलारे कोसळले तसतसं त्याला वास्तवतेचं भान आलं. अलेकला सावरणं हेच महत्त्वाचं होतं. त्याला प्रथमच शहाणपणा सुचला. त्यानं तिला कुशीत घेतलं आणि समजावलं.

"ए वेडाबाई! रडतेस कशाला? अगं, आपलं काहीच नुकसान झालं नाही. तू पैसे गुंतवत गेलीस, नफाही होत गेला. शेवटी तोटा झाला आणि आपण सर्व पैसे गमावून बसलो; पण हे सगळं काही खरं होतं का? नाही ना? आपण तर सगळे कल्पनेतलेच इमले बांधत होतो ना? मिळणारा नफाही खरा नव्हता आणि झालेला तोटापण खरा नाही. आपल्याला मिळणारे खरेखुरे तीस हजार तर अजून शाबूत आहेत ना? त्या पैशाला तर आपण हातही लावला नाही. जेव्हा काकांचे खरेखुरे पैसे मिळतील तेव्हा आपण सावकाश आणि विचार करून गुंतवू. तुझा इतक्या दिवसांचा अनुभव आहेच आपल्या गाठीशी! तू कशाला वाईट वाटून घेतेस? आपल्याला भरपूर नफा मिळणार, मुलींची लग्नं होणार, थाटातच होणार. थोडे दिवस थांबायला लागेल इतकंच!"

सॅलीची मात्रा लागू पडली. अलेक बऱ्यापैकी शांत झाली. नफा, तोटा सगळं काही खोटं होतं, आपलं काहीच नुकसान झालं नाही, याचा आनंद तिच्या चेहऱ्यावर स्पष्ट दिसत होता. दोघांना चांगलाच धडा मिळाला होता आणि भविष्यातील शंभर टक्के मिळणाऱ्या खऱ्या खऱ्या पैशाला कोणताही धक्का लागला नाही याचा आनंदही झाला होता. दोघंही या मानसिक धक्क्यातून सावरत नाहीत तोच दरवाज्याशी कोणी एक पाहुणा आला .

झीग्मोर साप्ताहिकाचा संपादक! त्याची दूरची मावशी याच गावात शेवटच्या घटका मोजत होती, तिला भेटायला तो येणारच होता. आलोच आहोत तर वसुली करूनच जाऊ अशा विचारानं तो फॉस्टर कुटुंबाचं घर शोधत शोधत आला. सत्य असं होतं की फॉस्टर जोडपं कल्पनेतल्या विश्वात इतकं रमलं होतं की गेल्या चार वर्षांत त्यांनी झीग्मोरची वर्गणीच भरली नव्हती. तेव्हा त्यांच्याकडून

आत्तापर्यंतची सहा डॉलर्सची थकबाकी वसूल करण्याच्या उद्देशानंच तो त्यांच्या घरी आला. असला पाहुणा दाराशी आल्याने त्यांना हर्षवायू व्हायचाच काय तो बाकी होता. आता टीलबरीकाकांची सर्व माहिती मिळेल. ते अजून हयात आहेत की नाही या सर्वच गोष्टींचा खुलासा होईल. संपादकाकडून सर्व माहिती काढून घेऊ या, असा विचार सॅलीने केला. बोलता बोलता टीलबरी फॉस्टरचा उल्लेख झालाच! ''कसे आहेत ते? बरे आहेत ना?'' सॅलीनं सहजच विचारल्यासारखं केलं.

''बरे? अहो त्यांना जाऊन आता चांगली पाच वर्षं होतील.'' संपादक उत्तरला.

''अरेरे! फार वाईट झालं! पण मृत्यू कोणाला चुकला आहे का? धनिकांनाही एक दिवस मृत्यूला सामोरं जावं लागतं. श्रीमंत असो वा गरीब, मृत्यूचा फेरा कोणालाच चुकला नाही.'' वरकरणी चेहऱ्यावर कोणताही आनंद न दाखवता सॅलीनं दुःखानं सुस्कारा सोडला.

''टीलबरी फॉस्टर? आणि श्रीमंत? काय बोलताय तुम्ही? महालबाड माणूस! तुमचं-त्याचं काही नातं होतं का? अहो, त्याच्याकडे तर एक फुटका दमडाही नव्हता. त्याचे अंत्यसंस्कारही सरकारी खर्चानं करावे लागले.'' संपादक कुत्सितपणे म्हणाला.

हे ऐकताच फॉस्टर दांपत्य अवाक्‌च झालं. क्षणभर दोघांना काही सुचेना. त्यांचे हात-पाय गार पडले होते. फारच मोठा मानसिक धक्का होता त्यांच्यासाठी.

''तुम्ही नक्की टीलबरीकाकांबद्दल बोलताय ना?'' क्षीण आवाजात अलेक म्हणाली.

''अहो, ते वारले तेव्हा मीच होतो तिथे! मरताना त्यांच्याजवळ फक्त एक हातगाडी होती, तीपण मोडकी. तिचा काही उपयोगही नव्हता म्हणा! कसेबसे सगळे अंत्यविधी उरकले.''

फॉस्टर जोडपं जागेवरच खिळून होतं. त्यांना काहीच सुचत नव्हतं. काही वेळानंतर संपादक महाशय निघून गेले, त्याचीही जाणीव दोघांना नव्हती. हे सत्य पचवणं फार अवघड होतं. दोघंही भ्रमिष्टासारखे वागत होते. अलेकनं सॅलीला चिमटा काढला. इतके दिवस सतत तीस हजार डॉलर्स आणि त्या अनुषंगाने येणाऱ्या लाखो-करोडोंच्या स्वप्नांचा चुराडा झाला होता. जणू पत्त्यांचा बंगला क्षणार्धात कोसळला होता. एक भयाण शांतता, जी दोघांनाही असह्य झाली होती. गेली पाच वर्षं गगनात भरारी मारणारा त्यांचा पतंग कोणीतरी मांजानं करकचून काटला. कोणतंही सत्य स्वीकारायची त्यांची मानसिक क्षमताही नव्हती. खचून गेले होते दोघं. जगण्याची उमेदच राहिली नव्हती. हात हातात धरून अवकाशात शून्य नजरेनं पाहत ते तासन्‌तास बसले. मध्येच एखादा सुस्कारा

नाहीतर एखादं निरर्थक वाक्य! प्रेमानं, पण हताश नजरेनं एकमेकांना धीर देण्याचा प्रयत्नही करीत होते. नि:शब्दपणे मध्येच कधीतरी एकमेकांना कुरवाळत स्वत:लाच माफही करत होते. तुला कधी सोडून जाणार नाही; आपण बरोबरच हे दु:ख पचवू... थोडा काळ गेल्यावर सारं काही ठीक होईल, यातूनही आपण सावरून बाहेर पडू, असं खोटं आश्वासनही देत होते; पण त्याचबरोबर त्या बोलण्यातील फोलपणा दोघांनाही कळून चुकला होता.

मानसिक धक्क्याबरोबर शरीरानंही कच खाल्ली. दोन वर्षं गेली. हळूहळू सॅली आणि अलेक दोघंही खंगत खंगत मरणाच्या दारावर येऊन ठेपले. आयुष्याची सोन्यासारखी पाच वर्षं भ्रामक सुखाच्या मागे लागले आणि आयुष्याची नासाडी करून घेतली. आता फक्त अंधकार!

''योग्यता नसताना अचानक येणारा पैसा हा एक सापळाच असतो. तो पैसा आपला कधीच नव्हता. त्यामुळे भलं तर नाहीच झालं, उलटपक्षी आनंदी, सुखी आणि समाधानी संसार आपण गमावून बसलो. आयुष्याची भली मोठी किंमत चुकवायला लागली. काय मिळालं आपल्याला? हातचं सोडून पळत्यापाठी धावल्याची जबरदस्त शिक्षा मात्र मिळाली. कमीतकमी इतरांनी तरी यापासून धडा घ्यावा.'' अलेक मरणासन्न अवस्थेत पश्चात्तापानं दग्ध झाली होती.

सॅलीपण मृत्युपंथास लागला होता. मरणाच्या दारात असताना काहीसं बरळत होता.

''काकांना तर पैशानं कधीच सुख दिलं नाही. त्यांनी माझ्यावर सूड घेतला. मी काय त्यांचं वाईट केलं होतं? काका निष्ठुर होते, खिशात एक दमडी नसताना फक्त मला त्रास द्यायचा, माझं जगणं हराम करायचं म्हणूनच त्यांनी विचारपूर्वक तीस हजार डॉलर्स दिल्याचं नाटक केलं. पैशाचा मोह वाटेल आणि खरी नसलेली आभासी मिळकत वाढविण्याच्या नादात मी जीवनातील सुख आणि शांती गमावून बसेन. माझं आयुष्य, माझं कुटुंब बरबाद करण्याचाच त्यांचा डाव होता. म्हणूनच त्यांनी मला अशी खोटी पैशाची लालूच दाखविली. मीपण या आमिषाला बळी पडलो. त्यांनी पत्रात लिहिलं होतं की पैशानं मला आनंद विकत घेता आला नाहीच, तर फक्त त्रास आणि दु:खच भोगायला लागले. त्यामुळे हा पैसा मला नको. असा घातक आणि त्रास देणारा पैसा माझ्यानंतर तुझ्याकडेच ठेव. त्यांच्या जाळ्यात मी कसा काय अडकलो आणि आपल्या सुखी संसाराची, आयुष्याची वाट लावली. असे कसे हे काका! त्यांच्याकडे ना प्रेम ना दयामाया! मी मात्र सारं काही गमावून बसलो.''

मृत्यूच्या दारातील असा हा दारुण शेवट! सॅली आणि अलेकचा!

◆

बघता बघता स्वर्गवासी होऊन मला चक्क तीस वर्षं होऊन गेली. आता मात्र मी अस्वस्थ होऊ लागलो. तुम्हीच विचार करा की गेली तीस वर्षं मी अवकाशात नुसता सुसाट फिरतोय, एखाद्या धूमकेतूसारखा! अगदी खरंय, एखाद्या धूमकेतूसारखा! अर्थात अशा कित्येक चिल्लर धूमकेतूंना मी गेल्या तीस वर्षांत मागे टाकलंय म्हणा. असे हे धूमकेतू चक्राकार वळसे घेत असतात आणि गोलाकार फिरतात; पण मी मात्र एकाच रेषेत सरळ जातो, त्यामुळे त्यांना फारसा आडवा न येता, मी गेली तीस वर्षं आपलीच मार्गक्रमणा करतो आहे. परवा मात्र मी एकदा बाणासारखा सरळ वेगाने जात असताना एक कॉमेट मला चाटूनच पुढे गेला. हा धूमकेतू तर हॅलेचा किंवा एन्केसारखाच होता, प्रखर प्रकाशात चमकला नी अदृश्यही झाला. साधारणपणे कॉमेट / धूमकेतूचा धावण्याचा वेग मिनिटाला दोन लाख मैल असतो. ही काही धावण्याची शर्यत नव्हती आमची. एक तर मी टेलिग्राफ (तार) पाठविण्याच्या भरधाव वेगात चाललो होतो आणि त्यांचा स्पीड तर जणू खडी वाहून नेणाऱ्या मालगाडीसारखा हळूहळू. त्याची काय ती बरोबरी! तर असा एखादा धूमकेतू आपल्या सौरमालिकेच्या बाहेर पडल्यावर कधीमधी मला दिसत असे. आपल्या आकाशगंगेत मात्र असा प्रखर धूमकेतू दिसत नाही.

कॅप्टन स्टॉर्मफिल्डची स्वर्गसफर

एके दिवशी मी असाच आपल्याच मस्तीत आणि तंद्रीत अवकाशात छान हेलकावे घेत तरंगत होतो. वाराही मला छान साथ देत होता. माझा वेग अंदाजे एक दशलक्ष मैल असावा. कदाचित थोडा जास्तच, कमी तर नक्कीच नव्हता. अचानक एक तेजस्वी धूमकेतू माझ्यासमोर प्रकटला, खरं तर येऊन धडकलाच. तो इतका प्रखर आणि तेजस्वी होता, की माझा तोल गेला आणि मी बाहेर फेकला गेलो. कसाबसा स्वत:ला सावरत मीच त्याच्यावर धावून गेलो. आमची चांगलीच झटापटही झाली. शेवटी मी स्वत:ला सावरलं आणि पुढील मार्गक्रमणा सुरूच ठेवली. असा माझा प्रवास गेले तीस वर्षं चालूच होता. तसा मला फारसा त्रास नव्हता; पण हळूहळू

एकटेपणाची जाणीव होऊ लागली. कुठेतरी थांबावं असंही वाटायला लागलं. वेगानं धावता धावता अनिश्चित आणि असुरक्षित वाटू लागलं. सगळं काही संपून जावं आणि कुठेतरी क्षणभर विश्रांती घ्यावी असेच विचार मनात यायला लागले. अर्थात मी बऱ्यापैकी निराश आणि हताश झालो होतो. अवकाशात अंधकार पसरला होता, तेवढ्यात फार दूरवर प्रकाशाची मालिकाच दिसायला लागली. चमचमणारे तारे क्षितिजावर जणू काही एकाच रांगेत उगवले होते. ती लुकलुकणारी दिव्यांची माळ पाहताच मी माझा वेग वाढविला आणि आशेनं तिकडे झेपावलो. अरे देवा! पोहोचलो की मी येथे! पण हे काहीतरी वेगळंच दिसतंय. ही जागा कदाचित आपल्यासाठी नसावी, असे विचार मनात चालूच होते. तरीसुद्धा कुठल्यातरी अनामिक ओढीनं मी तिकडे आकृष्ट झालो आणि जवळ पोहोचताच ज्वलंत आगीच्या भट्टीनं माझे डोळे दिपून गेले. एक प्रचंड मोठं अग्निकुंडच होतं माझ्यासमोर! आणि मी बेशुद्ध झालो.

किती वेळ मी तसा बेशुद्धावस्थेत होतो कोण जाणे! फार कष्टानं मी डोळे उघडले, बघतो तर काय! अंधकार पूर्ण गायबच झाला होता. सूर्याची सोनेरी किरणं चमचम करीत होती. अगदी आल्हाददायक आणि सुखकारक वातावरण होतं. माझं मन अगदी प्रसन्न झालं. इतकं सुगंधी आणि मनमोहक वातावरण मी कधी पाहिलंच नव्हतं. एक आगळीवेगळी आकर्षक, मनोहारी, तेजस्वी व जादुई नगरी माझ्यासमोर आहे हेच मला स्वप्नासारखं वाटत होतं. अच्छा, तर जी मला दुरून ज्वलंत भट्टी वाटत होती, ती तर या स्वर्गीय दुनियेची प्रवेशद्वारं होती. मैलोन्मैल दूरवर पसरलेली, सोन्याच्या झळाळीनं डोळे दिपवून टाकणारी ती शेकडो प्रवेशद्वारं! आणि प्रवेशद्वारांवरील ती शेकडो माणसं! मुंग्यांसारखी रांग! सगळ्यांनाच आत जाण्याची घाई होती. ती महाकाय गर्दी पाहून मी चकितच झालो आणि त्या गर्दीचाच एक भाग झालो. सगळ्यांबरोबर रांगेत मीही उभा होतो, त्याच्याच बरोबर वाहवत जाता जाता शेवटी एका प्रवेशद्वारावर पोहोचलो. काही वेळानंतर माझाही नंबर आला. खिडकीतून आवाज आला,

''बोला, कुठून आलात?''

''सॅन फ्रॅन्सिस्को!'' हुश्श करत मी म्हणालो.

''सॅन फ्रॅन्स... काय म्हणालात?'' क्लार्कनं विचारलं.

''सॅन फ्रॅन्सिस्को!'' मी टेचात म्हणालो.

क्लार्कनं गोंधळून माझ्याकडे पाहिलं. त्याला बहुधा काहीच समजलं नसावं.

''हा कोणता ग्रह आहे का?'' डोकं खाजवत त्यानं मला विचारलं.

''परमेश्वरा! काय रे बाबा हे? अहो, हे एक शहर आहे. हे तर जगातील सर्वांत सुंदर आणि सर्वांत मोठं शहर आहे. तुम्हाला माहिती नाही का?''

"हे बघा, तुम्ही वायफळ बडबड करू नका. आम्हाला काही शहरंबिहरं माहिती नाहीत. तुम्ही कुठून आलात नीट सांगा बरं!''

"ठीक आहे, मग मी सविस्तर सांगतो. मी कॅलिफोर्नियाहून आलो आहे. आता समजलं का तुम्हाला?'' मीपण वैतागलो होतो.

"मला असलं कोणत्या ग्रहाचं नाव माहीत नाही. की हे कोणतं नक्षत्र आहे? मला कळेल असं सांगा बरं!'' आता त्याचा संयम संपत चालला होता.

"नक्षत्र? काहीही काय बोलताय तुम्ही? अहो कॅलिफोर्निया तर एक राज्य आहे.'' मी डोकं शांत ठेवून त्याला उत्तर दिलं; पण माझ्या उत्तरानं तो अधिकच भडकला.

"हे पाहा, आम्ही राज्य, शहर असं काही जाणत नाही. तुम्ही पटकन सांगा बरं नक्की कुठले तुम्ही?'' त्याचा स्वर अधिकच तापला.

"ओके, मी अमेरिकेहून आलो आहे. युनायटेड स्टेट्स ऑफ अमेरिका!'' मी खणखणीत आवाजात मोठ्यानं म्हणालो. हे त्याला नक्कीच समजेल याची मला खात्री होती; पण कसलं काय, त्याचा चेहरा अगदीच निर्विकार होता. जसं काय हे नाव तो प्रथमच ऐकत असावा.

"काय रे, अमेरिका काय तुला माहिती आहे का?'' त्यानं शेजारील क्लार्कला विचारलं. "नाही बुवा! असली कोणती भ्रमणकक्षा मी नाही ऐकली.''

"काहीही बोलताय तुम्ही. अहो, तो एक मोठा आणि पुढारलेला शक्तिशाली खंड आहे! कोलंबसनं शोधून काढलाय. फार प्रसिद्ध आहे हो. कोलंबसचं नाव तरी तुम्ही नक्कीच ऐकलं असेल.'' माझापण आता आवाज चढला.

आता मात्र तो चांगलाच खवळला. त्याचा आवाजही वाढला होता आणि चिडक्या स्वरात त्यानं विचारलं, "फार आवाज करू नका! आता शेवटचं विचारतो, तुम्ही नक्की कोणत्या ग्रहावरून आलाय, सांगाल का?''

मी गोंधळून गेलो होतो, तोही तितकाच चक्रावला होता. मी काय सांगतो ते त्याला कळत नव्हतं आणि त्याला कसं सांगू हे मलाही समजत नव्हतं.

"मी 'वर्ल्ड' (जग) मधून आलो आहे,'' मी शेवटचा खडा टाकून पाहिला.

"कोणतं 'वर्ल्ड'?'' आता त्याचे डोळे चमकले, "नाव सांगा पटकन! ''

"कोणतं काय? वर्ल्ड म्हणजे वर्ल्ड!''

"अशी हज्जारो वर्ल्ड्स आहेत. तुमचं नेमकं वर्ल्ड कोणतं? तुम्ही किती वेळ घेताय माहिती द्यायला. तुम्ही बाजूला व्हा बरं! चला नेक्स्ट!'' माझ्याकडून कोणताच खात्रीचा रिस्पॉन्स नसल्यानं त्यानं घंटी वाजविली.

रांगेतील मागच्या माणसानं मला बाजूला सारलं. तो निळ्या रंगाचा, सात डोक्यांचा विचित्र प्राणी होता आणि त्याला एकच पाय होता. तो लंगडी घालतच

खिडकीपाशी पोहोचला. माझं लक्ष आता त्या गर्दीकडे प्रथमच गेलं. पाहतो तर काय, सगळे असेच असंख्य प्राणी लायनीत गर्दी करून उभे होते. आपला नंबर येण्याची वाट पाहत! आता मात्र मी चांगलाच हबकलो. सगळेच विचित्र निळे निळे, सात डोक्यांचे... एका पायाचे...!!!! त्यांचं विश्वच वेगळं होतं. आपण कुठल्यातरी परग्रहावर आलो आहोत, हे कळताच मी हादरून गेलो. पुढे काय करायचं तेच सुचेना.

बाजूला उभं राहून मी खूप विचार केला आणि ठरवलं, आता माघार घेऊन शरणागती पत्करायला लागेल, तरच आपला इथे निभाव लागेल. प्रेमानं सगळी माहिती काढून घ्यायची. इथून सुटायचं तर आहे, पण कसं, गोडीगुलाबीनं... नाहीतर माझी काही खैर नाही. मी परत नम्रपणे खिडकीपाशी गेलो, नमस्कार केला आणि म्हणालो, ''मला खरंच माफ करा... पण मला मदत करा. माझं जग कुठे आहे याचा मलाच पत्ता नाही. कृपा करून मला माझ्या जगात पोहचवून द्या. मी तुमचे उपकार कधीच विसरणार नाही.''

माझ्या नम्र बोलण्यानं तोही मग शांत झाला. ''अहो, असे अनेक वर्ल्ड्स आहेत. स्वर्गाचे दरवाजेपण अगणित आहेत. त्यांचं मोजमाप करणंच अवघड आहे. अच्छा, सांगा पाहू, तुमची आकाशगंगा कोणती आहे? त्यावरून कदाचित अंदाज बांधता येईल.''

हे वाक्य ऐकताच माझा उत्साह एकदम वाढला आणि हर्षभरित होऊन मी म्हणालो, ''आमच्या आकाशगंगेत सूर्य आहे. या सूर्यमालेत सूर्य मध्यभागी आहे आणि एकूण आठ ग्रह सूर्याभोवती फिरतात; बुध, शुक्र, मंगळ, गुरू, शनी, युरेनस आणि नेपच्यूनसुद्धा! हो, चंद्रपण आहे आमच्या सूर्यमालेत.''

''थांब, थांब, तू काय म्हणालास? गुरू? आत्ता आठवलं. सातशे-आठशे वर्षांपूर्वी गुरूवरून कोणीतरी प्राणी इथे आला होता... पण हे असं नेहमी नाही घडत. आमच्या गेटमधून अशी एन्ट्री फार क्वचितच घडते. आता बऱ्या बोलानं खरं सांग, तू इकडे कशी वाट चुकलास? आपला रस्ता सोडून इकडे कसा फिरकलास? चुकून आलास की काही गडबड आहे?'' त्यानं माझ्याकडे रोखून पाहिलं.

मी आता मात्र हडबडलो. आता खरं खरं सांगायलाच हवं. ''माझं चुकलंच. एका धूमकेतूच्या बरोबर शर्यत करायला लागलो आणि मग त्याच्या मागे मागे धावताना रस्ताच चुकलो... पण अगदी थोड्या वेळासाठी... रेस संपली आणि मी परत फिरलो; पण...''

''आता समजलं तू काय गडबड केलीस ते. तू चांगलाच भरकटलास. अरे, थोडंथोडकं नाही, कित्येक कोटी कोटी मैल दूर आलास तू. ही छोटीशी

चूक किती महागात पडली तुला. तुमच्या स्वतःच्या स्वर्गात गेला असतास, तर त्यांनी तुला लगेच ओळखलंही असतं आणि आत्तापर्यंत प्रवेशही मिळाला असता. जाऊ दे, जे झालं ते झालं! बघू या काही करता येतं का.''

''गुरू कोणत्या आकाशगंगेत आहे?'' त्यानं आपल्या हाताखालील क्लार्कला विचारलं.

''मला नक्की आठवत नाही; पण लांब कुठेतरी दूर अंतरावर एक छोटीशी आकाशगंगा आहे, तेथील हा अगदी लहानसा ग्रह असावा. अगदी दूरच्या टोकाला. मला तपासून पाहायला लागेल.'' असं म्हणून त्यानं एक मोठा फुगा आणला. महाकाय बेटाच्या उंचीचा नकाशा टांगलेला होता. फुग्याच्या साहाय्यानं त्या नकाशावर जणू काही सफर करायला गेला. चांगले दोन-तीन दिवस तो नुसताच वर-खाली करत होता. मध्येच भूक लागली की खाली यायचा, काही-तरी खायचा आणि परत वर जायचा. थोडक्यात सांगायचं तर त्यानं खूप मेहनत घेतली आणि सरतेशेवटी तीन दिवसांनी त्याला आपली सूर्यमालिका सापडली असावी. मी त्याला आपल्या पृथ्वीचं वर्णन करून सर्व माहिती दिली. त्यानंतर सूक्ष्मदर्शक यंत्र घेऊन परत वरती गेला आणि परत आल्यावर हुश्श करून त्याने सुस्कारा सोडला. एकदाची आपली सिस्टीम त्याला सापडली. ''याच्या सिस्टिमला 'वार्ट' (वर्ल्ड) म्हणतात. शोधून काढणं सोपं नव्हतंच! पण बहुधा हीच असावी.'' असं काहीसं पुटपुटत त्यांनी मला आत घेतलं. मला एन्ट्री पास दिला आणि आपल्या कामाला लागले. त्यांच्यापुरता तरी माझा विषय संपला होता. ते इतके कामात गढले होते की माझ्याकडे बघायलाही त्यांना वेळ नव्हता; पण माझ्यासाठी तर ही नुसती सुरुवात होती. मी तिथेच घुटमळत उभा राहिलो. इतर प्राणी माझ्याकडे रोखून बघत होते. त्यानं मी अधिकच अस्वस्थ झालो. असं किती वेळ वाट पाहत उभं राहायचं? शेवटी धाडस करून मी परत हेडक्लार्कपाशी जाऊन खिडकीत डोकावलं. पास दिल्यावरही मी तिथेच आहे बघितल्यावर तो माझ्यावर खेकसलाच.

''आता काय? निघा आता, उगाच गर्दी करू नका.''

''मला माफ करा; पण तुम्हीच विचार करा, जर मी असाच थांबलो, तर सगळे माझ्याकडे बघत राहतील. तुम्ही काहीतरी विसरलात का माझ्याबाबत?'' त्याच्या कानाशी लागून मी हळुवारपणे म्हणालो.

''विसरलो? अजून काही बाकी आहे असं मला तरी नाही वाटत.''

''अहो, तुम्ही माझ्याकडे नीट बघा. माझ्या हातात काहीच नाही; जर मी असाच आत आलो, तर इतरांपेक्षा वेगळा नाही का दिसणार? आमच्यात स्वर्गात गेल्यावर आम्हाला हार्प, गारलंड, हॅलो, दैवी पंख आणि बायबलपण देतात.

प्रत्येक आत्म्याला स्वत:चं वलय असतं. मग आम्ही ढगावर स्वार होतो. माझ्याकडे तर काहीच नाही...मित्रा, हे सर्व काही जरुरीचं असतं स्वर्गात.''

त्याला मी सांगितलेलं काहीच समजलं नाही. पुन्हा एकदा चक्रावल्यासारखा माझ्याकडे पाहतच राहिला. ''काय विचित्र लोकं आहात तुम्ही! तुमच्या रीतीभाती पण विचित्र! आमच्यात असं काही नसतं आणि मी असं कधी ऐकलं वा पाहिलंपण नाही.''

आता मीच त्याच्याकडे आश्चर्यानं पाहत राहिलो. यांना तर आपल्या कस्टम्सबद्दल काहीच माहिती दिसत नाही.

''अरे बाबा, तुमची 'वार्ट' (वर्ल्ड) अगदीच चिमुकली आहे. तिथल्या असल्या छोट्या-मोठ्या चिल्लर गोष्टी आम्हाला कशा कळणार? आमच्या इलाक्यातल्या साऱ्या गोष्टी आम्हाला कळतात; पण तुमचं सगळंच अवघड दिसतंय. इतक्या सूर्यमालिका, इतक्या आकाशगंगा, काय काय लक्षात ठेवणार? तुमचं तुम्हीच बघा!'' असं म्हणून त्यानं बोलणंच थांबवलं.

तेथून मग मी सटकलो खरा; पण पुढे काय करायचं प्रश्नच होता. बाहेर पडायचा मार्ग शोधण्याचा खूप प्रयत्नही केला. एका मोठ्या हॉलमधून दुसऱ्या, असं करता करता रस्ताच चुकलो आणि शेवटी पार थकून गेलो. इतर कोण्या विचित्र प्राण्यांना काही विचारायचीही सोय नव्हती. पुन्हा एकदा हिरमुसला झालो. घराची, आपल्या पृथ्वीची इतकी आठवण येत होती, की आपण मेलो नसतो तर किती बरं झालं असतं, असंही वाटलं. शोधत शोधत परत मूळच्या ऑफिसपाशी जायला चांगले दोन दिवस लागले.

''मला माझ्या लोकांच्यात जायचं आहे. कसं जायचं? इथे मला करमत नाही. काहीतरी मार्ग काढा; पण मला परत पाठवा.'' मी सपशेल शरणागती पत्करली, चक्क देवाचा धावा केला.

हेडक्लार्क माझ्यावर वैतागलाच होता. ही ब्याद कशी टाळावी, याचाच विचार करत असावा बहुतेक. एकतर माझ्यामुळे त्याच्या दैनंदिन कामकाजात अडथळे येत होते. नाईलाजानं त्यानं परत असिस्टंटला बोलावलं आणि माझं काय करायचं यावर दोघांच्यात बरीच चर्चा झाली. शेवटी माझ्यासाठी नकाशा आणला आणि त्यावरून आपल्या स्वर्गाचा रस्ता शोधला. मार्ग तर सापडला; पण मला प्रश्न पडला, 'इतक्या हजारो मैलांचा प्रवास करायचा तरी कसा?' माझी शंका मी त्या असिस्टंटला बोलून दाखवली. मग त्यानं हेडक्लार्कची परवानगी घेऊन एक जादूचं कार्पेट आणलं. ''या कार्पेटवर उभं राहून डोळे मिटायचे. इच्छित स्थळी जाण्यासाठी प्रार्थना करायची. तुम्ही आपोआप तुमच्या सिस्टीममध्ये जाऊन पोहोचाल. आता परत कधी वाकडी वाट करून येऊ नका

इथे.'' त्यानं मला जणू काही दम दिला.

असिस्टंटचे मनापासून आभार मानले आणि दिलेल्या सूचनेप्रमाणे मी कार्पेटवर उभा राहिलो, डोळे मिटले आणि मला इच्छित स्थळी घेऊन चल म्हणून देवाचा धावा केला. क्षणार्धात मी एका बुकिंग ऑफिसपाशी जाऊन थडकलो. ओळखीचा आवाज ऐकताच सुटकेचा निःश्वास टाकला. ''कॅप्टन एली स्टॉर्मफिल्ड फ्रॉम सॅन फ्रॅन्सिस्को! हार्प, गारलंड, हॅलो आणि होली बुक आणि दैवी पंख!'' आकाशवाणी झाली आणि अशा रीतीनं अखेरीस माझ्या नावासकट माझ्याच स्वर्गात माझा एकदाचा प्रवेश झाला. गंमत म्हणजे, खिडकीतला क्लार्क माझ्या चांगलाच ओळखीचा होता. ट्युलारी काउंटीतला... यौटे इंजून नाव त्याचं! भला माणूस होता. बिचाऱ्याचं अकाली निधन झालं होतं. खरं सांगायचं तर त्यांच्या फ्युनरललाही मी हजर होतो. मला पाहताच त्याला खूप आनंद झाला; पण त्याच्यापेक्षा कितीतरी पटीनं मी खूश होतो याची तुम्हाला कल्पना आली असेलच. अखेरीस मी आपल्या माणसांत आलो होतो.

स्वर्गात बघावं तिकडे सारे कामात मग्न होते. मेक्सिकन, रशियन, इंडियन, अरेबियन, अमेरिकन सर्व देशांचे, धर्मांचे, पंथांचे लोक प्रचंड घोळक्यानं जमा झाले होते. चित्रगुप्ताचे सहकारी त्यांची सर्व व्यवस्था बघत होते. त्यांच्या त्यांच्या धर्माप्रमाणे वेगवेगळं करून त्यांना स्वर्गातील गणवेश देत होते. मलापण माझा पोशाख मिळाला. माझी हार्प, माझं गारलंड, माझं हॅलो आणि होली बुक! खूप खूप आनंद झाला मला. लहानपणी बायबलमध्ये स्वर्गाबद्दल खूप काही वाचलं होतं. स्वर्गात देवदूत कितीतरी वस्तू देतात आणि आपलं प्रेमानं स्वागत करतात. आपल्याला स्वर्गात ढगावर बसून सैर करायला मिळते, वगैरे वगैरे. पूर्ण पोशाख अंगावर चढवून मी आरशात बघितलं आणि खूश झालो. वा! याला म्हणतात स्वर्गीय पूर्णानंद! माझा आनंद गगनात मावत नव्हता! आता फक्त एका ढगाची काय ती कमी होती. त्यानंतर मी खराखुरा स्वर्गवासी होणार! माझ्या सर्व इच्छा पूर्ण होतील, या विचारानं मी खूप आतुर झालो आणि ढग घेण्यासाठी लायनीत उभा राहिलो. ढगावर बसून हवेत उडण्यासाठी सगळेच तयार होते. परीकथेतील वातावरण होतं.

लहानपणच्या ऐकीव कथेप्रमाणे कुठेतरी मनात हुरहुर होती. भूतलावर असताना स्वर्गाच्या अनेक सुरस कथा ऐकल्या होत्या, वाचल्या होत्या. स्वर्गात आपल्याला सुरेल गाणी म्हणता येतात, आकाशात ढगावर बसून उंच हवेत विहार करता येतो. आपण चिरतरुण राहणार, आता स्वर्गात ना दुःख, ना वेदना! आता कुठलं काम करायचं नाही, की पैसे कमवायचे नाहीत. आता फक्त मजा आणि मजाच! नुसता आनंद आणि आनंद! अशा काहीशा भावनेनंच आम्ही पृथ्वीतलावरून इथे

येतो. दर रविवारी चर्चमध्ये आम्ही सर्मन ऐकत होतो. परमानंदाची, मुक्ततेची आणि स्वर्गाची हीच काय ती व्याख्या आमच्या डोळ्यांसमोर असायची; पण इथे आल्यावरचे अनुभव मात्र खूप वेगळे होते. हार्प, होली बुक, गारलंड आणि हॅलो तर मिळालं. थोडे दिवस आनंद वाटला. गाणी गायली. नाचलो. ढगावरून तरंगायचा प्रयत्नही केला. कल्पनेतील स्वर्ग अगदी मनापासून जगण्याचा आणि आनंदाने उपभोगण्याचा प्रयत्नही केला. वाटलं, आपल्या जीवनाचं सार्थक झालं इथे येऊन; पण छे! काही दिवसांतच भ्रमनिरास झाला.

अगदी कंटाळून गेलो होतो मी. तितक्यात माझा जुना मित्र सॅम बॅरलेट भेटला. त्याला स्वर्गवासी होऊन बरीच वर्षं झाली होती. त्याला इतक्या वर्षांनंतर भेटल्यावर मला खूप आनंद झाला. हा स्वर्गाचा गेले कित्येक वर्षे रहिवासी आहे, याच्याकडून नक्कीच योग्य माहिती मिळेल, याची खात्री होती मला.

"स्वर्ग हा असाच कंटाळवाणा असतो का? इथे वेळ घालवायला दुसरं काही नाही का? मी तर जाम वैतागलोय."

"मित्रा! असं वाटणं साहजिकच आहे. बघ, अरे, तुम्ही लोकं पृथ्वीवरून इथे येताना स्वत:च्या काही कल्पना घेऊन येता. बायबलमधील प्रत्येक विचार, प्रत्येक सर्मन अगदी शब्दश: घेता. अरे, त्या सर्व रूपक कथा असतात. कल्पनेतील स्वर्ग आणि खरा स्वर्ग यात फार फरक आहे. तुम्हाला वाटतं इथे आल्यावर हार्प, होली बुक, गारलंड, हॅलो आणि दैवी पोशाख मिळाला... की जीवनाचं सार्थक झालं! सुरुवातीला असं काहीसं फिलिंग येतं सर्वांना! हे सारं काही मिळाल्यावर आनंदानं नाचता, गाता, विहरता... पण हा आनंद किती काळ टिकतो? अरे हा आराम, आनंद तर क्षणिक असतो. हे समजायला कुणा तिसऱ्या माणसाची गरज नाही, आपलं आपल्यालाच कळतं. इथे स्वर्गात सगळे आपापल्या कामात किती मग्न असतात, तू बघत असशीलच. एक लक्षात ठेव की स्वर्ग ही परमोच्च आनंदाची ठेव आहे, अतिशय सुंदर आहे, इथे दु:ख नाही; पण म्हणून नुसता आराम करण्याची ही काही जागा नव्हे. भूतलावर स्वर्गातील ऐशआरामाच्या गप्पांसाठी भाषण ठोकायला चांगलं वाटतं; पण प्रत्यक्षात मात्र इथे सगळे बिझी असतात. तुझंच बघ ना! पृथ्वीतलावर असताना तू किती काम करत होतास, कष्ट घेत होतास. तुला आता स्वर्गात काम मिळालं नाही तर सहा महिन्यांत कंटाळून जाशील. बिनकामाचं जगणं तिथे काय अन् इथे काय सारखंच! सत्य परिस्थिती अशी आहे की स्वर्गात आराम करायचा नसतोच मुळी. थकलो की आराम करायचा, भूक लागली की जेवायचं. भूतलावर जसं आहे तसंच इथे... हं, एक फरक मात्र नक्कीच आहे. तुम्हाला जे आवडेल ते काम करण्याची मुभा आहे स्वर्गात. त्यासाठी हवी ती मदतही मिळेल इथे. पृथ्वीवर चांभार असेल एखादा,

इथे तो स्वर्गात आल्यावर कवीपण होऊ शकतो, नाहीतर चित्रकार! इतकं स्वातंत्र्य आहे इथे. आपल्या मनासारखं, जीव ओतून आवडीनं हवं ते करायला मिळेल इथे.''

''वा! हे खूपच चांगलं आहे तर. कोणतं दुःख नाही, वेदना नाहीत, आजार नाहीत, ना पैशाची चिंता, न उद्याच्या जेवणाची भ्रांत! आपल्या आवडीचं काम करा आणि मनसोक्त जगा.''

''थांब, थांब! इथे दुःख नाही असं समजू नकोस. दुःख आहेच; पण त्यामुळे माणसाचा अंत होत नाही. दुःख म्हणजे नक्की काय रे? आणि आनंद हीसुद्धा एक संकल्पनाच आहे ना? आनंद हा मानण्यावर असतो. आज एखादी गोष्ट तुला खूप आवडली, त्यापासून तुला खूप आनंद मिळाला; पण काही दिवसांनंतर तीच कृती तुला कितपत आनंद देईल? शेवटी हे सर्व तर मानण्यावर असतं. नावीन्य संपलं की तीच गोष्ट अथवा कृती नकोशी होते. म्हणूनच इथे आनंद आणि दुःख दोन्ही आहे, तुम्ही ते कसं स्वीकारता हे तुम्हीच ठरवायचं.''

माझ्या मनातला, कल्पनेतला स्वर्ग आणि प्रत्यक्षातला स्वर्ग! किती फरक होता. मित्रानं मला जणू काही स्वर्गात जगण्याचा कानमंत्रच दिला. मग पहिले काही महिने मी भरपूर फिरलो, आख्खा स्वर्ग पालथा घातला. नवीन मित्र केले, नवीन ठिकाणं पाहिली आणि मग एका शांत आणि रम्य ठिकाणी स्वतःचं बस्तान बसवलं. खूप माहितीसुद्धा गोळा केली आणि सरतेशेवटी सँडी विल्यम्स नावाच्या एका वृद्ध माणसाशी माझी चांगलीच गट्टी जमली. तो मुळातला न्यू जर्सीचा! त्याच्याबरोबर मी खूप फिरलो. दुपारच्या कोवळ्या उन्हात, कड्याकपारीच्या सावलीत, कॅनबेरी फार्मच्या हिरवळीलगत आकाशाकडे पाहत आम्ही पहुडलेलो असायचो. दुनियाभरच्या गप्पा मारायचो. एक दिवस मी सहज त्याला विचारलं,

''तुझं वय काय रे?''

''बाहत्तर!''

''वाटलंच होतं मला. तुला स्वर्गात येऊन किती वर्षं झाली?''

''या ख्रिसमसला पुरी सत्तावीस वर्षं होतील.'' तो उत्तरला.

''तू इथे आलास तेव्हा किती वर्षांचा होतास?'' कुतूहलापोटी मी त्याला विचारलं.

''बाहत्तर!''

''मला नाही पटत. तू खरं बोलतोयस का? जर तू आलास तेव्हा बाहत्तर वर्षांचा होतास, तर मग आता नक्कीच नव्याण्णव वर्षांचा असला पाहिजेस.'' मी आश्चर्यानं विचारलं.

''अरे बाबा, इथले नियमच सगळे वेगळे आहेत. तुम्ही इथे आल्यावर त्याच

वयाचे राहता. वय कधीच वाढत नाही.'' तो हसत हसत म्हणाला.

''मला किनई खाली असताना नेहमी वाटायचं, की स्वर्गात गेलो की आपण अधिक तरुण आणि सुंदर दिसू. आपलं वय आपल्याला हवं तसं बदलता येईल. हे खोटं आहे तर मग!'' मी नाराजीनं उद्‌गारलो.

''अगदी असंच काही नाही. तुम्ही इथे वय चेंज करू शकता. अगदी तरुणसुद्धा बनू शकता. तुम्ही फक्त इच्छा व्यक्त केली की झाला तरुण!''

''मग तू का नाही झालास विशीतला किंवा तिशीतला?'' मीपण त्याला हसत हसत विचारलं.

''हो तर, मीपण तरुण झालो होतो की! सगळेच एकदा तरी तरुण होण्याची इच्छा करतात आणि होतातही; पण नंतर त्यांना पश्चात्ताप होतो आणि परत ते मूळ पदावर येतात.''

''का बरं?'' मी उत्सुकतेपोटी विचारलं.

तोही आता रंगात आला होता, चांगला नवखा श्रोता मिळाला होता त्याला.

''ठीक आहे, मी सांगतो तुला सविस्तर. तू तर कित्येक वर्षं जहाजावर होतास, बरोबर? दुसरा कुठला धंदा किंवा नोकरी केलीस का कधी?''

''एकदा किराणामालाचं दुकान टाकलं होतं; पण ते चाललंच नाही. म्हणजे मला त्यात काही राम वाटला नाही. काही मजाच नव्हती, नाही कधी कोणती धाडसी मोहीम, नाही कोणतं वादळ. त्यात काहीच थ्रिल वाटलं नाही मला. शेवटी बंद केला धंदा आणि आमची स्वारी पुन्हा समुद्रावर दाखल झाली.''

''बरोबर! किराणा दुकान चालविणारे आनंदानं धंदा करतात; पण तुला हा धंदा जमला नाही; कारण तुला त्याची सवयच नव्हती. तसंच काहीतरी आपल्या वयाबाबतही घडतं. माझंच बघ ना, वय होतं बाहत्तर आणि झालो पंचविशीतला तरुण! दिसायला खूप छान, देखणा, कुरळ्या केसांचा आणि रुबाबदार... अगदी माझ्या इच्छेप्रमाणेच घडलं सारं! सुंदर फुलपाखरासारखे पंखपण मिळाले मला. मग मी पिकनिकला गेलो, तरुण मुलांच्यात, मुलींच्यात मिसळलो. त्यांच्यासारखं उच्छृंखलपणे वागलोही. मुलींशी प्रेमाच्या गप्पागोष्टीपण करून पाहिल्या; पण हे सगळं वरवरचं होतं. मला झेपलं नाही. जाम बोअर झालो मी. हे त्यांच्यासारखं नाचणं, गुलूगुलू बोलणं मला जमत नव्हतं. बाह्यांगानं जरी मी तरुण झालो, तरी माझं खरं वय हे स्वीकारायला तयार नव्हतं. खरं पाहिल्यास माझ्या वयाला अनुसरूनची दिनचर्या, जसं की काम करणं, शांत बसणं, लवकर उठणं, लवकर झोपणं... वयानुसार मला इतकंच जमतं आणि आवडतंही. या वयात ते दिवस तरुण म्हणून मी कसे काढले मलाच माहीत!''

''किती दिवस तू तरुण म्हणून वावरलास?'' माझी उत्सुकता अजून ताणली

गेली होती.

"कसेबसे दोन आठवडे मी काढले. विचार कर तू! बाहत्तर वर्षांचा मी, माझा इतक्या वर्षांचा अनुभव, माझी विद्या, माझा व्यासंग, माझं ज्ञान! तरुण मुलांच्यात आणि माझ्यात जबरदस्त गॅप होती, जनरेशन गॅप! आणि ती गॅप भरून काढणं अगदी ब्रह्मदेवालाही जमलं नसतं. त्यामुळे तरुण मुलांशी जमवून घेणं मला काही जमलं नाही आणि गंमत म्हणजे माझ्या वयाच्या माणसांनी मला कधी त्यांच्यात येऊ दिलं नाही. त्यांच्या दृष्टीनं मी तरुण आणि थिल्लर होतो. त्यांच्यात मिसळणंही फार अवघड झालं. थोडक्यात म्हणजे काय मी झालो... न घर का न घाट का! अखेरीस दोन आठवड्यांनंतर मी परत बाहत्तर वर्षांचा पहिल्यासारखा टकलू झालो. पाईप ओढत, शांतपणे आपल्याच वयाच्या लोकांमध्ये रमून गेलो."

"मग तू आता यापुढे नेहमीच बाहत्तर वर्षांचा राहणार की शंभरी गाठशील कधीतरी?" मी गमतीनं त्याला विचारलं.

"सध्या तरी मी काही विचार नाही केला; पण पंचवीस वर्षांचा तर कधीच होणार नाही. आपण आपल्या वयातच खूश राहतो आणि रमतोही, इतकं तर नक्कीच समजून चुकलोय मी!"

"एखादी व्यक्ती ब्याण्णवाव्या वर्षी स्वर्गात आली तर तिला नाही का तरुण व्हावंसं वाटत?" आगाऊपणे मी विचारलं.

"का नाही? ते मग प्रथम चौदा वर्षांचे होतात, मग काही तासांतच पुढे विशीत जातात, मग तिशीत, साठीत आणि शेवटी आपला मूर्खपणा समजतो आणि आपल्याच मूळ वयाशी येऊन थांबतात. कधी कधी मात्र दहा एक वर्षांची उसंतही घेतात आणि ऐंशीला येऊन खूश राहतात; कारण त्यानंतरची दहा वर्षं पृथ्वीतलावरची त्यांची फार त्रासात गेलेली असतील तर ती त्यांना नको वाटतात; पण एवढाच बदल लोकांना झेपतो." तो फार छान रीतीनं समजावून सांगत होता.

"पण मग एखादा तरुण पंचविसाव्या वर्षीच इथे आला असेल तर तो कधीच मोठा होत नाही का?" माझी आता प्रश्नांची सरबत्तीच सुरू झाली.

"तो मूर्ख असेल तर गद्धेपंचविशीतलाच राहतो; पण जर हुशार असेल, काम करण्याची, शिकायची तयारी असेल तर हळूहळू त्याचं ज्ञान वाढतं. तो चार गोष्टी शिकतो आणि त्याचं वयही त्याच्या ज्ञानाच्या कक्षेबरोबर वाढत जातं आणि अगदी पृथ्वीवर असावा, तसाच तो वयानं मोठा मोठा होत जातो. अर्थात हे त्याचंच कौशल्य आहे. तो जितका हुशार आणि बुद्धीनं तल्लख होत जातो, तसाच वयानंही वाढतो, तसाच शरीरानंही दिसतो. त्याच्या दिसण्यात, बोलण्यात,

राहण्यात एक ग्रेस असते. तो स्वर्गात खऱ्या अर्थानं जगतो. काही वर्षांनी वृद्धही होतो. चेहरा सुरकुतलेला, टक्कल पडलेला पण व्यासंगी आणि प्रगल्भ होतो. हीच तर खरी जीवनाची मेख आहे, मरणापूर्वी आणि मेल्यावरही.''

''आणि मग लहान बाळांचं काय?'' माझे प्रश्न काही संपतच नव्हते.

''त्यांचंपण काही वेगळं नसतं. भूतलावर काय, किंवा स्वर्गात काय, सगळीकडे एकच नियम. चिरतरुण राहावं असं कुणाला वाटत नाही? आपण काय वयाचे असावं आणि कोणत्या वयात आपण खूश असतो, याबद्दल मात्र आपलं काही नक्की नसतं. उदाहरण म्हणून तुला सांगतो. मी जेव्हा सात वर्षांचा होतो, तेव्हा वाटायचं, मी कधी मोठा होईन आणि बारा वर्षांचा होईन. बरं बारा वर्षांचा असताना वाटायचं कधी अठरा किंवा वीस वर्षांचा होईन. करता करता जेव्हा मी चाळीस वर्षांचा झालो, तेव्हा मात्र वाटायचं की तीस वर्षांचाच बरा होतो. पन्नाशीला पोहोचल्यावर तर वाटतं, आता एक वर्षानंही वय वाढू नये. सत्य एकच आहे ते म्हणजे कोणीही आपल्या सध्याच्या वयात आनंदी आणि समाधानी नसतो. एक तर प्रत्येकाला लहान तरी व्हायचं असतं नाहीतर मोठं. स्वर्गात मग प्रत्येक जण आपलं एक कम्फर्टेबल वय ठरवतो आणि तसाच राहतो. काही तरुण मात्र जसजशी वर्षं जातात, तसेतसे हळूहळू प्रगल्भही होतात आणि त्यांचं वयही हळूहळू वाढतं. अशी लवचिकता हीच इथली खासियत आहे.''

माझे प्रश्नही वाढतच चालले होते. ''जरा विचार कर. एखाद्या तरुण आईचं तान्हं मूल तिला बालपणीच सोडून गेलं तर त्या दोघांची स्वर्गात भेट कशी होते? त्यांचं इथं काय आणि कसं निभतं? असं कधी घडलं, तर त्यांचं इथलं नातं कसं असतं?''

''थांब! तुला प्रत्यक्ष घडलेली घटनाच दाखवतो. ती बघ!'' असं म्हणत त्यानं मला एक मध्यमवयीन स्त्री दाखवली. ती बाई अतिशय दुःखी वाटत होती. थकलेली दिसत होती. खाली मान घालून सतत रडत होती.

''या बाईला मी सत्तावीस वर्षांपूर्वी पृथ्वीतलावर भेटलो होतो. चोवीस वर्षांची सुंदर देखणी तरुणी होती ती. तारुण्याचा खळखळता झराच जणू. फुलाप्रमाणे नाजूक, उल्हसित आणि अति मृदू स्वभावाची गोड तरुणी होती तेव्हा! तिची दोन वर्षांची गोंडस मुलगी होती. सतत आपल्या गोजिरवाण्या बाळाला कुशीत घेऊन आनंदानं गाणं गात असे. तिच्या या आनंदाला कसली दृष्ट लागली कोण जाणे. फार लहान वयातच तिची मुलगी तिला सोडून गेली. आई दुःखानं वेडीपिशी झाली. तिची मुलगी म्हणजेच तिचं सर्वस्व होतं. आज ना उद्या मला माझी मुलगी स्वर्गात भेटेल, या आशेवर ती दिवस काढत होती. सत्तावीस वर्षांपूर्वी मी मृत्युशय्येवर असताना, मला भेटायला आली. माझ्या बाळाला शोधा. मी लवकरच

तिला भेटायला येणार आहे असं नक्की सांगा.''

त्याचं बोलणं ऐकताना माझे डोळे पाणावले. सँडीपण क्षणभर काहीच बोलला नाही. एका आईची अशी आर्त कहाणी मन हेलावून टाकणारी होती.

''इतक्या वर्षांनी आता तीपण इथे आली. मला वाटतं तिला तिची मुलगी सापडली असावी; पण तरीही ती दुःखीच दिसते आहे. तिच्यासारख्या अनेक दुःखी लोकांना मी इथे भेटलो आहे. प्रत्येकाची कहाणी वेगळीच असते. हिचीच बघ ना. अरे, इथे येताना तिच्या डोळ्यांपुढे तिच्या छोट्याशा गोजिरवाण्या बाळाचीच प्रतिमा होती. तिला जवळ घ्यावं, हृदयाशी कवटाळावं, अशीच इच्छा तिच्या मनात असणार! तिच्या मनातली तिच्या गुटगुटीत बाळाची इमेज जशी होती, तीच उराशी बाळगून ती इथे आली. मध्ये बरीच वर्षं गेली. आता तिची मुलगी तेवीस वर्षांची आहे, तारुण्यात आली आहे. तिचे स्वत:चे काही विचार आहेत, जगण्याचे आणि राहण्याचे स्वत:चे काही नियम आहेत, स्वत:ची जीवन-शैली ठरून गेली आहे. त्यात आता तरी तिच्या आईच्या स्मृतीला जागा नाही. किंबहुना, तिला तिची आईच आठवत नाही, तर मग तिच्या आठवणी तरी कुठून असणार? ती इथे आल्यावर खूप काही शिकली, मोठी शास्त्रज्ञ झाली आहे. शिक्षण हेच तिचं ध्येय आहे. बाकी कुठल्याही भावनांना आता तरी तिच्याजवळ जागा नाही.''

''मग, आता?'' मी कुतूहलापोटी विचारलं.

''अरे बाबा, तिची आई मात्र अजून भूतकाळातच रमली आहे. इवलीशी चिमुकली, आईच्या हातून कॅडबरी खाणारी आपली मुलगी इतकी मोठी झाली आहे, हे त्या वेड्या आईला पटतच नाही. तिला पोटाशी घ्यावं, मायेने तिचे मुके घ्यावेत, तिला कुरवाळावं, चिऊताईचा घास भरवावा, अशा काहीशा कल्पना घेऊन तिची आई इथे आली. तू विचार कर ना. किती क्लेशदायक आणि दुःखदायक आहे हे तिच्यासाठी! तिला मुलगी म्हणून स्वीकारणं फार जड जातंय आईसाठी. मुलीला तर आईच आठवत नाही. त्यामुळे तिलाही आईला स्वीकारणं अवघड जातंय. त्यामुळे मुलगी तर भेटली; पण त्यात आता ते प्रेम आणि माया सापडतच नाहीय तिला. बिच्चारी आई!''

''त्या दोघी कधीच सुखी आणि आनंदी होणार नाहीत का?'' मी चिंतेने विचारलं.

''अगदी असंच काही नाही. कालांतरानं दोघी एकमेकींना समजूनही घेतील. खूप दिवस लागतील कदाचित; पण काळ हेच उत्तर आहे यावर.'' सँडी उत्तरला.

आयुष्य सोपं नसतं, हेच खरं... पृथ्वीवर वा स्वर्गात! या व अशा अनेक कहाण्या ऐकत ऐकत, पाहत पाहत माझा स्वर्गप्रवास चालूच होता. कधी कोणी

बिशप्स भेटले, कधी कोणी आयरिश, इंग्लिश वा अरेबिअन! माझ्या ज्ञानात तर चांगलीच भर पडत होती. आकाशात पंख लावून उडरं हे मात्र माझं इथे येऊनही स्वप्नच राहिलं! पंख लावणं आणि ते उडवणं खरं तर कुणालाच जमत नसावं; कारण फार कमी जणांना मी अवकाशात छान विहरताना पाहिलं. खूप प्रयत्न करूनही मी काही उडायला शिकलो नाही. मग मी तर पंख वापरणं सोडून दिलं. यावरून सँडीनं मला चिडवायलाही सुरुवात केली होती. शेवटी मी हार पत्करली आणि नाराज होऊन सँडीला माझी अडचण सांगितली. मला काही उडायला जमत नाही, हे मी कबूल केलं. त्यावर तो हसतच सुटला; मात्र नंतर गंभीर होऊन त्यानं नेहमीप्रमाणे मला भाषण द्यायला सुरुवात केली. अर्थात सँडी हाच स्वर्गातला माझा एकुलता एक गाईड होता. मी उत्सुकतेनं ऐकू लागलो–

"भूतलावर आपण काही कथा ऐकत असतो. आपण त्याच खऱ्या मानतो. त्यात अनेक परीकथा असतात. आपण कल्पनारम्य चित्रं बघतो. त्यातील देवदूत आणि पऱ्या आकाशात पंख लावून उडतानाचं चित्र मनात घर करून असतं. स्वर्गात गेल्यावर आपल्यालाही असंच उडता येईल, असं स्वप्न प्रत्येकाच्या मनात असतं. हे काही खरं नसतं. पऱ्यांचा तर तो युनिफॉर्म असतो. आपल्याकडे जसे पोस्टमन, आर्मी ऑफिसर, पोलीस युनिफॉर्म घालतात, तसंच स्वर्गातही असा युनिफॉर्म असतो. पंख हे फक्त शोभेचे असतात. इतक्या नाजूक पंखांनी त्यांना पृथ्वीपर्यंत उडता तरी येईल का? त्या तर नेहमी जादूच्या चटईवर बसून उडतात."

"म्हणजे अरेबियन नाइट्समधील मॅजिक कार्पेट खरं आहे तर?" मी चटकन सँडीला विचारलं.

"कदाचित! अरे, रंगीबेरंगी पंख नेहमीच फार मोहक असतात. आपण मग देवदूतांच्या आणि पऱ्यांच्या दुनियेत रमतो. ही सगळी मायानगरी आहे, हे विसरू नकोस. आणि हेच सत्य आहे. हो, पण जेव्हा इथे एखादा मोठा समारंभ होतो, तेव्हा मात्र तू हे रंगीबेरंगी पंख जरूर वापर. किंबहुना, आपण सर्व जण छान तयार होऊन इथल्या समारंभात भाग घेतो. जेव्हा येशू, मोझेस आणि इतर सर्व पवित्र आणि महान आत्मे येतात, तेव्हा तुलाही भाग घेता येईल. तसे प्रसंग फार क्वचित, म्हणजे हज्जारो वर्षांतून एकदाच येतात, हेही खरं!"

मी सँडीला मनापासून धन्यवाद दिले. त्याच्यामुळेच माझा स्वर्गवास सुखकर आणि आनंददायी होत आहे, हे मी कधीच विसरू शकत नाही. कधीतरी काही कोटी वर्षांनी मला कदाचित ॲडम, इव्ह, मनू, जमल्यास येशू, बुद्ध ,नाहीतर कमीतकमी शेक्सपिअर, होमर यांचं तरी दर्शन होईल, अशी खुळी आशा मात्र नक्कीच मनी बाळगून आहे.

◆

फ्रान्समधील रिव्हिएरा येथील मेंटोन नावाच्या छोट्याशा गावात १८९२ साली काही कामानिमित्त मी महिनाभरासाठी राहत होतो. मेंटोनपासून काही अंतरावर मोंटे कार्लो आणि नाईस ही मोठी शहरं होतीच; परंतु या छोट्या गावात मोठ्या शहराचे सर्व फायदेही होते. मेंटोनला अतिशय सुंदर समुद्रकिनारा लाभला होता. स्वच्छ सूर्यप्रकाश, आल्हाददायक हवा आणि निळाशार समुद्र असं निसर्गरम्य ठिकाण असल्यानं तिथे राहण्याचा माझा निर्णय योग्यच होता. इथे ना शहरातील गडबड गोंधळ, ना रहदारी वा गाड्यांचे आवाज! उच्चवर्गीय लोकांचं इथे फारसं येणं-जाणं नव्हतं; त्यामुळे वागण्यातील दिखाऊपणा आणि भपकेगिरी औषधालाही नव्हती. गावची माणसं तशी साधीसुधी आणि सरळमार्गी. फार तर कधीतरी एखादीच खानदानी असामी हॉटेलमध्ये ब्रेकफास्टला येत असे. त्याच काळात माझी एका स्मिथ नावाच्या धनाढ्य व्यक्तीशी ओळख झाली. सहसा आम्ही ब्रेकफास्टच्या वेळी भेटत असू आणि हळूहळू बऱ्यापैकी मैत्रीही झाली. अशीच एके दिवशी सकाळी ब्रेकफास्ट टेबलवर काही चर्चा चालू असताना अचानक स्मिथनं एका पाहुण्या व्यक्तीकडे बोट दाखवलं आणि तो उद्‌गारला,

"पटकन तिकडे बघ, आता एक माणूस दरवाज्याबाहेर जातोय. त्याला नीट बघ. जरा लक्षपूर्वक बघ हो."

जगावे की मरावे?

"कोण आहे तो? तुझी ओळख आहे का?" कुतूहलापोटी मी त्याला विचारलं.

"नक्कीच! तू इथे येण्याच्या आधी काही दिवसांपूर्वीच तो या हॉटेलमध्ये राहायला आला. लिऑन्स शहरात त्याचा सिल्क कपड्यांचा मोठा व्यवसाय आहे. गर्भश्रीमंत आणि खानदानी असामी! पण विशेष म्हणजे त्याला कधी हसतानाही कोणी पाहिलं नाही. सतत कोणत्यातरी विचारात असतो. उदास आणि विमनस्क नजेरेनं एकटाच शून्यात पाहत! गावातील लोकांच्या मते तो एकटाच असावा. बिच्चारा, थेओफील मॅग्नन!"

स्मिथ जणू काही स्वत:शीच पुटपुटत होता. त्या विचित्र वागणाऱ्या श्रीमंत इसमाची काही अधिक माहिती मला मिळेल या अपेक्षेनं मी स्मिथकडे पाहत होतो; पण तो कोणत्यातरी गहन विचारात

गढून गेला होता. समोरील नाश्ताही थंड झाला होता. स्वत:च्या पांढऱ्याशुभ्र केसांतून हात फिरवत कुठल्यातरी विचारात मग्न झाला होता. माझा आणि आजूबाजूच्या जगाचा त्याला विसर पडला असावा; पण तेही क्षणभरच! अचानक तो भानावर आला आणि पुटपुटला,

"सगळं संपलंय आता! गेलेले दिवस परत थोडीच येणार आहेत आता!"

मला त्याच्या बोलण्याचा काहीच अर्थ लागत नव्हता... "कोणते दिवस? काय परत येणार नाही?"

"अरे, ही एक हॅन्स अँडरसनच्या परीकथेतील एक सुंदर गोष्ट आहे. माझ्यासाठी ही गोष्ट आता जरी संपली असली, तरी त्यातील छोटासा भाग मी तुला सांगतो. ऐक ---

"एका लहान मुलाकडे पिंजऱ्यात पाळलेला पक्षी असतो. पक्षी त्याचा खूप लाडका असतो; पण तो त्याची व्यवस्थित काळजी मात्र कधीच घेत नाही. बिच्चारा पक्षी छान गाणं गात असे, सर्वांचं मनोरंजनही करीत असे. हळूहळू त्याचा आवाजही क्षीण होत गेला, मुलानं ना त्याची खायची काळजी घेतली की प्यायची! हळूहळू पक्षी म्लान झाला आणि काही दिवसांनी त्याने प्राण सोडला. मुलाला खूप पश्चात्ताप झाला; पण तोपर्यंत फार उशीर झाला होता. रडून रडून त्याचे डोळे सुजले आणि मग मित्रांच्या मदतीनं त्यानं अतिशय दु:खी अंत:करणानं पक्ष्याचं दफन केलं. खरं तर त्या मुलाचा हलगर्जीपणाच पक्ष्याच्या मृत्यूला कारणीभूत ठरला, याची त्याच्या मित्रांना मात्र अजिबात कल्पना नव्हती..."

स्मिथ गोष्ट सांगत असतानाच कोणीतरी आलं आणि गोष्ट अर्धवटच राहिली... रात्री मात्र स्मिथ मला परत भेटला. रात्रीची शांत वेळ होती. आजूबाजूला कोणीही नव्हतं. बसायला आरामदायी सोफा, आजूबाजूला सुंदर लॅम्पपोस्ट, थंड हवा, अशा अतिशय रम्य वातावरणात आम्ही बागेत एकत्र स्कॉच घेतली. त्याच-बरोबर पाइपचा झुरका घेत घेत गप्पा मारत असताना स्मिथ अचानक थांबला आणि गंभीर झाला,

"आज इथे आपण दोघेच आहोत. मित्रा, मला वाटतं तुला ती दुर्मिळ कथा सांगण्याची हीच योग्य वेळ आहे! आज मी आम्हा चार मित्रांची गोष्ट सांगणार आहे. गेले कित्येक वर्षं मनाच्या कोपऱ्यात खोल दडवून ठेवलेलं गुपित तुला सांगावंसं वाटतं. तू तयार आहेस का?"

"नक्कीच मित्रा, सांग तू! तुझी कहाणी ऐकायला मी उत्सुक आहे," मी सरसावून बसलो.

हीच ती गोष्ट... स्मिथनं सांगितलेली...

फार वर्षांपूर्वीची ही सत्य घटना आहे. तरुणपणी चित्र काढणं हा माझा छंद

होता. फ्रान्समधील गावोगावी जाणे, वेगवेगळ्या प्रदेशात भटकंती करणे... कॅनव्हासवर निसर्गचित्रे रेखाटणे... हेच माझं विश्व होतं. याच वेळी मला ड्रॉइंगचा छंद जोपासणारे काही मित्रही मिळाले. क्लाउड फ्रेरे आणि कार्ल बॉउलांगर! दोन्ही फ्रेंच आर्टिस्ट माझे जिगरी दोस्त झाले. आम्ही सगळेच नवशिके होतो. तेव्हा फारसे पैसे नसायचे आमच्याकडे; पण तरीही आम्ही खूश होतो, स्वच्छंदी होतो, आनंदी होतो. आपल्याच विश्वात मग्न असायचो आम्ही. गरिबी, दारिद्र्य हे विषय आमच्यासाठी सध्यातरी नगण्य होते. तारुण्याच्या मस्तीतली 'देखा जायेगा' अशी बिनधास्त वृत्ती होती आमची! मात्र शेवट व्हायचा तोच झाला. कफल्लक झालो एक दिवस! त्या दिवसांत आमचं वास्तव्य ब्रेटन नावाच्या खेड्यात होतं. काय करावं सुचेना! पैशाच्या विवंचनेत आम्ही निराश झालो होतो. उपाशीपोटी विमनस्क असताना अचानक आमच्या सुदैवानं आम्हाला आमच्यासारखाच एक चित्रकार भेटला – फ्रान्कोइझ मिलेट!

"काय? प्रसिद्ध चित्रकार फ्रान्कोइझ मिलेट! तो महान चित्रकार तुम्हाला प्रत्यक्ष भेटला? याहून काय ते भाग्य!" मी आश्चर्यचकितच झालो.

"प्रसिद्ध? छे! तेव्हा तो काही इतका परिचित नव्हता. आमच्यासारखाच एक सामान्य नवोदित चित्रकार होता. त्याला गावात कोणी फारसं ओळखतही नव्हतं. त्याची परिस्थितीही बेताचीच! त्याच्यामुळे आम्हाला टर्निप खायला मिळायचं तितकंच काय ते! पुढे पुढे अनेकदा ते कंद मिळण्याचीपण मारामार असायची; परंतु त्यानं आम्हाला आश्रय दिला हेही आमच्यासाठी मोलाचं होतं; पण तेव्हापासून आम्ही चौघे घनिष्ट मित्र झालो. एकमेकांशिवाय आमचं पानही हलत नसे. चित्रं काढणे आणि चित्रंच काढणे... चक्क चित्रांचा ढीग जमा झाला. अशी दोन वर्षं गेली. चित्रांचा साठा वाढतच होता; पण कोणीतरी विकत घ्यायला हवं ना? पैशाची चणचण तर होतीच! परिस्थिती फार बिकट होत गेली. एक चित्रही बाजारात खपत नव्हतं.

अशीच दोन वर्षं आर्थिक तंगीत काढली. एक दिवस आम्ही चौघं चिंतेत असताना सरतेशेवटी क्लाऊडनं सुरुवात केलीच, "मित्रांनो, इतके दिवस बोलण्याचंही टाळत होतो; पण आता कटू सत्य पचवायलाच पाहिजे. मला पुढे फक्त अंधकार दिसतो आहे. काहीच मार्ग दिसत नाही. आपणाला काहीतरी हालचाल केलीच पाहिजे, मार्ग काढला पाहिजे. तुम्हाला कल्पना तरी आहे का, की गावकऱ्यांनी आपल्याविरुद्ध ठराव पास केला आहे. यापुढे कोणीही आपल्याला उधारीवर काहीही देणार नाहीत. आधी जुनी देणी चुकती करा, तरच पुढचा विचार करण्यात येईल, असं म्हणतात. सक्त तंबीच म्हणा ना!"

आता मात्र आमचं धाबं चांगलंच दणाणलं. सगळेच पडेल चेहऱ्यानं आणि

हताश नजरेनं एकमेकांकडे पाहत होतो. परिस्थिती कठीण आणि अत्यंत निराशाजनक आहे, याचं भान सर्वांनाच आलं. भीषण शांतता पसरली...

"पुढे काय? माझं तर डोकंच चालत नाही. मित्रांनो, यावर तुम्हीच काहीतरी उपाय शोधा ना!" मिलेटनं शरणागतीच पत्करली.

कोणी काहीच बोललं नाही. कोणालाच काही सुचत नव्हतं. पैशाच्या विवंचनेपुढे सर्वांनीच हात टेकले होते. सुतकी शांतताच पसरली होती. जणू काही मिलेटच्या बोलण्याला हेच उत्तर होतं. कार्ल वैतागून अस्वस्थतेनं इकडे-तिकडे येरझाऱ्या घालत होता. स्वत:शीच पुटपुटत म्हणाला,

"लाज वाटते स्वत:चीच. इतक्या कष्टानं इतकी छान ढीगभर चित्रं काढली; पण कुणालाच कदर नाही. बघा, ही चित्रं बघा, काय कमी आहे यांच्यात? तोंडावर सगळेच कौतुक करतात... वा वा म्हणतात; पण विकत घेतील तर शप्पथ! त्यांना नावाजलेल्या चित्रकारांनी काढलेलंच चित्र हवं असतं... आता मिलेट, तू काढलेलं हे व्हर्जिन मेरीचं चित्र बघ बरं! इतकं सुंदर आणि हुबेहूब काढलं आहेस. यापेक्षा सुंदर चित्र असूच शकत नाही; पण लोकांना..."

"खरंय तुझं म्हणणं, कार्ल... 'व्हर्जिन मेरी'... माझं सर्वांत आवडतं चित्र! आजच सकाळी एक जण आला होता विकत घ्यायला. पाच फ्रँक्सला विकत घ्यायला तयारही होता."

"कधी? कोण आलं होतं विकत घ्यायला?"

"कोण होता तो माणूस?"

"आणि तू का नाही विकलंस?"

आम्ही सर्वांनी त्याच्यावर प्रश्नांचा भडिमार सुरू केला, तसा तो आणखीनच वैतागला.

"तुम्ही सगळे माझ्या अंगावर येऊ नका. त्याच्याकडे बघून वाटलं की तो पाच फ्रँकपेक्षा जास्त देईल, म्हणून मी त्याच्याकडे आठ फ्रँक मागितले."

"मग काय झालं?"

"तर तो म्हणाला की मी नंतर येईन; पण तो आलाच नाही."

"अरे वेड्या, तू त्याला जाऊ का दिलंस? असा मूर्खासारखा कसा रे वागलास?"

"कळलं रे बाबा! चूक झाली माझी. मला वाटलं जरा थोडे जास्तीचे पैसे मिळतील... पण कसलं काय, गेलाच तो! यापुढे असा गाढवपणा नाही करणार!"

"अरे, माझ्या चित्राच्या बदल्यात कोणी कोबीचा गड्डा दिला ना तर तेही मला चालेल. कमीतकमी एका वेळची जेवणाची भ्रांत तरी मिटेल." वैतागून मी म्हणालो.

"मित्रांनो, आपल्या चित्रात काही कमी आहे का? मला खरं खरं उत्तर द्या." कार्लनं स्पष्टच विचारलं.

"मुळीच नाही!" तिघंही एकमुखानं उत्तरलो.

"आपल्या सर्व कलाकृती उत्तम आणि कलात्मक आहेत असं तुम्हाला वाटतं का? खरं तेच सांगा!" कार्ल पोटतिडकीनं विचारीत होता.

"नक्कीच!" अतिशय तत्परतेनं आम्ही उत्तरलो.

"आता एक कल्पना करा. जर याच चित्राला एखाद्या प्रसिद्ध चित्रकाराचं नाव दिलं तर ते जास्तीतजास्त किमतीत विकलं जाईल ना? तुमचं काय मत आहे?"

"अर्थातच! यात काहीच शंका नाही."

"पण त्याचा आपल्या चित्रांशी काय संबंध? आपण काय करू शकतो?"

"अरे मित्रांनो, झालंच तर मग! आपण याच चित्रांना एका मोठ्या चित्रकाराचं नाव द्यायचं आणि बाजारात खपवायचं." कार्लला काय म्हणायचं आहे, कोणालाच समजलं नाही... एक विचित्र शांतता पसरली. आम्हा तिघांच्या चेहऱ्यावरील प्रश्नचिन्ह स्पष्ट दिसत होतं. हे काय विचित्र कोडं? असं प्रसिद्ध चित्रकाराचं नाव काय भाड्यानं मिळणार आहे का? आणि कोण ते लावणार? कसलाच खुलासा होत नव्हता.

"माझ्या डोक्यात एक भन्नाट कल्पना आली आहे. आपली परवड, हे भिकेचे डोहाळे थांबवायचा एकुलता एक मार्ग! माझी आयडिया तुम्हाला नक्कीच आवडेल. समजा की आपल्याला झटपट श्रीमंत होण्याचा मार्गच मिळालाय!"

"पैसेवाले! आणि आपण? तू स्वप्नच बघ!"

"अरे, श्रीमंत होण्यासाठी लाखो फ्रँक्स लागतील. सोपी गोष्ट नाही काही."

"जाऊ दे रे, त्याचं डोकं ठिकाणावर नाही."

"उपाशीपोटी तुला काही सुचत नसेल, तर झोपेची गोळी खा आणि झोपून जा बरं! आधीच डोक्याला काय कमी ताप आहे?"

"तुम्ही जरा गप्प बसता का? तो काय म्हणतोय ते ऐकू या तरी... तुम्ही आपलंच घोडं पुढे दामटताय." मिलेटनं आम्हा दोघांनाही गप्प केलं. "कार्ल, बोल, तुझा प्लॅन तरी काय आहे?"

"मी माझा प्रस्तावच तुमच्यासमोर मांडतो. बघा पटतोय का! एखादा कवी, लेखक, चित्रकार जिवंतपणी दारिद्र्यात, अत्यंत हलाखीचे दिवस काढतो; पण हाच कलाकार मेल्यावर मात्र अजरामर होतो, त्याचं कौतुक होतं आणि त्याचा उदोउदो केला जातो; पण हे सगळं कधी? तो वरती गेल्यावरच ना? त्याच्या प्रत्येक कलाकृतीचं, चित्रांचं प्रदर्शन भरवलं जातं, त्याचं गुणगान केलं जातं. रसिक आणि जाणकार लोक त्याच्या चित्रांचा लिलाव करतात आणि हातोहात

त्याच्या चित्रांची विक्रीपण होते, प्रचंड मोठी बोली लावून! लक्षात घ्या, हे मी नाही सांगत, इतिहासच अशा घटनांची साक्ष देईल. जसा काय हा कायदाच असावा! कोणताही अज्ञात, दुर्लक्षित आणि अनोळखी कलाकार जर नावारूपाला यायला हवा असेल तर त्याला हे जग सोडावं लागेल. तर आणि तरच त्याच्या मृत्यूनंतर त्याला बक्कळ पैसा मिळेल. त्यानं आज त्याच्या आयुष्याची किंमत दिली तरच तो श्रीमंत होईल. तो स्वर्गवासी झाल्यावरच त्याच्या प्रत्येक कलाकृतीचा गवगवा होईल आणि त्याची भरपूर किंमतही मिळेल... पण हे साध्य करण्यासाठी आपल्यापैकी एकाला मरावंच लागेल.''

हे सगळं आमच्या आकलनशक्तीच्या पल्याडचं होतं; पण थोड्या वेळातच आमच्या डोक्यात प्रकाश पडला आणि आमच्यात उत्साहाचं वातावरण तयार झालं. एकेकाच्या सुपीक डोक्यातून मरणाच्या भन्नाट कल्पना निघाल्या आणि प्रत्येक जण अति उत्साहानं त्यावर भाष्य करू लागला. वातावरण थोडंसं शांत होताच कार्लनं पुढचा प्रस्ताव मांडला :

''मग आपल्यातल्या एकाला मरावंच लागेल; तरच बाकी सगळे तग धरू शकतील. आपण आता चिठ्ठ्या टाकू या. आपल्यातील जो निवडला जाईल, तोच खरा हिरो असेल आणि तोच मोठा त्याग करेल आणि तेव्हाच आपल्या सगळ्यांचं नशीब उजळेल. आपण सर्व खूप श्रीमंत होऊ. ज्याची निवड होईल, तो पुढील तीन महिने फक्त आणि फक्त चित्रं काढणार. वेगवेगळी चित्रं, स्केचेस, काहीही, जे त्याला आवडेल ते. वर्ल्ड म्युझियममध्ये प्रसिद्ध ठरणारी आगळीवेगळी चित्रं चांगली डझनावारी काढायची, त्याचा मोठा स्टॉक तयार ठेवायचा. सगळीकडे त्याच्या नावाची हवा तयार करायची. आपोआप मोठी प्रसिद्धी मिळेल. मधल्या काळात बाकी तिघांनी हा प्रसिद्ध चित्रकार मृत्युपंथाला असल्याची बतावणी करायची. तवा एकदाचा खूप तापला की तो मेल्याची वार्ता पसरवायची. तोपर्यंत चित्रकार म्हणून खूप प्रसिद्धी मिळाली की मग भलं मोठं फ्युनरलपण करायचं. मग बघा त्याची चित्रं कशी हातोहात खपतील. पैशाची रास लागेल अगदी.''

आम्ही तिघं अचंबित होऊन पाहतच राहिलो. आमचे चेहरे पाहताच त्यानं आम्हाला समजावलं.

''अरे खरं खरं नाही मरायचं. आपण डमी चित्रकाराचं दफन करायचं. फक्त त्याच्या नावाचा उपयोग करायचा आणि चित्रं विकायची.''... त्यानं खरंच फार विचारपूर्वक प्लॅन बनविला होता आणि तो यशस्वी होणार याची त्याला खात्री होती. चौघांनी एकमेकांना प्रेमानं आलिंगन दिलं आणि आम्ही पुढील तयारीला लागलो. मिलेटच्या नावाची चिठ्ठी निघाली आणि त्याच्या चित्रांचा आणि त्याचबरोबर

त्याच्या मृत्यूचा आणि पुढील तीन महिन्यांचा संपूर्ण आराखडा आम्ही केला. जवळचं किडूकमिडूक विकून टाकलं. थोड्याफार पैशाची व्यवस्था केली. उदरनिर्वाहासाठी पैसे बाजूला ठेवले. उरलेल्या पैशातून तीन महिने पुरेल इतका साठा मिलेटला दिला, म्हणजे तो लपून अज्ञातवासात चित्रं काढू शकेल. बाकी राहिलेल्या थोड्याफार पैशांत तीन महिने आम्ही तिघांनी मिलेटच्या चित्रांची फ्रान्समध्ये वेगवेगळ्या ठिकाणी जाऊन विक्री केली.

मिलेटला प्रसिद्धी मिळावी म्हणून मी काय युक्ती केली सांगू? एका गावातील मोठा व्हिला हेरला आणि तिथे जाऊन मी एक स्केच काढायला सुरुवात केली. घराचा मालक कुतूहलापोटी व्हरांड्यात उभा राहून माझं निरीक्षण करीत होता. ती संधी साधून मी अतिशय हळूहळू विचारपूर्वक शांतपणे स्केच काढायला सुरुवात केली. तो माझ्या चित्रात इन्टरेस्ट घेऊ लागला आणि काही दिवसांनी मला भेटायला खालीच आला. त्यानं माझं कौतुकही केलं. मी शांतपणे माझ्या पोतडीतून मिलेटची सही असलेलं एक चित्र बाहेर काढलं. मिलेटच्या सहीवर बोट ठेवून, 'तुम्ही या महान चित्रकाराला ओळखता का' म्हणून विचारलं. हेच माझे गुरू... खूप नावाजलेले चित्रकार आहेत.

अर्थात त्यांना मिलेटबद्दल काहीच माहिती नव्हती, त्यामुळे ते ओशाळून गेले. ''फ्रान्सिस मिलेट! जगप्रसिद्ध चित्रकार! तुम्ही यांना ओळखत नाही? आश्चर्यच आहे.'' मी चित्रालाच वंदन करीत आदरभाव व्यक्त केला. ते गृहस्थ अधिकच ओशाळले; पण पटकन सावरले, ''हो, हो, अहो, फ्रान्सिस मिलेटला कोण ओळखणार नाही? ते तर खूप मोठे चित्रकार आहेत. तुमच्या बोलण्याकडे खरं तर माझं लक्षच नव्हतं. हे त्यांचं चित्र आहे ना? मला देता का? मी हवी तितकी किंमत मोजायला तयार आहे. बरेच आढेवेढे घेऊन शेवटी मी मिलेटचं सही असलेलं चित्र चक्क आठशे फ्रँक्सना विकलं.

''काय? चक्क ८०० फ्रँक्स?'' मी आश्चर्यचकितच झालो.

''होय तर! मिलेटनं तर ते चित्र डुकराच्या मांसाच्या तुकड्याच्या किमतीत विकलं असतं; पण मी मात्र आठशे फ्रँक्स मिळवले. आठ हजारसुद्धा मिळू शकले असते... जाऊ दे, मुद्दा काय की चांगलीच कमाई झाली. मग त्याच माणसाच्या व्हिलाचं चित्र काढलं आणि मिलेटच्या शिष्यानं काढलं म्हणून १०० फ्रँक्स मिळाले. मिलेटला आठशे फ्रँक्स पाठवले आणि पुढच्या मिशनवर निघालो. एक अलिखित नियम केला, रोज एकच चित्र विकायचं आणि मिलेटला प्रसिद्धी मिळवून द्यायची. मिलेट, एक महान चित्रकार, मृत्युपंथावर आहे, तीन महिन्यांपेक्षा जास्त जगणार नाही. त्याच्या चित्रांची किंमत पैशात मांडता येणार नाही. त्याच्या मृत्यूनंतर तर हे चित्र बघायला मिळणंसुद्धा दुर्लभ असेल... वगैरे वगैरे! येन केन

प्रकारेण मिलेट खरंच जगप्रसिद्ध झाला. आम्ही तिघांनी खूप मोठ्या प्रमाणावर त्याच्या चित्रांची विक्री केली. क्लाऊडलाही बरेच पैसे मिळाले. सर्वांत जास्त कमाई मात्र कार्लनं केली. लोकांना उल्लू बनविण्यात त्याचा हातखंडा होता. ''फ्रान्कोइज मिलेट! एक महान चित्रकार! काही दिवसांचा सोबती...'' अशा अर्थाचा मजकूर वर्तमानपत्रात प्रसिद्ध करणं काही अवघड नव्हतं. एक उभरता कलाकार... प्रसिद्धीच्या शिखरावर... आणि मरणाच्या दाढेत... त्याची करुण कहाणी हळूहळू सगळीकडे पसरली आणि सहानुभूतीची जणू काही लाट उसळली. आम्ही चांगलेच हात धुऊन घेतले, प्रचंड श्रीमंत झालो आम्ही. कार्ल आमच्यात सर्वांत चलाख! त्यानं पॅरिसमधील पत्रकारांशी संधान बांधलं आणि त्यांच्याद्वारे मिलेटची, एका तथाकथित प्रसिद्ध चित्रकाराची करुण कहाणी इंग्लंड, अमेरिकेपर्यंतही पोहोचवली. प्रसिद्धीच्या आणि त्याचबरोबर मिलेटबद्दलच्या कणवेच्या लाटेने आता चांगलाच वेग घेतला होता.

दीड महिन्यानंतर आम्ही तिघं पॅरिसमध्ये भेटलो आणि मिलेटच्या चित्रांची विक्री थांबवायचा निर्णय घेतला. योग्य वेळ आली होती. ''तुझा शेवट जवळ आला आहे... तू दहा एक दिवसांत मरण्याच्या तयारीत राहा.'' मिलेटला आम्ही कळवलं. इकडे आतापर्यंत आम्ही पंचाऐंशी चित्रं आणि इतर काही पोस्टर्स विकले आणि एकोणसत्तर हजार फ्रँक्स कमावले. कार्लनं सर्वांत मोठा डल्ला मारला. मिलेटचं व्हर्जिन मेरीचं चित्र त्यानं चक्क बावीसशे फ्रँक्सना विकलं. भविष्यात त्याचा लिलाव होऊन ते चित्र फ्रान्समध्ये लाखोंच्या घरात विकलं गेलं. याची अर्थात त्या वेळी आम्ही कल्पनाही केली नव्हती.

त्या रात्री जेवणाबरोबर शॅम्पेनची जंगी पार्टी आम्ही तिघांनी केली आणि सकाळीच मी आणि क्लाऊड आजारी (?) मिलेटची शुश्रूषा करण्यासाठी रवानाही झालो. कार्ल मात्र पॅरिसमध्येच थांबला. डेली बुलेटिनद्वारा प्रख्यात (?) मिलेटच्या तब्येतीची ताजी खबर देणे हेच त्याचं महत्त्वाचं काम होतं. अखेरीस ती काळरात्र उगवली... मिलेटचं दुर्दैवी निधन! कार्लपण वेळेत तिथे पोहोचला, तोपर्यंत ही बातमी जगाच्या कानाकोपऱ्यात पोहोचली. मिलेटचे शेकडो चाहतेही फ्युनरलच्या प्रसंगी मिलेटला दुःखद अंतःकरणानं निरोप द्यायला जमा झाले होते. आम्ही चौघं सतत बरोबर होतो. मिलेटच्या शवपेटीपासून जरासुद्धा दूर झालो नव्हतो. त्यातली गोम अशी होती, की शवपेटीत खरंतर फक्त एक मेणाचा पुतळा होता... तोही वजनानं हलका! कुणाच्या लक्षात येऊ नये म्हणून शवपेटी आम्ही चौघांनीच उचलली.

''कोण चौघं?'' मी पटकन विचारलं.

अर्थात आम्हीच चौघं... मिलेट स्वतःच शवपेटी उचलायला साथीला होता,

अर्थात खराखुरा नाही, मिलेटचा दूरचा नातेवाईक म्हणून!

"बाप रे! तुम्ही ग्रेट आहात! सगळंच आश्चर्यचकित करणारं आहे!" माझा माझ्या कानांवर विश्वास बसत नव्हता.

पण हेच सत्य आहे, मित्रा! चित्रांची किंमत कशी वाढत गेली, तुला कळलं ना? एवढ्यातच काही दिवसांपूर्वी पॅरिसमधील एका चाहत्यानं मिलेटची जवळजवळ सत्तर चित्रं विकत घेतली. त्यानं त्यासाठी चक्क २० लाख फ्रँक्स मोजले. हौसेला मोल नाही हेच खरं! मिलेटची बाकीची चित्रं मार्केटमध्ये लिलावात आल्यावर काय भावात जातील... देवच जाणे.

"एखाद्या सिनेमातील कथाच वाटते. माझा अजूनही विश्वास बसत नाही. आणि हो, मग त्या मिलेटचं पुढे काय झालं?"

"हे गुपित तू तुझ्याजवळच ठेवशील ना? कोणाला सांगणार नाहीस ना?"

"नक्कीच! एवढा विश्वास आहे ना माझ्यावर?" माझी मिलेटबद्दल जाणून घ्यायची उत्सुकता वाढली.

"ऐक तर मग! सकाळी आपल्याला एक धनाढ्य एकाकी असामी हॉटेल-मध्ये ब्रेकफास्टला दिसला होता. सिल्कच्या कापडाचा व्यापारी? आठवतोय का तुला? अरे, तो दुसरा-तिसरा कोणी नसून तोच फ्रान्कोइज मिलेट!"

"ग्रेट!" माझ्या तोंडून शब्दही फुटत नव्हता.

"हे असं आहे बघ! दुनिया कशी आहे! एका उत्तम चित्रकाराला जिवंतपणी तर उपाशीच ठेवलं आणि तो मेल्यानंतर त्याचाच उदोउदो केला; पण यशाचं फळ मात्र बिचाऱ्याला तो जिवंत असूनही अजून नाही मिळालं. स्वतःच्याच दफन विधीचा खर्च स्वतःच करणारा दुर्भागी मिलेट! स्वतःच्या यशाचं श्रेयही घेता आलं नाही, हीच त्याची शोकांतिका! आणि म्हणूनच तो नेहमी हरवलेल्या नजरेनं शून्यात पाहत असतो... अस्तित्वच गमावून बसलेला अभागी फ्रान्कोइज मिलेट! आणि आम्ही सारे भागीदार आहोत या पापाचे."

◆

भाग १

तू खोटं बोललीस? मान्य कर... मान्य कर की तू खरं सांगितलं नाहीस! खोटं बोललीस... मान्य कर!

भाग २

लेस्टर कुटुंबात फक्त चार सदस्य होते. मार्गरिट लेस्टर, छत्तीस वर्षांची एक विधवा, तिची सोळा वर्षांची मुलगी हेलन लेस्टर आणि त्याचबरोबर साठी गाठलेल्या दोन अविवाहित आत्या - हेन्ना आणि हेस्टर. दोघी आत्या खूप वयस्कर होत्या. घरात एकुलती एक तरुण मुलगी असल्यानं बाकी तिघींचा वेळ तिच्या अवतीभोवती फिरण्यात जायचा. तिला काय हवंय, काय नकोय, याच गोष्टीकडे तिघींचं लक्ष असायचं. तिचं तारुण्य, राहणं, बोलणं, मान वेळावून दहा वेळा आरशात स्वत:ची सुंदर छबी न्याहाळणं, हे सर्व त्या तिघींच्या कौतुकाचा विषय असायचा. तिचा गोड आवाज कानावर पडताच त्या उल्हसित व्हायच्या. ती नाराज झाली, दु:खी झाली तर त्याही हिरमुसून जायच्या. त्यांच्या म्हातारपणाच्या निरस आयुष्यात घरातील तरुण मुलगी हेलन हाच काय तो उत्साहाचा झरा होता. तिच्याखेरीज जगण्याची कल्पनाही स्वप्नातसुद्धा त्यांच्या मनात येत नव्हती, इतकं त्यांचं सर्व आयुष्य तिच्याभोवती गुंफून गेलं होतं.

स्वर्ग की नरक?

दोन्हीही आत्या स्वभावानं खूप प्रेमळ आणि दुसऱ्यावर जीव ओवाळून टाकणाऱ्या होत्या; पण जुन्या रूढी आणि परंपरांबाबत मात्र खूप कर्मठ! काही विशिष्ट बाबतीत त्या टोकाची भूमिकाही घेत असत. त्यात मात्र कोणतीही तडजोड त्यांना मान्य नसे. त्या दोघींचा प्रेमळ दरारा इतका जबरदस्त होता, की माय-लेकींनाही त्याची सवय झाली होती. कोणतीच नाराजी न दाखवता त्या अशा परंपरागत चालत असलेल्या रूढी-परंपरांचा सन्मानही करीत असत. त्यामुळे घरामध्ये कधीच कोणता कलह

होत नसे वा वादविवादाचा प्रसंगही उद्‌भवत नसे. एकंदरीत काय की सारे जण गुण्यागोविंदानं एकत्र राहत असत.

एक गोष्ट मात्र सातत्यानं पाळली जाई ती म्हणजे सत्याचीच कास धरणे. खोटं बोलणं पाप आहे ही संकल्पना खोलवर रुजली होती. सत्य!... म्हणजे सत्य!... म्हणजे सत्यच!... मग त्याचे कोणतेही परिणाम भोगावे लागले तरी चालतील; पण खोटं कधी बोलायचं नाही आणि सत्य कधी लपवायचं नाही. चौघी जणींमध्ये जणू काही हा एक अलिखित करार झाला होता आणि त्याचं उल्लंघन आजपर्यंत तरी कधी झालं नव्हतं. आज मात्र त्यांच्या विश्वासाला तडा गेला होता. त्या दोघी तर फारच दुखावल्या गेल्या. त्या दोन्ही आत्या तशा जुन्या पठडीतल्या आणि पापभीरू होत्या. एक दिवस देवाच्या दरबारात तोंड दाखवायचं आहे, तेव्हा खरं आणि चांगलंच वागलं पाहिजे अशा मताच्या. त्यांची लाडकी हेलन खोटं बोलली होती. आज त्यांच्या लाडक्या लेकीला खोटेपणाचा डाग लागला होता. त्यांची तर पायाखालची जमीनच सरकली. मी खरं सांगणार नाही. मला सत्य लपवावंच लागेल, असं हेलन त्यांना सतत सांगत होती. रडता रडता स्वत:चीच निर्भर्त्सना करीत, स्वत:लाच दोष देत होती हेलन! पण तरीही खरं बोलण्याचं धाडस काही तिच्यात नव्हतं आणि हे तिनं मान्यही केलं होतं. हेलन त्यांच्या पायाशी बसून रडत होती आणि त्या दोघी पांढऱ्याफटक पडल्या होत्या, त्यांना काहीच सुचत नव्हतं. हेलन दोघींच्या कुशीत शिरून रडत होती, क्षमेची याचना करत होती. दोघी मात्र सुन्न बसून होत्या. त्यांचा थंड प्रतिसाद बघून ती अजूनच रडत होती.

"पण तू खोटं बोललीस." हेस्टरच्या तोंडून दोन वेळा हेच वाक्य बाहेर पडलं. "तू खोटं बोललीस आणि हे तू मान्यही करतेस." हेन्नानं तेच शब्द परत उच्चारले. यापलीकडे दोघी आत्यांच्या तोंडून दुसरा एकही शब्द फुटेना. आतापर्यंत अशी परिस्थिती कधीच उद्‌भवली नव्हती. त्यामुळे अशा वेळी काय आणि कसं वागावं त्यांना सुचत नव्हतं. बिचाऱ्या भांबावून गेल्या होत्या.

बरीच चर्चा केल्यावर सर्व वस्तुस्थिती मार्गारेटच्या म्हणजे हेलनच्या आईच्या कानावर घालावं आणि हेलनला तिच्या आईसमोर उभं करण्याचं दोन्ही आत्यांनी ठरवलं. मार्गारेट खूप आजारी होती; पण तरीसुद्धा तिच्यापासून काही लपवून ठेवणं योग्य नव्हतं. हेलेननं खूप विनवणी केली, आईला यापासून दूर ठेवावं, तिला हे सहन होणार नाही. तिला काही झालं तर? या कल्पनेनंही हेलन दु:खी झाली आणि रडू लागली. आईला काहीही सांगू नका, तिला सहन होणार नाही; परंतु तिच्या रडण्याभेकण्याचा काहीही परिणाम आत्यांवर झाला नाही. कर्तव्य आणि सत्य हेच महत्त्वाचं असतं. त्यापासून पळून जाता येत नाही. आपण

सत्याला तोंड दिलंच पाहिजे, मग त्यापासून काही अमंगल झालं तरी बेहत्तर. अशा मतांचा आणि जुन्या विचारांचा घट्ट पगडा त्यांच्यावर होता. अगदी बुरसटलेल्या विचारांच्या होत्या त्या दोघी. त्याच्या कानावर हेलनचा टाहो पडलाच नाही.

"जे झालं त्याच्यात आईचा काय दोष आहे? मलाच माझं निस्तरायला लागणार आहे. कृपया तिच्यापासून आपण लपवून ठेवू या. तिला सहन नाही होणार. काही अघटित घडलं तर? तिला का त्रास द्यायचा?" इतकं जीव तोडून बोलायचाही काही फायदा झाला नाही; कारण दोघी वृद्ध भगिनी तत्त्वाला आणि नियमाला धरून वागणाऱ्या कर्मठ व देवभोळ्या होत्या.

"हे कर्माचे भोग असतात. जर हे भोग तुझ्या आईच्या नशिबी असतील तर तुझ्या आईला भोगावेच लागतील. दुःखाचं ओझं पेलायलाच लागेल. तुझं काय अथवा तिचं काय? भोग ते भोगच. त्यापासून सुटका नाही. तुझ्या आईची काहीच चूक नाही; पण तिला हे कटू सत्य ऐकावंच लागेल. त्याचा त्रास आणि वेदनाही सहन कराव्या लागतील, हेच विदारक सत्य आहे." असं म्हणत त्या हेलनला घेऊन आजारी मार्गारेटच्या खोलीत गेल्या.

त्याच वेळी मार्गारेटला पाहायला डॉक्टर त्यांच्या घरात शिरत होते. ते निष्णात व त्यांच्या क्षेत्रातील तज्ज्ञ डॉक्टर होते; परंतु फार स्पष्टवक्ते होते. त्यामुळे तसे नावडतेही होते. पहिल्या भेटीत त्यांच्या वागण्यामुळे त्यांच्याविषयी फारसं चांगलं मत होत नसेच. काही भेटींनंतर हळूहळू त्यांच्याबद्दलचा गैरसमज दूर होत जाई, तरीही त्यांना खऱ्या अर्थानं घरचा फॅमिली डॉक्टर म्हणून स्वीकारायला खूप काळ जात असे; पण एकदा का तुम्ही त्यांना समजून घेतलंत, की त्यांच्यासारखा कठोर व फटकळ डॉक्टरही आपलाच वाटू लागे. त्यांच्या-खेरीज मग पानही हलत नसे. मग अतिशय धीरोदात्त, संकटाला धावून येणारा आणि योग्य निदान करणारा अशी त्याची ओळखही होत असे. बोलण्याची रीतभात तर त्यांच्यात कधी नव्हतीच. पेशंटला आवडेल, रुचेल असं बोलणं त्यांना कधी जमलंच नाही. पेशंटच्या नातेवाइकांना दिलासा देणे, त्यांच्याशी मृदू भाषेत बोलणे, हे त्यांच्या शब्दकोशातच नसावं. त्यांना स्वतःला पटेल, रुचेल आणि योग्य वाटेल तेच बोलणार अशी त्यांची ख्याती होती. त्यांचं निदान योग्य आणि अचूक असलं तरी त्यांच्या अशा रोखठोक बोलण्यानं अनेकदा पेशंट्स व त्यांचे नातेवाईक दुखावले जात. त्यामुळे लोकांमध्ये त्यांच्याबद्दल आदरयुक्त असली तरी भीतीच जास्त होती. डॉक्टरांना लेस्टर फॅमिलीबद्दल जरा जास्तच प्रेम होतं. लेस्टर फॅमिलीपण त्यांना आपल्या कुटुंबातील घटकच मानत असत. आज जेव्हा दोन्ही आत्या हेलनला आजारी आईच्या खोलीत घेऊन जात होत्या, तेव्हा डॉक्टर त्यांच्याच घराकडे येत होते.

भाग ३

मार्गरिटच्या बिछान्यापाशी तिघी जणी उभ्या होत्या. हेलन हुंदके देऊन रडत होती. आत्या मात्र गंभीर दिसत होत्या. मार्गरिटनं उशीवरून मान वळविली आणि क्लांत नजरेनं मुलीकडे बघितलं. तिच्यात बोलण्याचं थोडंसंसुद्धा त्राण नव्हतं. डोळ्यांत प्राण आणून ती आपल्या पोटच्या पोरीकडे प्रेमानं पाहत होती. तिनं हेलनला जवळ घेण्यासाठी प्रेमानं दोन्ही हात उंचावले, तेवढ्यात हेन्नानं हेलनला आईजवळ जाण्यापासून अडवलं.

"हेलन, आईच्या जवळ जाण्यापूर्वीच खरं काय ते सर्व सांगून टाक," हेस्टर म्हणाली. "मार्गरिटला खरं काय ते सांग आणि मोकळी हो." आधीच दु:खात असलेली आणि आता या दोघींच्या सततच्या दबावामुळे त्रस्त झालेली हेलन आक्रंदून म्हणाली, "आई, तू तरी मला माफ करशील ना? मी अगदीच हतबल झाले आहे."

"मी? आणि तुला माफ करू? ये बाळा ये. माझ्या कुशीत ये. शांतपणे माझ्या छातीवर डोकं ठेव. तुला तर बेटा हजार गुन्हे माफ आहेत. एका खोट्याचं ते काय?" आता आईपण एकदम शोकाकुल अवस्थेत होती.

आत्या काही बोलणार इतक्यात डॉक्टरांचा पायरव ऐकू आला. डॉक्टर आल्याची चाहूल मात्र माय-लेकींच्या खिजगणतीतच नव्हती. एकमेकींच्या कुशीत माय-लेकी विसावल्या होत्या. त्यांना ना जगाची पर्वा होती, ना इतरांच्या उपस्थितीची! डॉक्टर ते दृश्य थंडपणे बघत होते. या परिस्थितीत कसं आणि काय बोलावं याचाच विचार करीत होते. शेवटी त्यांनी दोन्ही आत्यांना खुणावून बाजूस बोलावलं. दोघी जणी थरथरत नम्रपणे जवळ आल्या. खाली वाकून डॉक्टर त्यांच्या कानात कुजबुजले, "हे काय चालवलंय तुम्ही? पेशंटला कोणताही मानसिक धक्का सहन होणार नाही हे किती वेळा मी तुम्हाला समजावून सांगितलं आहे. ताबडतोब ही जागा खाली करा. मला पेशंटजवळ गर्दी नकोय."

काही न बोलता त्या तिथून बाहेर पडल्या. अर्ध्या तासानंतर डॉक्टर आणि हेलन खोलीतून बरोबरच बाहेर पडले. आता हेलनपण आनंदी दिसत होती. "तू आता तुझ्या खोलीत जाऊन विश्रांती घे आणि स्वत:ची काळजी घे. बघू, जरा मोठा आ कर, मला तुझी जीभ आणि घसा तपासू दे." असं म्हणत त्यांनी तिला एकदा तपासलं आणि तिच्या गालावर प्रेमानं चापट मारीत म्हणाले, "चला, आता तू एकदम बरी झाली आहेस. खोलीत जाऊन झोप. मला तुझ्या आत्यांशी जरा महत्त्वाचं बोलायचं आहे."

हेलन गेल्याबरोबर डॉक्टर एकदम गंभीर झाले, "तुम्ही दोघी मिळून ही केस

माझ्यासाठी अधिकच अवघड करताय. तुम्हाला परिस्थितीचं गांभीर्य कळत नाही का? हेलनला टायफॉइड झाला आहे आणि तिनं आईला भेटणं हे तर मृत्यूला आमंत्रण देणं आहे. तिची आई आधीच मरणाच्या दारात उभी आहे. तिच्यात हे नवीन इन्फेक्शन सहन करण्याची ताकद नाहीये आणि तुमच्या अशा खऱ्या-खोट्याच्या नादात त्या दोघी बिचाऱ्या जीव गमावून बसतील. हेलनची तब्येत अगदी गंभीर आहे. या रोगावर काहीच उपाय नाहीत. तुम्हाला हे सगळं माहिती नाही का?''

आता मात्र दोघी आत्यांचा धीर सुटत चालला. ''आम्ही आत्ताच सगळं खरं खरं दोघींना सांगून टाकतो.''

''थांबा, तुम्ही असं काहीही करणार नाही आहात. आत्तापर्यंत तुम्ही खूप चुका केल्या आहेत. आता तरी मार्गारेटला खरं सांगण्याचा अट्टहास सोडा. ती हे नाही सहन करू शकणार. थोडं खोटं बोलायला शिका आता. कुणाच्या जीवन-मरणाचा प्रश्न असेल, तर सत्य न सांगणं हेच हिताचं असतं. मी देव मानत नाही असं नाही; पण तुमच्याइतकं टोकाचं सत्य बोलणं मला तरी पटत नाही. इतकी टोकाची भूमिका काय कामाची? देव तरी असं कधी शिकवतो का? आता कृपा करून तुम्ही हे सर्व सत्य त्या आजारी पोरीच्या तोंडून तिच्याच आईला सांगण्याचं पाप तरी करू नका. सत्य विसरा आता. दोघींच्या तब्येतीची काळजी घेणं जास्त महत्त्वाचं हे विसरू नका.

''मी इथे नसताना काय उद्योग केलात तुम्ही? मला खरं खरं सांगा. हेस्टर तुम्ही, बोला, काय आहे तुमच्या मनात?''

''तुमचं बोलणं आम्ही नेहमीच मानतो. तुम्ही सांगितल्याप्रमाणे वागतोही; पण आताची गोष्ट वेगळी आहे. खरं बोलणं आणि वागणं हाच आमचा धर्म आहे, हीच शिकवण धर्मानं आम्हाला दिली आहे. कर्तव्य करताना जातपात, नातं काहीच आडवं येत नाही. सत्य बोलणं हेच आमचं कर्तव्य आहे. त्यामुळे हेलनने आपल्या आजाराबद्दल आईशी खोटं का बोलावं? हे धर्माच्या विरुद्ध आहे. ती गंभीर आजारी आहे, हे तिनं आईला सांगितलंच पाहिजे.'' शब्दांची जुळवाजुळव करत हेस्टर उत्तरली.

''हेलननं आईला ती खूप आजारी आहे, हे सांगितलं नाही; कारण तिला आईची काळजी वाटते. अशा वेळी खरं न सांगणं हेच भल्याचं असतं. तुम्हीपण आपला हट्ट सोडा आणि थोडंसं गरजेपुरतं खोटं बोलायला शिका. त्यातच सगळ्यांचं भलं आहे. अहो, मीपण किती वेळा खोटं बोलतो; कारण त्या वेळची ती गरज असते आणि असं निरुपद्रवी खोटं देवाच्या दरबारातही चालून जाईल. आत्ताच बघा, मी हेलनला सांगितलं की ती ठणठणीत आहे; पण खरं तर ती

खूप सीरिअस आहे. हा रोग दुर्धर आहे; पण हेलनला हे न सांगण्यातच तिचं भलं आहे. दोघींना एकमेकींपासून शक्यतो दूर ठेवा. दोघींची काळजी घ्या; पण मार्गारिटला चुकूनसुद्धा कळू देऊ नका की हेलन आजारी आहे आणि या आजारातून बरी होणं अशक्य आहे.'' डॉक्टर तळमळीनं समजावून सांगत होते.

''खोटं बोलणं हे पाप आणि खरं बोलणं हे पुण्य, या जुन्या बुरसटलेल्या विचारातून आता बाहेर पडा. एखादं खोटं जीवघेणं ठरतं तर कधी एखादं खोटं जीवही वाचवतं. या क्षणी स्वतःच्या स्वर्ग आणि नरकाच्या, पाप-पुण्याच्या कल्पनेपेक्षाही मोठी जबाबदारी तुमच्यावर आहे. तुम्हाला दोघींना सांभाळायचं आहे आणि जितके दिवस जमेल तितके दिवस हेलनच्या दुर्धर आजाराची शंकाही तिच्या आईच्या मनात येता कामा नये. खरं तर त्यांनी एकमेकींना भेटताही कामा नये. हेलन तर आता काही दिवसांचीच सोबतीण आहे. तेव्हा सध्यातरी खोटं बोला, खरं लपवा. तिची काळजी घ्या. सत्य समजल्यावर तिच्या आईवर काय परिणाम होतील, याचा विचार करा. तिचा जीव वाचवणं आता तुमच्याच हातात आहे. हे एक मोठं चॅलेंज आहे.'' डॉक्टर पोटतिडकीनं समजावून सांगत होते.

भाग ४

दोन आठवडे झाले. आई आणि मुलगी दोघीही वेगवेगळ्या खोल्यांमध्ये दुर्धर आजाराने त्रस्त होत्या. दोन्ही आत्यांची जणू काही कसरतच होती. मुलीनं आपल्याला मिठी मारली, ती आपल्या गळ्यांत पडून रडली, आपल्याजवळ आली म्हणूनच ती आजारी आहे. आपल्यामुळे तिला त्रास झाला असावा, असं मार्गारिटला सतत वाटत होतं. त्या कल्पनेनंच ती खचत चालली. तिला खूप गिल्टी वाटत होतं. आपल्या संसर्गामुळेच हेलन गंभीर आजाराची शिकार झाल्याचं जणू त्या माउलीला पहिल्याच दिवशी जाणवलं होतं; मात्र हेस्टरनं खोटं बोलण्याचं धाडस केलं आणि मार्गारिटला समजावलं की हेलनची तब्येत उत्तम आहे. तिला तुझा संसर्ग होऊ नये, म्हणूनच ती तुला भेटत नाही. हे ऐकताच मार्गारिटचा चेहरा फुलला. ''खरंच, माझ्या खोलीत तिला आता येऊ देऊ नका. ती बरी असणं माझ्यासाठी जास्त महत्त्वाचं आहे,'' असं म्हणत ती क्षीण हसली. आपल्या इतक्या छोट्याशा निरुपद्रवी खोट्यानं मार्गारिटच्या चेहऱ्यावरील आनंद पाहून हेस्टर सुखावली. आता दोघी बहिणींनी हे खोटं बोलण्याचं नाटक चालूच ठेवलं. हळूहळू असं निरुपद्रवी खोटं बोलणं दोघींच्या अंगवळणी पडलं आणि त्याबद्दल त्यांना आता अपराधीही वाटत नव्हतं.

सुरुवातीला मार्गारिटला, म्हणजे आपल्या आजारी आईला बरं वाटावं यासाठी,

हेलन दररोज एक लहानशी चिठ्ठी घरातल्या घरात तिला लिहीत असे. चिठ्ठी वाचून आपल्या मुलीची खुशाली कळत असल्यानं मार्गारिटही खूश होती. तिच्या क्लांत चेहऱ्यावर तोच एक आनंदाचा शिडकावा होता. लांबून का होईना मुलीची खुशाली ऐकून तिला बरं वाटत होतं. मार्गारिट चिठ्ठी दहा वेळा वाचून आपल्या उशाशी ठेवी. प्रेमानं कागदाचं चुंबनही घेत असे. हेस्टर आणि हेन्ना दोघींचे आभारही मानत असे. हळूहळू हेलनची तब्येत अधिकच खालावत गेली. ती भ्रमिष्टासारखी बोलू लागली. ताप वाढतच होता. ती अधिकच सीरियस होत गेली. आता तिला हातात पेन्सिल धरणंही अवघड झालं होतं. एक दिवस असा उजाडला की हेलनला पत्र लिहिणं अशक्य झालं. खुशालीचं पत्र येणं बंद झालं. मार्गारिटच्या चेहऱ्यावर नाराजी आणि काळजी स्पष्ट दिसू लागली. दोन्ही आत्या आता धर्मसंकटात सापडल्या... इतके दिवस खोटं धकून गेलं होतं; पण आता खोटं बोलणं ही तारेवरची कसरत होती. यातून कसा मार्ग काढावा हेच त्यांना कळत नव्हतं. मार्गारिटची काळजी आणि संशय दोन्ही कसं दूर करावं हेच त्यांना सुचत नव्हतं. शेवटी हेन्नानं एक मार्ग काढला आणि ती मार्गारिटला म्हणाली, ''हेलनच्या मैत्रिणीकडे काल पार्टी होती आणि तिने आग्रह केला म्हणून हेलन रात्री तिथेच राहिली. तिला चिठ्ठी लिहायला वेळच मिळाला नाही.'' हे आणखी एक खोटं!

भाग ५

हेलन आनंदात आहे, आजारी नाही आणि आयुष्य एन्जॉय करतेय, हे ऐकून मार्गारिट खूपच खूश झाली. तिच्या चेहऱ्यावर समाधान होतं. ''तब्येतीमुळे मी अंथरुणावरून उठू शकत नाही. माझे आता थोडेच दिवस राहिले आहेत. तरीही तुम्ही दोघी इतकी काळजी घेता. माझ्या मुलीची मला मुळीच चिंता नाही,'' असं म्हणत ती त्या रात्री मग शांत झोपली. ''असं किती खोटं बोलायला लागणार आहे कोण जाणे!'' सुस्कारा सोडत हेस्टर पुटपुटली. हेलनच्या हस्ताक्षरात दररोज खुशालीचं पत्र लिहिण्याचंपण धाडस त्यांनी केलं. हेलन आणि मार्गारिट दोघीही मृत्यूच्या उंबरठ्यावर आहेत ही जाणीवच त्यांना खूप क्लेशकारक होती. आणि दोघींचे शेवटचे दिवस कमीतकमी मानसिक त्रासात जावेत यासाठी काहीही करावयाची त्यांची तयारी होती. आता तर त्यांचा कर्मठपणाही त्यांनी बासनात गुंडाळून ठेवला होता.

'प्रिय आई, तुला खूप भेटावंसं वाटतं गं. तुला जवळ घ्यावं, तुझ्या कुशीत शिरावं. तू लवकर बरी हो, आत्या माझी खूप काळजी घेतात; पण तू भेटत

नाहीस तर मला खूप वाईट वाटतंय गं. तुझी खूप आठवण येते.' दररोज अशा वेगवेगळ्या चिठ्ठ्या लिहिणं सोपं नव्हतं. दोघींच्या डोळ्यांतील पाणी खळत नव्हतं; पण याच पत्रांनी मार्गारेट अखेरचे दिवस शांत मनानं घालवीत होती. "माझी लाडकी पोर! मला भेटल्याखेरीज तिचा एकही दिवस जात नव्हता; पण हे माझं जीवघेणं आजारपण! हेन्रा, तिला पियानोवर छान गाणी म्हणायला सांग. तिचे सूर कदाचित मला नीट ऐकायला येणार नाहीत; पण मला खूप बरं वाटेल. माझी शेवटची इच्छा समज हवं तर. काही दिवसांनंतर तर माझ्यासाठी हे सूर थांबतील!" ऐकून हेन्रा रडायला लागली. ते पाहून मार्गारेटनं स्वत:ला सावरलं. "तुम्ही नका गं रडू. हेलनला तुमच्या भरवशावर ठेवूनच मी जाणार आहे. आता मला तिची काळजीच नाही."

हेन्रा रडतरडतच खोलीबाहेर गेली. हेलनला तोंड दाखवणंही अवघड होतं. ही रोजची तारेवरची इमोशनल कसरत त्यांची परीक्षाच पाहत होती. हेलन तापानं चांगलीच फणफणली होती. तिचा स्वत:वर ताबा राहिला नव्हता. "तू माझी आई नाहीस. कुठे आहे माझी आई? मला भेटायचंय तिला. लवकर बोलवा ना तिला." तापात ती असंबद्ध बोलू लागली. तिच्या कढत कपाळावर हात ठेवून हेन्रा प्रार्थना पुटपुटत होती. हेलनला अशा अवस्थेत पाहणं मार्गारेटला सहन झालं नसतं. आपण या संकटापासून तिला वाचवलं, असा काहीसा विचार हेन्राच्या मनात येत होता.

भाग ६

हेलनची तब्येत दररोज अधिकच ढासळत गेली. तिची केविलवाणी स्थिती बघून हेन्रा आणि हेस्टर दोघींच्या दु:खाला पारावार राहिला नाही. तरीसुद्धा हेलनची तब्येत उत्तम आहे, ती खूप आनंदात आहे, हे तिच्या आईला, म्हणजेच मार्गारेटला रोज सांगणं आणि तिला धीर देणं ही दोघींची परीक्षाच होती. मार्गारेटची तब्येतही खूप खालावली होती. रोजच्या रोज एक आनंदी, पण खोटी चिठ्ठी मार्गारेटला देणं आणि तिला खोटा खोटा दिलासा देणं हेच एक कर्तव्य दोघी जणी मात्र निष्ठेनं करीत होत्या. अशा रीतीनं मरणासन्न मुलीची आणि आईची काळजी घेण्यासाठी त्यांना कोठून बळ येत असावं देवच जाणे!

हळूहळू हेलन शेवटच्या घटका मोजू लागली. तिचा अंत जवळ आला होता. हेस्टरनं तिला छातीशी कवटाळलं. अति थकव्यामुळे तिच्या डोळ्यांपुढे अंधारी आली होती, तिचा अंत जवळ आला होता. आपल्या आईनंच जवळ घेतलं असं वाटून ती मरणासन्न अवस्थेतही केविलवाणी हसत म्हणाली, "आई,

शेवटी तू मला भेटायला आलीस. मला खूप आनंद झाला, आता मी शांतपणे जगाचा निरोप घेईन.'' हेच तिचे शेवटचे शब्द! दोन तासांनंतर हेस्टर मार्गरिटच्या खोलीत गेली. मार्गरिटची तब्येतही बरीच खालावली होती. ''हेलन कशी आहे?'' मार्गरिटनं उत्सुकतेनं हेलनच्या तब्येतीची नेहमीप्रमाणे चौकशी केली.

''हेलन बरी आहे.'' हेस्टर उत्तरली.

भाग ७

हेलनच्या दफनविधीची तयारी सुरू झाली. तरुण, देखणी आणि सुंदर हेलन शांत चित्तानं कॉफिनमध्ये चिरनिद्रा घेत होती. शेवटची प्रार्थना सुरू झाली. ''मार्गरिट हेलनची चिठ्ठी मागतेय,'' हेन्ना खोलीतून नेहमीप्रमाणे निरोप घेऊन आली. तिला हे बोलणंही अवघड झालं होतं. ती भीतीनं पांढरीफटक पडली होती. दोघी एकमेकींच्या तोंडाकडे पाहत राहिल्या. त्यांच्या दृष्टीनं हेलनच्या निधनानंतर ही दयनीय आणि केविलवाणी सर्व्हिस संपली! त्यांनी या गोष्टीचा विचारही केला नव्हता; पण अखेरीस हेस्टरनं स्वत:ला सावरलं. ''आपल्याकडे दुसरा कोणता मार्ग नाही. चिठ्ठी नाही दिली तर तिच्या आईला, मार्गरिटला संशय येईल.'' असं म्हणत हेस्टरनं एक लहानशी चार ओळींची चिठ्ठी थरथरत्या हातांनी खरडली आणि आपलं कर्तव्य पार पाडलं. 'प्रिय आई, आपण लवकरच भेटू या, नक्कीच भेटू या.' मार्गरिटला ही चिठ्ठी देताना हेस्टरचे हात कापत होते.

चिठ्ठी वाचताच मार्गरिटचे डोळे पाणावले. 'गरीब बिचारी माझी लाडकी पोर! तिला कसं सांगू की मी तिला या जन्मात भेटणार नाही. मी किती आजारी आहे, तिला कृपा करून सांगू नका. तिला हा धक्का सहन होणार नाही. तुम्ही दोघींनी तिची खूप काळजी घेतली. माझं इन्फेक्शन तिला होऊ नये, म्हणून तिला मला भेटूपण दिलं नाही. तुम्ही दोघी आहात म्हणूनच मी या जगाचा शांतपणे निरोप घेणार आहे. मी गेल्यावर तिला जवळ घ्या, माझ्यातर्फे तिला प्रेमाचं आलिंगन द्या. तिला सांगा की ही आईची प्रेमाची भेट आहे. तुमच्याजागी इतर कोणी असतं तर आत्तापर्यंत माझ्याशी इतक्यांदा खोटं बोललं असतं. माझ्या मुलीची काळजीपण नसती घेतली. तुमचे उपकार कसे फेडू? मी तुमची खूप खूप आभारी आहे. माझ्यातर्फे तिला पुढील आयुष्यासाठी शुभेच्छा द्या.''

थोड्या वेळात हेस्टरनं हेलनच्या मृतदेहाला प्रेमानं कवटाळलं आणि मार्गरिटचा निरोपच जणू हेलनपाशी दु:खद अंत:करणानं पोहोचता केला.

भाग ८

इकडे मार्गारिटची तब्येत अधिकच खालावली. हेन्रानं नेहमीप्रमाणे हेलनची चिठ्ठी मार्गारिटला दिली. "आई, आता थोडाच वेळ बाकी आहे. आपण लवकरच एकमेकींना नक्की भेटू..." चिठ्ठी वाचत असतानाच बाहेरून चर्चची घंटा ऐकू आली. "बाहेर कोणतं संगीत चालू आहे? कोण अभागी हे जग सोडून चाललं आहे? मला अनेकांच्या चालण्याचाही आवाज येत आहे. काही दुर्घटना झाली आहे का? मंद आवाजात पियानोचे स्वर कानी येत आहेत." शेवटच्या घटका मोजताना मार्गारिट तापात क्षीण आवाजात पुटपुटत होती.

"तू नको त्रास करून घेऊस. हेलनचे मित्र-मैत्रिणी जमले आहेत. ते पार्टी करतायत. तीपण घरी बसून कंटाळली आहे ना, म्हणून गाण्याचा प्रोग्राम चालू आहे. चालेल ना तुला?" हेस्टरनं तिला समजावलं.

"का नाही? माझ्या लाडक्या मुलीला जे आवडेल ते करू दे. हेलनच पियानो वाजवते आहे का? किती पवित्र, सुरेल आणि सुमधुर स्वर आहेत. किती छान गातेय! स्वर्गीय आनंद! तुम्ही दोघी किती चांगल्या आहात. तिची आणि माझीसुद्धा किती काळजी घेता. देव तुम्हाला दीर्घायुष्य देवो. तुमच्यामुळेच हे जग सोडून जातानासुद्धा हेलनचा सुंदर आवाज माझ्या कानी येत आहे, आहा! मी किती भाग्यवान आहे.! जणू स्वर्गाचे दरवाजेच माझ्यासाठी उघडले आहेत." क्षीण आवाजात मार्गारिटनं उच्चारलेले हे शेवटचे शब्द!

"देवाचेच उपकार आहेत... तिला शेवटपर्यंत काहीच कळलं नाही." दोघी बहिणींनी आकाशातील देवाला नमस्कार केला.

त्या रात्री एक नव्हे तर दोन शवपेटिका त्या घरातून शेवटच्या प्रवासाला निघाल्या. मध्यरात्री हेस्टर आणि हेन्रा दोघींनी देवाची प्रार्थना करायला गुडघे जमिनीवर टेकले आणि हात जोडले. "हे ईश्वरा! अनेक वर्षं आम्ही तुझी सेवा केली. तू घालून दिलेल्या नीतिनियमांप्रमाणे वागत होतो; पण गेले काही दिवस खूप खोटं बोललो, वागलो. खोट्या चिठ्ठ्या पाठवल्या. आम्ही मोठं पाप केलंय. आम्ही चुकलो. तुझ्या दरबारात असत्याला आणि खोट्याला थारा नाही याची आम्हाला पूर्ण कल्पना आहे. आमच्या चुकांना तुझ्या दारी माफी नाही, हेही आम्हाला माहिती आहे. याची शिक्षा आम्हाला मिळालीच पाहिजे. नरकवास भोगायला आम्ही तयार आहोत. आम्ही नक्कीच खोटं बोललो; पण याच काळात आम्ही अनेक गोष्टी शिकलो. माणुसकी म्हणजे काय, मानवाची दुर्बलता कशी असते, दु:ख म्हणजे काय. हे सर्व गेले काही दिवस आम्ही जगत होतो, भोगत होतो. आम्ही खोटं बोललो, पापं केली; पण आम्ही स्वत:ला दोषी मानत नाही.

ती काळाची गरज होती. दोन जीवांच्या भावनेचा व जगण्याचा प्रश्न होता. आमचं निरुपद्रवी खोटं वागणं, बोलणं यामुळे त्या माय-लेकींचे शेवटचे दिवस सुसह्य झाले. तू देशील ती शिक्षा भोगण्यास आम्ही तयार आहोत. आता आमची जागा स्वर्गात असो वा नरकात...

◆

एडवर्ड मिल्स आणि जॉर्ज बेन्टन नात्यानं दूरदूरचे चुलत भाऊ. बाळपणीच आई-बापांचं छत्र हरवल्यानं दोघंही दुर्दैवानं अनाथ झाले; परंतु नशिबानं साथ दिली आणि त्यांना आसरा मिळाला. गावात ब्रॅन्ट्स नावाचं अपत्यहीन जोडपं होतं. त्यांनी दोघांनाही प्रेमानं दत्तक घेतलं. पैशानं गर्भश्रीमंत असले तरी दोघंही वृत्तीनं धार्मिक, स्वभावानं प्रेमळ आणि सात्त्विक प्रवृत्तीचे! तसेच संस्कार त्यांनी या दोन्ही अनाथ मुलांवर केले. दोघांचा त्यांना भलताच लळा लागला होता. मुलांना चांगली शिकवण मिळावी म्हणून त्यांनी मनापासून प्रयत्न केले. यशस्वी जीवनाच्या कानमंत्राचं जणू बाळकडूच दोघांना मिळालं होतं. 'प्रामाणिकपणा, सात्त्विक विचार, कामसू वृत्ती, शांत स्वभाव आणि इतरांविषयी सह-अनुभूती! यश हे मिळणारच!' खेळण्याची खोली असो की निजायची, हा मंत्र प्रत्येक खोलीत भिंतीवर कोरलेला होता. त्यांच्या मनावर अशा संस्कारांचा पगडा इतका खोल होता की देवाच्या प्रार्थनेचा अर्थ समजण्याआधी आणि लिहायला- वाचायला शिकायच्या आधी ही बाराखडी मात्र दोघांना तोंडपाठ होती. एडवर्डच्या हृदयावर जणू ही अक्षरं कोरली गेली होती. त्याचं वागणं, बोलणं, राहणं सारं काही आदर्श होतं. कधी कधी ब्रॅन्ट्स जोडपं मात्र या कानमंत्रात थोडासा बदल करीत असत. "प्रामाणिकपणा, सात्त्विक विचार, कामसू वृत्ती, शांत स्वभाव आणि इतरांविषयी सह-अनुभूती! तुम्हाला मित्रांची कधी कमी भासणार नाही!" एवढाच काय तो बदल; पण चांगल्या वागणुकीचे धडे मात्र तेच!

एडवर्ड सगळ्यांच्या गळ्यातला ताईत होता. त्यानं कधीच कोणाला त्रास दिला नाही. चॉकलेट-गोळ्या तर लहान मुलांच्या फार आवडत्या! आई-बाबांनी नाही सांगितलं, तर थोडासा रुसत असे; पण हट्ट कधी केला नाही. याउलट जॉर्ज! गडाबडा लोळून, रडून, आक्रस्ताळेपणे वागून हवी ती गोष्ट पदरात पाडून घेण्यात त्याचा हातखंडा होता. संस्कार सारखे असले तरी दोघांचे स्वभाव मात्र एकदम विरुद्ध! एडवर्ड खेळणी जपून वापरायचा, तर जॉर्ज क्षणात खेळण्याचे दोन तुकडे करीत असे. मग आरडाओरडा, रडणं, वस्तू फेकून देणं वगैरे वगैरे! घरात शांतता राखण्यासाठी मग एडवर्डची खेळणी जॉर्जच्या ताब्यात जायची. दर वेळी असंच व्हायचं! एडवर्डला नेहमीच पडतं घ्यायला लागायचं.

नशिबाची कथा

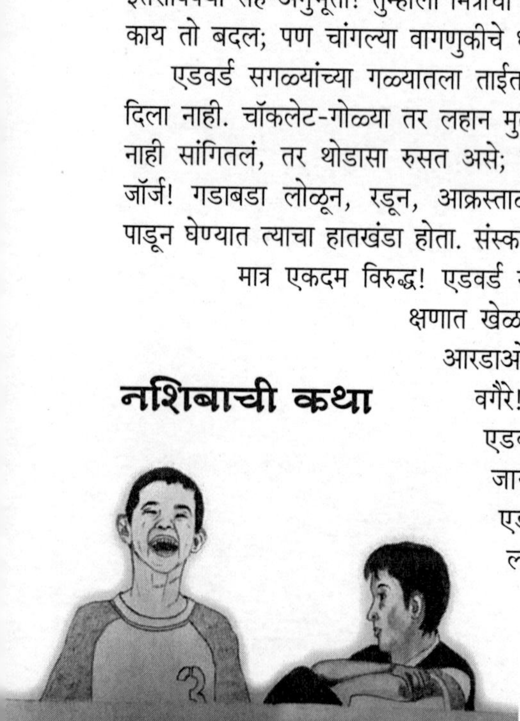

मुलं जशी थोडी मोठी झाली, तसं जॉर्जचं वागणं हाताबाहेर जायला लागलं. अभ्यासाची तयारी असो, साधी कपड्याची काळजी घेणं असो वा इतरांशी वागणं असो, जॉर्ज म्हणजे आई-वडिलांच्या डोक्याला ताप होता. "मला खात्री आहे, तू असं वागणार नाहीस किंवा मागणार नाहीस, हट्ट करणार नाहीस." एडीच्या कोणत्याही विनंतीला हेच उत्तर देऊन त्याची मात्र सतत बोळवण केली जायची; पण जॉर्जची प्रत्येक मागणी जणू काही 'आपका हुकूम सर आँखोंपर!' सगळं घर त्याच्या तालावर नाचायचं. दोघांची जडणघडण अगदीच विरुद्ध झाली. पोहणं, बाहेर खेळायला जाणं, पिकनिकला जाणं, स्केटिंग करणं, सगळीकडे पहिला नंबर जॉर्ज! दर वेळी एडीला डावललं जायचं, का? तर तो समजूतदार होता. तसे ब्रॅन्ट्स पती-पत्नी शिस्तीचे भोक्ते होते. उन्हाळ्याच्या सुट्टीमध्ये रात्री नऊनंतर बाहेर खेळायला पूर्ण मज्जाव होता. आज्ञाधारक एडी सगळेच नियम पाळत असे. जॉर्ज मात्र रात्री दहानंतर खिडकीतून पसार व्हायचा, तो मध्यरात्रीनंतरच उगवायचा. त्याच्या वागण्याला कुठलाच घरबंध राहिला नव्हता, हे आई-वडिलांच्या लक्षात आलं; पण त्यावर उपाय करणं मात्र कठीण होतं. त्यानं सुधारावं, चांगलं वागावं म्हणून मग त्याचे अधिकच लाड व्हायचे. त्याला कधी जास्तच चॉकलेट द्यायचे, त्याच्या आवडीची खेळणी आणायची, चांगलेचुंगले त्याला आवडणारे कपडे घ्यायचे. बाबापुता करून त्यानं ऐकावं म्हणून जणू काही ही लाचच होती. याउलट एडी हा तर गुणी आणि आदर्श मुलगा! तो तर नेहमीच ऐकतो, त्याला काही सांगायला लागतच नाही, असं म्हणत अजाणतेपणी कळत-नकळत त्याच्यावर अन्यायच केला गेला.

काही वर्षांनंतर दोघांनी घरच्या कामधंद्यात लक्ष घालावं, ही ब्रॅन्ट्स दाम्पत्याची अपेक्षा रास्त होती. स्वभावधर्माप्रमाणे एडी लागलीच कामाला लागला. त्यानं कामकाजाचं तंत्रही आत्मसात केलं. उलटपक्षी आळशी जॉर्ज कामावर जायला तयार होत नसे. काहीतरी कारणं काढून टाळत असे. पुन्हा त्याला गाडी, घोडा, कपडे अशी लाच देऊन तयार केलं जाई; पण काहीच फायदा झाला नाही. शेवटी घरातले पैसे घेऊन, आई-वडिलांना प्रचंड मनस्ताप देऊन तो पळून गेला. त्याचा शोध घेऊन त्याला पुन्हा प्रेमानं घरी आणलं, तरीही परत तेच! पुन्हा पळून गेला. तिसऱ्या वेळी तर घरातील काही वस्तूपण चोरल्या. घरची अब्रू लाख मोलाची असा विचार करून ब्रॅन्ट्स जोडप्यानं पोलिसात साधी तक्रारही दाखल केली नाही.

कालांतरानं एडीचा धंद्यात चांगलाच जम बसला. त्याला वडिलांनी भागीदारही करून घेतलं. एडीमुळे आपल्यानंतरसुद्धा धंदा सुरळीत चालेल याची त्यांना खात्री पटली. जॉर्ज मात्र सुधारणेच्या पलीकडे गेला होता. वयस्कर आई-

वडिलांना त्याचीच काळजी होती. काहीही झालं तरी त्यांनी दोघांवर सारखंच प्रेम केलं होतं आणि सारखीच शिकवणही दिली होती. एडी लहानपणापासून चर्चमध्ये जात असे. वेगवेगळ्या वक्तृत्व स्पर्धेत भाग घेत असे, रविवारी चर्चमध्ये प्रवचनही करीत असे. तंबाखूविरोधी संघटना, मद्यपानविरोधी संस्था अशा अनेक धर्मादाय संस्थांचा तो सभासदही होता. समाजाचं ऋण फेडणं हे आपलं आद्य कर्तव्य समजत असे. परोपकार करणे हा जणू त्याचा स्थायी स्वभावच होता; पण गंमत म्हणजे गावात सगळ्यांना त्याची कल्पना असल्यानं त्याचं फारसं कौतुकही होत नसे. ''त्यात काय एवढं, तो तर चांगलाच आहे. नेहमीच चांगला वागतो!'' अशीच भावना लोकांची होती. अर्थात त्यांच्या बोलण्यानं एडीच्या वागण्यात काही फरकही पडत नसे. तो मुळातच गुणी होता.

काही वर्षांनंतर आई-वडिलांचं वृद्धापकाळानं निधन झालं. मृत्युपत्रात त्यांनी एडीच्यावरील विश्वास आणि प्रेम दोन्ही गोष्टींचा उल्लेखही केला. एडीच्या उज्ज्वल भविष्याची त्यांना काळजी वाटत नव्हती; पण जॉर्जच्या काळजीपोटी आणि त्याच्या भविष्याची तरतूद म्हणून सर्व संपत्ती त्याच्या नावावर केली, अर्थात त्यात काही अटीपण घातल्या होत्या. एडीला भागीदार करून घेण्याची महत्त्वाची अट त्यांनी मृत्युपत्रात घातली होती. 'जर या अटीचं उल्लंघन केलं तर सर्व संपत्ती 'प्रिझनर्स फ्रेंड्स सोसायटी'ला दान करण्यात येईल,' असंही त्यात नमूद केलं होतं. 'एडीनं आई-वडिलांची जागा घ्यावी आणि जॉर्जला सर्वतोपरी मदत करावी' अशा अर्थाचं एक विनंतीवजा पत्रही मृत्युपत्रासोबत एडीला उद्देशून त्यांनी लिहिलं होतं.

नेहमीप्रमाणे एडीची मूक संमती होतीच. जॉर्ज आणि एडी यांनी एकत्र भागीदारीत धंदा सुरू केला. जॉर्जचा सहभाग तसा नावापुरताच होता. काम तर काडीचं करीत नसे. हळूहळू तो व्यसनाच्या अधीन होऊ लागला. त्याच काळात एडी मात्र एका वेगळ्याच जगात मग्न होता. एका सुंदर मुलीच्या प्रेमात, मेरीच्या प्रेमात पडला. आयुष्यातील खूप आनंदाचे दिवस होते ते! पण एडीच्या या आनंदालासुद्धा ग्रहण लागलं. मेरी आणि एडीचं प्रेमप्रकरण जॉर्जला सहन झालं नाही. कोणतीही गोष्ट ओरबाडून ताब्यात घ्यायची हा त्याचा मूळ स्वभाव! तसा तो फार हुशार आणि चलाख बुद्धीचा होता. एखाद्याला कसं पटवायचं हे तोच जाणे! मेरी मलाच मिळाली पाहिजे, असा विचार करून प्रेमाआधी मेरीची सहानुभूती मिळविण्यासाठी त्यानं जंग जंग पछाडलं. मी किती एकटा पडलो आहे, मला तुझी खूप गरज आहे, तुझ्याखेरीज मला इतर कोणाची साथ नाही, वगैरे वगैरे! माझ्यासारख्या गरीब बिचाऱ्या व्यसनाधीन माणसाला तूच या दलदलीतून बाहेर काढू शकतेस... थोडक्यात काय तर तिच्यावर नैतिक दबाव आणून त्यानं

स्वत:चा फायदा करून घेतला. मेरी खूप भावनाप्रधान होती. तिचं एडीवर अतोनात प्रेम; पण प्रेमापेक्षा कर्तव्य, धर्म सरस ठरले. 'आपण खूप स्वार्थी आहोत; परंतु आज जॉर्जला सुधारणं, त्याचं जीवन मार्गी लावणं, ही माझीच नैतिक जबाबदारी आहे. त्यासाठी मी माझ्या प्रेमाचा त्यागसुद्धा करायला हवा.' अशा उलटसुलट विचारांनी तिची मन:स्थिती क्षणभर द्विधा झाली खरी; पण शेवटी तिनं दु:खद अंत:करणानं, एडीला डावलून आपण काहीतरी महान करतोय या विचाराने, जॉर्जलाच आपला भावी पती म्हणून निवडलं. एडी तर कोलमडूनच गेला. लहानपणापासूनच त्याच्या आवडीची प्रत्येक गोष्ट हिरावून घेतली गेली; पण या वेळची गोष्ट मात्र मनाला खूप लागली; पण नेहमीप्रमाणे तो यातूनही सावरला. यथावकाश त्याचंही लग्न झालं आणि योग्य जोडीदारही मिळाली.

दोघांचा संसार आपापल्या परीनं सुरू झाला. पुढे मुलंबाळं झाली. एडी संसारात सुखी आणि समाधानी होता. याउलट जॉर्जचं संसाराचं गाडं कधीच मार्गी लागलं नाही. जॉर्जला सुधारायचे मेरीचे सर्व प्रयत्न व्यर्थ झाले. तिनं मनापासून प्रयत्नही केले; परंतु जॉर्ज हाताबाहेर गेलेली केस होती. दारू पिण्याचं त्याचं प्रमाण तर पुढे पुढे फारच वाढलं. सुधारण्याचं काहीच चिन्ह दिसेना. त्यानं बायको-मुलांचं आयुष्य रंजीस आणलं. दारूपाठोपाठ साथीला जुगाराचंपण व्यसन! जॉर्जचं वागणं पराकोटीला गेलं. एडीच्या नकळत त्यानं कंपनीच्या नावे बाहेरून पैसे उचलले आणि तो कर्जात आकंठ बुडाला. अखेरीस जे होऊ नये, तेच झालं. एडीनं कंपनी वाचविण्याचे शर्थीचे प्रयत्नही केले; पण कंपनीला शेवटी टाळं लागलंच. दोन्ही भाऊ कफल्लक झाले आणि अक्षरश: रस्त्यावर आले.

दोघांवर कठीण प्रसंग आला होता. परिस्थती सुधारण्याऐवजी बिघडतच गेली. नेहमीसारखंच एडीनं परिस्थितीशी जुळवून घेतलं. छपराखालची पोटमाळ्यावरील छोटी खोली भाड्यानं घेतली आणि गल्लोगल्ली कामधंद्यासाठी वणवण सुरू केली. काम मिळणं तितकंसं सोपं नव्हतं. घरचे वासे फिरले की लोकसुद्धा तोंड फिरवतात. पूर्वीचे सलोख्याचे संबंध होते, ती माणसंसुद्धा तोंड फिरवायला लागली. आपल्याकडे पैसे मागेल की काय या विचारानं त्याला टाळत होती. लोकांचे खरे चेहरे पाहून त्याला आश्चर्य वाटलं. तरीसुद्धा अपमान गिळून नोकरीसाठी त्याची परवड चालूच होती. शेवटी एका वीटभट्टीत विटा वाहण्याचं काम मिळालं. उदरनिर्वाहाची सध्या तर सोय झाली; पण धर्मादाय संघटनांनी मात्र त्याचं नाव टाकलं, याचं त्याला फार दु:ख झालं. गावकऱ्यांच्या स्मृतीतून तो केव्हाच पुसला गेला होता, त्यांच्या खिजगणतीतही नव्हता.

आश्चर्य म्हणजे लोक जितक्या लवकर एडीला विसरले, त्याहीपेक्षा कितीतरी

पटीनं जॉर्जबद्दल चर्चा होऊ लागली. नियतीची कमालच म्हणावी लागेल. एक दिवस सकाळी सकाळी जॉर्ज दारू पिऊन गटाराच्या कडेला तर्र होऊन पडला होता. स्त्री मुक्ती संघटनेच्या काही अनुयायांनी त्याला पाहिलं आणि व्यसनमुक्ती केंद्रात दाखल केलं. तेथील कार्यकर्त्यांनी आठ दिवस औषधोपचार केले आणि नंतर त्याला नोकरीही लावून दिली. त्यांनी जॉर्जला मदत केली ही बातमी गावभर पसरली. 'गरीब बिचारा' म्हणत काही व्यापारी वर्गानं जॉर्जला आर्थिक मदत केली आणि त्याला सुधारण्यासाठी प्रोत्साहनही दिलं. दोन-तीन महिन्यांसाठी तरी जॉर्जची दारू सुटली. त्याचं कौतुकही झालं. काही दिवसांनंतर इतिहासाची पुनरावृत्ती! स्त्रीमुक्ती केंद्रातील महिलांनी त्याला सुधारणं हेच आपलं आद्य कर्तव्य समजत पुन्हा मदत केली. जेवणखाण, कपडालत्ता सारं काही पुरवलं आणि सुधारगृहात आणून सोडलं. या वेळेस त्यांच्या कामाचा खूपच गवगवा झाला. त्या संस्थेबद्दल आणि जॉर्जबद्दलही वर्तमानपत्रात बरंच छापून आलं, भरपूर प्रसिद्धीही मिळाली. व्यसनी जॉर्जचं पुनर्वसन केलं, त्याचं अध:पतन टळलं, त्याचा उद्धार केला म्हणून मोठी सभा आयोजित करण्यात आली. भाषणं झाली. अनेकांचे सत्कार झाले. जॉर्जचाही सन्मान करण्यात आला, त्याचं कौतुक झालं. त्याला भरपूर प्रसिद्धी मिळाली.

अर्थात दर तीन महिन्यांनी हाच तमाशा होऊ लागला. जॉर्ज परत दारू प्यायला लागायचा, पुन्हा पुन्हा त्याच्या सुधारणेसाठी प्रयत्न व्हायचे, परत तेवढीच प्रसिद्धी मिळायची... त्याच्यासाठी कुठेतरी नोकरीचीपण व्यवस्था केली जायची. हे सामाजिक कार्य शेवटी इतकं टोकाला गेलं, की आता तोच व्यसन-मुक्ती केंद्रातर्फे भाषणं देत गावोगावी फिरू लागला. त्याची उत्तम बडदास्त ठेवली जात असे. आलिशान हॉटेल्समध्ये राहण्याची सोय आणि भरपूर मान! चंगळच होती जॉर्जची!

जॉर्जला खूप लोकप्रियता मिळाली. तीन-चार महिने त्याचे बरे जायचे, दारूच्या थेंबालाही स्पर्श करीत नसे, त्यामुळे त्या काळापुरतं तरी त्याचं वागणं खूप विचारी आणि शांत, सौम्य असायचं. पुढे काही काळानंतर गावातील एका बड्या असामीचं नाव वापरून त्यानं पैशांची अफरातफर केली... आणि त्याची रवानगी तुरुंगातही झाली. पुन्हा कोणीतरी दयाळू माणसानं त्याची तुरुंगातून लवकर सुटका केली. त्याच्या पुनर्वसनासाठी जमेल तितके प्रयत्न या परोपकारी संघटना करीत होत्या. 'प्रिझनर्स फ्रेंड्स सोसायटीच्या' लोकांनी त्याला नोकरीही देऊ केली. त्यानं वाईट मार्गांनी जाऊ नये, सुधारावं म्हणून अनेक संस्था पुढे आल्या. जणू सर्व सामाजिक संस्थांनी जॉर्जला सुधारण्याचा आणि मिरवून प्रसिद्धी मिळविण्याचा मक्ताच घेतला होता. गंमत म्हणजे याच संस्थेकडे सुरुवातीला

एडीनंसुद्धा नोकरीसाठी अर्ज केला होता. "तू नोकरीस पात्र नाहीस, कधी तुरुंगात गेला होतास का?"... या एका वाक्यातच त्याची बोळवण करण्यात आली.

अती कठीण परिस्थितीत एडी मात्र हळूहळू मार्ग काढीत होता. त्याची परिस्थिती फारशी चांगली नव्हती. काही दिवसांनंतर बँकेत रोखपाल म्हणून नोकरी लागली. पगारातून त्याचं थोडंफार भागायचं. प्रामाणिक आणि सरळमार्गी माणूस इतकंच काय ते भाग्य नशिबी होतं. गेल्या कित्येक वर्षांत जॉर्जचा आणि त्याचा कधी संबंधच आला नव्हता. जॉर्ज नेहमी फिरतीवरच असायचा. जॉर्जची चांगली-वाईट बातमी कधीमधी कळत असे; पण तीही उडतउडतच!

एकदा कडक थंडीच्या दिवशी ज्या बँकेत एडी काम करीत असे, त्या बँकेवर मोठा दरोडा पडला. एडी एकटाच होता. तिजोरीचा कोड नंबर द्यावा म्हणून चोरांनी त्याच्यावर खूप दडपण आणलं. त्याला मारहाण केली. त्यानं कोड नंबर देण्यास शेवटपर्यंत नकारच दिला. "माझा जीव गेला तरी बेहत्तर; पण मालकाला दगा देणार नाही." परिणाम असा झाला की अखेरीस चोरांनी त्याचा जीव घेतला.

सुरुवातीला एडीच्या विधवा बायकोसाठी आणि मुलांसाठी सहानुभूतीची जणू काही लाटच आली होती. रकाने भरून त्यांच्याविषयी आणि प्रामाणिक एडीच्या पराक्रमाचे गोडवे गायले गेले. बँकर्स युनियनच्या लोकांनी आणि इतर कर्मचाऱ्यांनी एडीच्या कुटुंबाच्या उदरनिर्वाहासाठी वर्गणीसुद्धा गोळा केली. पाचशे डॉलर्सपेक्षाही जास्त रक्कम जमा झाली. गुन्ह्याचा तपास सुरूच होता. गुन्हेगारांना पकडण्यात शेवटी पोलिसांना यश आलं. कुणी स्वप्नातही कल्पना केली नसेल; पण चोरांच्या टोळीचा म्होरक्या जॉर्जच होता.

जॉर्ज बेन्टनची केस कोर्टात उभी राहिली. त्याला इतकी प्रसिद्धी मिळाली की एडी, त्याची विधवा पत्नी आणि मुले यांची बातमी त्यापुढे फिकी पडली. लोकांना जणू त्याचा विसर पडला. जमलेले सारे पैसे त्याच्याच केसवर खर्च करण्यात आले; पण शेवटी जे व्हायचं तेच झालं. त्याला फाशीची शिक्षा झाली. लगेच फाशीची शिक्षा माफ व्हावी म्हणून गव्हर्नरकडे विनंतीवजा पत्रांचा ओघ सुरू झाला. तरुण मुली, विधवा, अनाथ मुलं सर्वांनी दयेची याचना केली; पण त्याचा काही उपयोग झाला नाही. जॉर्जची रवानगी तुरुंगात झाली.

इथेही त्याचं प्रसिद्धीचं वलय होतंच! जॉर्जला जसा काही साक्षात्कार झाला आणि त्यानं तुरुंगात ख्रिस्ती धर्माची उपासना सुरू केली. ही बातमीपण वाऱ्यासारखी पसरली. दिवसभर प्रार्थना, सर्मन्स, धार्मिक ग्रंथांचं वाचन, धार्मिक उपासना, संगीत, पवित्र शास्त्रांचं वाचन सुरू झालं. ताज्या फुलांचा ओघ सुरू झाला.

शिक्षेचा दिवस उजाडला. सगळ्या गावावर शोककळा पसरली होती. अखेरीस जॉर्जला फाशी झाली. जॉर्जच्या अंत्ययात्रेला भली मोठी मिरवणूक निघाली. जणू काही कोणी योद्ध्याने वीरगती प्राप्त केली. शाही इतमामानं जॉर्जची शवपेटी घरी नेण्यात आली. शोकाकुल स्त्रियांनी आणि चाहत्यांनी जॉर्जला हृदयद्रावक निरोप दिला. असा हृद्य सोहळा लोकांनी कधीच पाहिला नव्हता. कित्येक दिवस त्याच्या थडग्यावर ताजीतवानी फुलं आदरानं वाहिली गेली. 'सर्व संकटांना सामोरा जाणारा एकमेव वीर योद्धा' संगमरवरी थडग्यावर कोरलेलं हे वाक्य जणू प्रत्येक गावकऱ्याच्या हृदयावरच कोरलं गेलं. आजही त्याचं नाव फार आदरानं घेतलं जातं. संकटांशी लढणारा योद्धा म्हणून जॉर्ज अजरामर झाला.

जवळच एडीचं, खऱ्याखुऱ्या शूर योद्ध्याचंही थडगं होतं. तेथील धूळही मात्र कधी झटकली गेली नाही. थडग्यावर पुसट शब्दांतील अर्धवट मजकूर...'प्रामाणिकपणा, सात्त्विक विचार, कामसू वृत्ती, शांत स्वभाव आणि इतरांविषयी सहानुभूती! तुम्हाला मित्रांची कधी...' मुद्दाम अर्धवट सोडला की अनवधानानं राहिला, ते परमेश्वरच जाणे!

एडीच्या घरची परिस्थिती फारच वाईट झाली. पूर्ण कुटुंबाची वाताहत झाली. एडीनं स्वत:चा जीव धोक्यात घालून बँकेच्या पैशांचं रक्षण केलं. त्याची आठवण म्हणून त्याच्या नावे बेचाळीस हजार डॉलर्स रक्कम गोळा झाली आणि त्याची स्मृती म्हणून एक चर्च बांधण्यात आलं; पण कुटुंबाच्या नशिबी एक कपर्दिकही आली नाही. आली ती फक्त वेदना आणि दु:ख!

अशा ही एडवर्ड मिल्स आणि जॉर्ज बेन्टनची दुहेरी कहाणी! सुफळ संपूर्ण! एकेकाचं प्राक्तन असतं हेच खरं!

◆

रविवार

ती खूप लहान आहे आणि मुख्य म्हणजे मुलगी आहे, मी तिला समजून घ्यायला हवं होतं. ती अति उत्साही आहे. चैतन्यानं आणि उत्साहानं नुसती सळसळत असते. हे सारं विश्व म्हणजे एक आश्चर्यच आहे तिच्यासाठी. काहीसं गूढ, तरीही खूप विस्मयकारक आणि आनंदी अशा या विश्वातील प्रत्येक घटनेबद्दल कमालीचं कौतुक आणि उत्सुकता असते तिच्या मनात. नजरेसमोर एखादं सुंदर फूल डोलताना पाहिलं की तिला अत्यानंदानं शब्द फुटत नाहीत. अशा या फुलाला कुरवाळणं, त्याच्याशी बोलणं, त्याचा सुगंध भरभरून घेणं आणि त्या फुलाचं वेगवेगळं नामकरण करणं! अवर्णनीय आनंद मिळतो तिला. फार रंगवेडी आहे ती. राखाडी दगड, पिवळी रेती, हिरवं शेवाळं, निळंशार आकाश, हिरवीगार आमराई, उगवत्या सूर्याच्या सोनेरी छटा, टेकडीवरील गर्द सावल्या, निळ्याशार पाण्यातील तरंगणारी चमचमती बेटं, अवकाशात लुकलुकणारे तारे! खरं तर या सर्व गोष्टींचा व्यवहारात काय उपयोग आहे म्हणा. हे सर्व रंगीबेरंगी आणि भव्य-दिव्य आहे इतकंच पुरेसं आहे तिला आणि मग ती त्यात पूर्णपणे हरवून जाते. मला कधी कधी वाटतं, तिनं कधीतरी क्षणभर एका जागी शांत आणि स्थिर बसावं… किती प्रिय आणि लाघवी दृश्य असेल ते माझ्यासाठी; माझ्यासाठी हेच खूप असेल; पण ती नेहमीच काहीतरी करत असते. खरं तर मी तिला आत्ताआत्ताच ओळखायला लागलोय. देखणी, नाजूकशी, लहानशी, बेधुंद अशी ती. तिचा कमनीय बांधा, ती मोहक चाल, तिचं विद्युल्लतेसारखं चापल्य, तिचं ते लोभस रूप…

कोवळ्या उन्हात एका खडकावर, उन्हाची तिरीप येऊ नये म्हणून डोळ्यांवर हात ठेवून ती उभी होती. आकाशातील विहार करणाऱ्या पक्ष्याकडे मान वेळावून बघणारी तिची ती देखणी संगमरवरी दैवी मूर्ती! माझ्या डोळ्यांचं पारणंच फिटलं. प्रथमच मला तिच्या अलौकिक सौंदर्याची जाणीव झाली आणि मी तिच्या प्रेमातच पडलो.

सोमवार दुपार

या भूतलावरील प्रत्येक गोष्टीमध्ये तिला रस आहे, कुतूहलही आहे. माझ्या यादीत मात्र यातील काहीच नसतं. उदाहरणार्थ, कुठल्याही प्राण्यात मला अजिबात रस नाही. तिचं मात्र तसं नाही. तिला सगळेच प्राणी आवडतात. किंबहुना, आपले वाटतात. लहान-मोठा कसलाच भेदभाव नसतो तिच्यासाठी. प्राणी म्हणजे तिच्यासाठी एक आवडता खजिनाच, जिवापाड जपण्याचा! त्या दिवशी हा मोठा महाकाय डायनासोर प्रचंड मोठ्या ढांगा टाकत आला, तेव्हा तर तिला किती अप्रूप वाटलं आणि तिनं तर त्याचा ताबाच घेतला. मला तर ते एक महासंकटच वाटलं. हाच आमच्यातला मूलभूत फरक आहे. आमचं मुळी कधी एकमत होतच नाही. तिला हा अजस्र प्राणी घरात आणायचा आहे आणि माझा मात्र याला पूर्णपणे विरोध आहे. या अवाढव्य वीसफुटी अजस्र देहाला प्रेमानं पाळायचा आणि ठेवायचा तरी कुठे? एका क्षणात तो हे घर उद्ध्वस्त करून टाकेल.

पण, ती काही ऐकायच्या मन:स्थितीतच नसते. तिच्या कल्पनाही अचाटच असतात. त्याचं दूध काढून एक डेअरी सुरू करण्याचाही विचार तिनं केला. त्यासाठी मी तिला मदत करावी असाही विचार तिनं बोलून दाखविला. आता त्याचं दूध काढण्यासाठी ही भली मोठी शिडी कुठून आणणार? तेव्हा अशा फंदात आपण पडू नये, असं मला वाटतं. मग दुसरी एक भन्नाट कल्पना तिच्या सुपीक डोक्यातून निघाली. त्याच्या पाठीवर बसून लांबवर सैर करायला जायचापण तिचा विचार होता. आणि मग त्याच्या तीसफुटी शेपटीच्या आधारानं मोठ्या धिटाईनं तिनं त्याच्या पाठीवर चढण्याचा प्रयत्नही केला. त्या सुळसुळीत शेपटीवरून घसरताना तिला मी सावरलं नसतं तर तिची काही खैर नव्हती.

तर अशी ही इव्ह आणि तिच्या अचाट कल्पना! प्रत्येक नवीन गोष्ट ही केलीच पाहिजे, नवीन अनुभव हे घेतलेच पाहिजेत, हेच तिचं ध्येय. ती कधी संतुष्ट नसते. नेहमी कोणतातरी नवीन धाडसी प्रयोग करण्याच्या मागे असते. हीच तिच्या जगण्याची ऊर्मी आहे. हेच तिच्या वागण्याचं मर्म आहे. त्यामुळेच मला ती आवडते, मान्य करतो मी. मीही कधी कधी भारावून जातो आणि तिच्यासारखं वागायचा प्रयत्नही करतो. अशीच तिची अजून एक भन्नाट कल्पना. नदीच्या मध्यभागी हा अजस्र डायनासोर नेऊन त्याचा पूल म्हणून वापर करायचा; पण ही योजना मात्र अगदीच धुळीला मिळाली; कारण आत्तापर्यंत तो डायनासोर तिचा अगदी जवळचा मित्रही झाला होता. तिनं त्याला पाण्यात उभं केलं तरी तिच्या पाठोपाठ तोही बाहेर यायचा. बाकी इतर सर्व प्राण्यांप्रमाणे तो तिच्या पाठी पाठी जात असे. जसा काही तो अजस्र पाळीव 'हिमालय'च तिच्या मागे मागे

फिरायचा. खरं तर जवळजवळ सारेच पशू तिच्या पावलावर पाऊल टाकून चालतात.

सोमवार

अशी ही लांब केसांची इव्ह माझ्याभोवती सारखी फिरत असते. मला एकांतात राहायला आवडतं, त्यामुळे हिचं आसपास असणं मला कधी कधी खूप त्रासदायक वाटतं. इतर प्राण्यांबरोबरच तिनं फिरावं आणि त्यांच्याबरोबरच वेळ घालवावा. आज आकाश फारच ढगाळ दिसतंय. आमच्या इथे पाऊस पडेल अशी चिन्हं दिसतायत. आम्ही? आमच्या इथे? हे शब्द मी कधीपासून वापरायला लागलो बरं? अरेच्चा! हे शब्द तर इव्ह वापरते.

मंगळवार

हा धबधबा किती सुंदर आहे ना! नंदनवनातील सर्वोत्तम ठिकाण. इव्हने त्याचंही नामकरण केलं. 'नायगारा'! का? तर तिला वाटतं म्हणून. हे काय कारण झालं? तिचा हट्ट आणि मूर्खपणा! दिसणाऱ्या प्रत्येक गोष्टीला तिनंच नाव दिलं पाहिजे का? मला मात्र कधी कसलं 'नामकरण' करायची संधी मिळतच नाही. कधी तिला विरोध करायची संधीही मिळत नाही. प्रत्येक गोष्ट तिच्याच मनासारखी, तिला वाटतं म्हणून करायची! लहरी, हट्टी आणि स्वच्छंदी आहे अगदी!

बुधवार

आज मी एक छानसं झोपडं साकारलं. तेवढाच पावसापासून बचाव. इथेही इव्ह मला काही शांतपणे राहू देत नाही. आलीच तिथेपण लुडबूड करायला. या वेळी मात्र मी तिला बाहेर घालवून दिलं; पण मग त्या झोपड्याच्या छोट्या छोट्या भोकातून पाणी टाकायला लागली आणि विचित्र आवाजात अगदी संकटात असल्यासारखी ओरडायला लागली. मी तर कान अगदी बंद केले. मला अशा आवाजाची सवयच नव्हती; कारण मी पूर्वी कधी माणसाचा आवाजच ऐकला नव्हता. याआधी मी तर फक्त पक्ष्यांचे आणि प्राण्यांचेच आवाज ऐकत असे. तेही दूरवरून.

शुक्रवार

तिचं प्रत्येक वस्तूला नाव देण्याचं कार्य तर संपतच नाही. आता ही आमची जागाच बघा ना. ''नंदनवन'' किती नादमधुर आणि सुंदर नाव. अर्थात हे नाव

मीच शोधून काढलं, तिला मात्र हे नाव मुद्दामहून सांगितलं नाहीच मुळी! इथली जंगलं, झाडी आणि सुंदर निसर्गदृश्ये बघून ती याला बगिचा म्हणते. का? तर तिला बगिचा वाटतो म्हणून. म्हणून तर आता नायगारा धबधब्याला स्वत:च नवीन नाव दिलं "नायगारा धबधबा बगिचा" हे मात्र जरा अतीच होतंय. आता तर तिथे तिनं पाटीच लावली आहे:

"गवतापासून दूर रहा"

मी मात्र आता पूर्वीसारखा आनंदात नसतो. तिनं माझ्या खासगी आयुष्यावर जणू आक्रमणच केलं आहे.

शनिवार

ती फळांवर फारच तुटून पडते. आम्हाला काही दिवसांनंतर फळांचा तुटवडा जाणवेल अशी भीती वाटते. परत 'आम्हाला' हा शब्द इतक्या वेळा कानावर पडतो, की मलाही आता 'मी'च्या ऐवजी 'आम्ही' म्हणायची सवय झाली आहे.

आज बाहेर खूपच धुकं आहे. मी तर अशा वेळी बाहेर पडतच नाही; पण तिचं तसं नसतं. धुकं असो अथवा पाऊस असो, सतत बाहेर जाते आणि चिखलाचे खराब पाय घेऊन झोपड्यात शिरते. सतत काहीतरी वटवट करत असते. ती माझ्या आयुष्यात येण्याआधी सारं कसं शांत आणि निवांत होतं.

रविवार

आजचा दिवस विश्रांतीचा. गेल्या वर्षी नोव्हेंबरमध्येच रविवार विश्रांतीचा दिवस म्हणून ठरला होता. असे सहा रविवार तर मागच्या आठवड्यातच संपले. आज सकाळी इव्ह त्या निषिद्ध असलेल्या झाडावर नेम धरून सफरचंद पाडायचा प्रयत्न करीत होती.

सोमवार

आज तिनं तिचं नाव मला सांगितलं 'इव्ह' असेलही कदाचित! मला काय त्याचं! पण मग ती म्हणाली की जेव्हा गरज वाटेल, तेव्हा मला या नावानं हाक मारली तर मी नक्कीच येईन. मला तर याची काही गरज वाटत नाही. आता तर स्वत:ला 'It' ऐवजी 'She' म्हणते आणि मला 'He'! तसा मला काहीच फरक पडत नाही. माझ्या दृष्टीने हे सर्वच नगण्य आहे. तिनं इथून निघून जावं आणि बडबड बंद करावी हीच माझी इच्छा.

मंगळवार

आज तर अख्ख्या इस्टेटमध्ये तिनं वेगवेगळे बोर्ड्स आणि इशारा देणारे चित्र फलक आणि सूचना फलक लावले आणि साऱ्या इस्टेटचा नुसता विचका करून सोडला.

तळ्याकडे जाण्याचा मार्ग ⟶
गुहेकडे जाण्याचा मार्ग ⟶
धबधब्याकडे जाण्याचा मार्ग ⟶
बेटाकडील मार्ग ⟶

पार्क कसा नीटनेटका आणि आखीवरेखीव असायला हवा! तरच ते छान सुट्टीसाठी उन्हाळ्यातलं रिझॉर्ट होईल असं तिचं म्हणणं. आता हा आणखी एक नवीन शब्द! काय त्याचा अर्थ असावा? जाऊ दे, तिला काही विचारणं म्हणजे तिची अखंड बडबड पुन्हा सुरू. शेकडो पद्धतीने समजावून सांगेल सारं काही.

शुक्रवार

नायगारा धबधब्यावर मी जाऊ नये म्हणून कितीतरी विनवण्या करत असते ही. मी जर तिथे गेलो तर एवढं काय आकाश कोसळणार आहे कोणास ठाऊक? मी तिथे जाणार या कल्पनेनंच तिचा थरकाप होतो. मला तर त्या उंच धबधब्यावरून थंडगार पाण्यात खोल उडी मारायला फार आवडतं. ती उंच उडी, ते थंडगार पाणी आणि त्यातली ती मजा... त्यासाठीच तर बनविले आहेत हे धबधबे! आणि हा एवढाच उपयोग आहे त्याचा. तिला त्यातील निसर्गसौंदर्य फक्त लुभावते. पाण्यात पोहायला जाताना कधी मी झाडांच्या मोठ्या मोठ्या पानावर पोहतो, कधी कधी लाकडाच्या ओंडक्यावर! ती मात्र माझ्या पोहण्यावर नेहमीच नाराज असते. आणि त्यामुळे मीही वैतागतो.

शनिवार

मागील गुरुवारी लपूनछपून शेवटी मी कसाबसा तिच्या तावडीतून निसटलोच. दोन दिवस शोधाशोध केल्यावर एक छानशी आडोशाची जागा मिळाली. एक छोटंसं कुणाच्याही नजरेस न येणारं झोपडं शाकारलं आणि समाधानाचा नि:श्वास सोडला; पण कसलं काय! त्या बहाद्दरानं मला शोधूनच काढलं. तिनं एका जंगली लांडग्याला चांगलंच माणसाळलं आहे. त्याच्याच मदतीनं आली मग

माझ्याकडे. रडली, भेकली आणि शेवटी मला तिच्याबरोबर परत यावंच लागलं. अर्थातच संधी मिळाल्यास परत पळून जाण्याचा माझा निर्धार मात्र कायमच!

कधी कधी अत्यंत फालतू आणि अर्थहीन विषयावर चर्चा करायला तिला फार आवडतं. सिंह आणि वाघांना इतके तीक्ष्ण दात असावेत? ते दोघं तर गवत आणि फुलं खाऊन जगतात. मग या तीक्ष्ण दातांचा त्यांना काय उपयोग असेल बरं? अशा दातांनी दुसऱ्या प्राण्याचा लचका तर नक्कीच तोडता येईल. हे एकमेकांना मारणार तर नाहीत ना? कदाचित तेव्हाच आपल्या इस्टेटीवर मृत्यूचं आगमन होईल. अजून तरी आपल्याकडे मृत्यूची छायाही नाही. हे सगळं ज्ञान ती नेहमीच पाजळत असते आणि अशा नको त्या गोष्टींवर सतत विचार करते.

रविवार

नवीन विशेष काहीच घडलं नाही.

सोमवार

आज पुन्हा तिनं त्या निषिद्ध झाडावर खूप वेळा दगड मारले. मी तिला रागावलो. मला कोणीच पाहत नाही असं म्हणाली. हे काही औचित्याला धरून नाही. मी तिला समजावले. 'औचित्य'... मी वापरलेला हा नवीन शब्द तिला आवडला. तिच्याआधी मला हा शब्द वापरता आला याचा तिला कौतुकाबरोबर मत्सरही वाटला. शब्द चपखल आहे, असं मात्र म्हणाली; पण त्या झाडावर चढण्यापासून थांबली मात्र नाही.

मंगळवार

आज तिनं एक नवीनच संशोधन केलं. मला म्हणाली, "तुझ्याच एका बरगडीपासून माझा जन्म झाला." मला शंकाच आली. मग मी सर्व बरगड्या मोजल्या. माझ्या साऱ्या बरगड्या तर जागच्याजागीच सहीसलामत आहेत. हा कोणता नवीन शोध?

गिधाडं हाही तिचा एक संशोधनाचा विषय! गिधाडं गवतावर कशी जगतील? कारण ते तर फक्त मांस खातात. आता त्या गिधाडांसाठी तर आपण आपलं जगणं बदलू शकत नाही ना? असे हे तिचे विचार!

शनिवार आणि रविवार

काहीही न घडता तसेच गेले दोन्ही दिवस!

मंगळवार

सध्या ती एका सर्पाच्या मागे मागे फिरत असते. बाकीचे प्राणी मात्र त्यामुळे खूश आहेतः कारण ती त्यांच्यावर नेहमीच वेगवेगळे प्रयोग करत असते. ते मग फारच वैतागतात तिच्यावर. सध्या साप तिचा मित्र झाला आहे. तो साप बोलू शकतो आणि याचाच मला आनंद आहे. नाहीतरी हिची टकळी सतत चालूच असते. आता ती आणि तो सर्प काय ते बघतील. मी मात्र मस्त मोकळा झालो तिच्या तावडीतून.

शुक्रवार

''त्या झाडावरचं सफरचंद तू खाऊन तर बघ. फारच चविष्ट आहे आणि ते खाल्ल्यावर तू अधिक हुशार होशील आणि तुला खूप नवनवीन गोष्टीही समजतील. तुझ्या ज्ञानात भरही पडेल.'' हा सल्लाही त्या सापानं तिला दिला. ''नको! असा उद्योग करण्याचा विचारही मनात आणू नकोस. हे फळ खाल्ल्यावर आपल्या विश्वात मृत्यूचं आगमन होईल आणि आपल्या ऱ्हासाला सुरुवात होईल.'' मी तिला समजविण्याचा प्रयत्न केला. त्या झाडापासून तू लांबच राहा, असा सल्लाही दिला; पण ती हे सर्व ऐकण्याच्या पलीकडे गेली होती. ते फळ खाण्याचा तिचा निर्धार कायमच होता. मला मात्र मनात काहीतरी अनुचित घडण्याचे संकेत मिळत होते आणि या सगळ्यापासून दूर जावं असं वाटत होतं.

बुधवार

आज दिवसभर मात्र मला काहीसं विचित्र आणि अस्वस्थही वाटत होतं. काहीतरी अमंगल घडेल याची जणू काही पूर्वसूचनाच होती ती. तिच्या नकळत मी रातोरात तिथून बाहेर पडलो. त्या नंदनवनापासून मला लांब पळून जायचं होतं. कुठेतरी लपून बसायचं होतं. कोणत्याही नवीन संकटाचा सामना करण्याची माझी मुळीच तयारी नव्हती. माझ्या लाडक्या घोड्यावर स्वार झालो आणि दिसेल त्या दिशेनं लगेच कूच केलं. थोड्या वेळानं पहाट झाली. वाटेत सुंदर, हिरवीगार कुरणं होती. काही प्राणी अजूनही पेंगुळलेलेच होते. काही मात्र शांतपणे गवत खात होते. पक्ष्यांचा चिवचिवाट सुरूच होता. संथ आणि शांत अशा या वातावरणात अचानक हलकल्लोळ झाला. सगळे प्राणी एकमेकांवर धावू लागले, हल्ला करू लागले. एका वाघानं तर चक्क माझ्या घोड्यावर हल्ला केला आणि त्याचा फडशा पाडला. मी त्याला समजविण्याचा प्रयत्नही केला असता; परंतु त्यानं माझ्यावरच जोरात आक्रमक उडी घेतली आणि त्यामुळे मला तिथून पळ काढावा

लागला. परिस्थिती हाताबाहेर गेली होती. इव्हने ते सफरचंद नक्कीच तोडलं होतं याची मला खात्री पटली. आमच्या शांत आणि निर्व्याज जगात आता मृत्यूनं, हिंसाचारानं प्रवेश केला होता. मी फारच चिंतित झालो आणि स्वत:ला वाचविण्यासाठी एका गुहेत लपून बसलो.

मी कित्येक दिवस उपाशीच होतो; पण बाहेर जाण्याची हिंमतही नव्हती. आता मला इव्हची आठवणही यायला लागली होती. तिनं मात्र मला शेवटी शोधूनच काढलं. तिनं झाडांची पानं अंगभर लपेटून घेतली होती. मला विचित्रच वाटलं आणि मी ती पानं ओरबाडून टाकली, तशी ती एकदमच लाजली. मला तर हे सर्व मूर्खपणाचं वाटलं. "लवकरच कळेल तुला सगळं!" ती लाजत म्हणाली. मला खूप भूकपण लागली होती. येताना ती माझ्यासाठी फळं आणि सफरचंदंही घेऊन आली होती. मी अधाशीपणे सफरचंद खाल्लं...

सफरचंदाचा तुकडा खाल्ल्यानंतर :

आता बोलण्यासारखं काहीच उरलं नव्हतं. न बोलता सारं काही लक्षात आलं होतं. मागे फिरण्याचा मार्गही बंद झाला होता. एके काळी गुण्यागोविंदानं नांदणाऱ्या जंगलातील वन्य पशूंनी एकमेकांवर हल्ला करायला सुरुवात केली होती. जंगलातील शांतता नष्ट झाली होती. त्वरित जाऊन आम्ही दोघांनी जनावरांची कातडी गोळा केली आणि स्वत:ला झाकण्यासाठी काही वस्त्रंही बनवली. आता आम्हालाच एकमेकांची सोबत होती. हवीहवीशी आणि तितकीच गरजेची! त्याखेरीज दुसरा कोणताही पर्याय नव्हता. आता खऱ्या अर्थानं मानवी (मर्त्य) जीवनाची सुरुवात झाली.

एका वर्षानंतर

त्याला आम्ही केन म्हणतो. उत्तरेकडे मी काही दिवसांसाठी शिकारीसाठी गेलो होतो, तेव्हा तिनं त्याला आणलं. तो कितीतरी माझ्यासारखा दिसतो. आपल्या नात्यातला आहे, असं तिला वाटतं; पण मला नाही वाटत तो आमच्यातला आहे; कारण तो तर किती छोटासा आहे. असा प्राणी तर मी कधी पाहिलाच नव्हता. प्रयोग म्हणून मी त्याला पाण्यात सोडलं, तर तो बुडायलाच लागला. इव्ह धावत आली आणि तिनं त्याला उचलून घेतलं. एक क्षणभरही नजरेआड करीत नाही ती त्याला. तिचा त्या प्राण्यावर फारच जीव आहे. तो आल्यापासून तिचं आयुष्यच बदललं. तिचा स्वभावही बदलला. इतर कोणत्याच प्राण्याला वा पक्ष्याला तिनं इतका जीव कधी लावला नव्हता. कधी कधी तो रात्रभर रडत असतो, मग बसते मांडीवर घेऊन. थोपटते, गोंजारते, त्याला शांत करायला

तोंडानं कसले कसले आवाज काढते, त्याचे मुके घेते. शंभर गोष्टी करते, त्याला शांत करायला. आतापर्यंत इतर कोणत्याच प्राण्याशी इतकी सलगी करताना मी तरी पाहिलं नव्हतं कधी.

रविवार ते बुधवार

रविवार तर विश्रांतीचा दिवस. त्याला कडेवर घेऊनच फिरत असते सगळीकडे. त्याला कवटाळून घेते, मायेने, प्रेमाने त्याचे मुके घेते, खोटा खोटा लाडिक चावाही घेते. त्याच्याकडे बघताना तिचे डोळेही भरून येतात. आणि हापण खुदकन हसतो. आजतागायत कोणत्याही प्राण्याला मी हसताना पाहिलं नव्हतं. हा नुसता हसतच नाही तर तोंडानं वेगवेगळे आवाज काढतो. तो पाण्यात पोहू शकत नाही, की पक्ष्यासारखा उडतही नाही. ना बेडकासारखा उड्या मारतो ना की सापासारखा सरपटतो. नुसता पाठीवर झोपून असतो आणि हात-पाय हलवितो. कोण असावा हा प्राणी की पक्षी? मी तर फार गोंधळून गेलो आहे.

तीन महिन्यांनंतर

हळूहळू मनातला गोंधळ दूर व्हायला लागलाय. आता तो पाठीवर नुसता झोपून राहत नाही तर चक्क रांगायला लागलाय. चारही पायांनी रांगतो; पण त्याचे पुढचे पाय जरा छोटे दिसतात. सुरुवातीला वाटायचं की हा एखादा कांगारूच असावा; पण कांगारू तर उड्या मारतात. याला नाही जमत उड्या मारायला; पण त्याची वाढ मात्र फार झटकन होते असं वाटतंय. त्याच्या शब्दसंख्येत चांगलीच भर पडलीय. आता आमच्यासारखा दिसतोय. झोपसुद्धा कमी झालीय. इव्हचं बोट धरून चालायलाही लागलाय. 'मम्मा-पप्पा' असं काहीतरी बोलण्याचा प्रयत्नही करतो. त्याची सर्वांगीण वाढ बघताना मी चक्रावून जातो, गोंधळूनही जातो. त्याच्यासारखा छोटा प्राणी कुठे सापडेल म्हणून मी खूप शोध घेतला; पण दुसरा कोणी शोधूनही मला सापडला नाही.

सहा महिन्यांनंतर

गेले चार महिने मी जंग जंग पछाडलं, तसा प्राणी शोधण्यासाठी; पण शेवटी निराश होऊन घरी परत आलो. घरी आलो तर अजून एक तसाच प्राणी! इवलासा! कुठेही न जाता अजून तसाच एक नमुना इव्हला कसा काय मिळाला कोण जाणे! मी जंगलात शेकडो वर्षं हिंडलो असतो तरी माझ्या नशिबात असा काही योग नसता.

दुसऱ्या दिवशी

आता मला खात्री पटली की हे दोघंही एकाच जातकुळीतील आहेत. एकदम सारखे दिसतात. या दुसऱ्याचं नाव इव्हनं अेबल ठेवलं आहे. हा एखादा पोपटाच्या जातीतील तर नाही ना, ही शंकापण माझ्या मनात आली होती; पण तसं नसावं. मोठा केन हा पोपटासारखा बोलतो आणि हसूपण शकतो. अगदी आमच्यासारखं वागण्याचा प्रयत्नही करतो. धाकटा अेबल हळूहळू मोठ्याच्याच वळणावर चालला आहे.

दहा वर्षांनंतर

केन आणि अेबल आमचीच मुलं आहेत, याचं आकलन आम्हाला आता झालंय. जन्माला आल्यावरचं त्यांचं छोटंसं रुपडं बघून आम्ही खरंच चक्रावून गेलो. याआधी मुलांचा जन्म ही संकल्पनाही आम्हाला नवीन होती. आता मात्र आम्हाला मुलीसुद्धा आहेत. आमचा एक छानसा परिवार आहे. खूप आनंदी आहोत आम्ही. केनपेक्षा अेबल मात्र जास्त शांत आहे.

आता इतक्या वर्षांनंतर मी शांतपणे बसून आमच्या दोघांच्या सहजीवनाचा विचार करतो. इव्हबद्दल कितीतरी गैरसमज केले होते मी. त्या स्वर्गीय नंदनवनात एकटं राहण्यापेक्षा या पृथ्वीतलावर तिच्याबरोबर जगण्यातच खरी गंमत आहे. तिच्या सातत्यानं बोलण्याची मला पूर्वी फारच कटकट वाटायची; पण आता तिच्याखेरीज जगणं ही कल्पनाही मला सहन होणार नाही. इतका गुरफटलोय मी तिच्यात. त्या सफरचंदाच्या झाडाचे तर मी आता आभारच मानतो. त्यांच्यामुळेच आम्ही आता एकत्र आहोत. तिचा चांगुलपणा, तिच्यातील गोडवा आणि तिच्या बरोबर असण्याचा स्वर्गीय आनंद! इव्ह म्हणजे निर्मळ चैतन्य! माझ्या आयुष्यातील आनंदाचा झरा! माझ्या जगण्याचं कारण! तिच्याखेरीज मी खरंच अपूर्ण आहे.

◆

शनिवार

आज या क्षणी मी पूर्ण एक दिवसाची झाले. मला खात्रीनं वाटतं की मी कालच (जन्माला) आले; कारण परवा तर मी नक्कीच (अस्तित्वातच) नव्हते, जेव्हा या साऱ्यांची निर्मिती झाली. हे सारं घडत असताना माझं कदाचित तिकडे लक्षही नसेल! असो. यापुढे मात्र मला सतर्क राहायला हवं. परवाचं, कालचं, तसंच आजचं, उद्याचं काही घडत असल्यास मला बघायलाच हवं. माझं मन मला सांगतंय की हा घटनाक्रम कधी ना कधी इतिहासकारांसाठी फार महत्त्वाचा ठरेल आणि कदाचित मी एकटीच वानगीदाखल व्यक्ती असेन! आणि जर मी अशी प्रयोगशील असेन, तर मग अशी मी एकटीच आहे की आणखी कोणीतरीपण असेल???

कालच्यापेक्षा आजचा दिवस बरा गेला म्हणायचं! तसं बघितलं तर कालच्या धामधुमीत काही गोष्टी तशाच राहून गेल्या. तशी पर्वतांचीही काळजी घेतली गेली नाही की धरतीवरचा कचराही फारसा काही स्वच्छ केला नाही. खरं तर सारं कसं सुंदर, आखीवरेखीव व्हायला हवं. आणि हो, त्यात घाईगर्दी मुळीच कामाची नाही. हे भव्य-दिव्य जग जसं सुंदर आणि देखणं आहे, तसंच राहायला हवं. आता हे तारेच बघा ना, कसेही कुठेही विखुरलेले असतात. कुठे कमी तर कुठे जास्त. अर्थात ते तर मला नक्कीच ठीकठाक करता येतील. काल रात्री चंद्रही उशिरानं कुठेतरी निखळला आणि घरंगळून बाहेर निसटला. हरवलेल्या चंद्राचा विचारही मनात आला तर फार वाईट वाटतं. मनाला फार यातना होतात. या आकाशातील सर्व लखलखत्या, चमचमत्या चांदण्या, त्याही चंद्रासारख्याच! पण त्यांची तर त्याच्याशी तुलनाच नाही; पण मग असा हा देखणा चंद्र हरवलाच कसा? मीच त्याला घट्ट बांधून ठेवायला हवं होतं. खरं तर शिवूनच ठेवायला हवं होतं.

अर्थातच तो कुठे गेला कोणास ठाऊक? आणि हो, ज्याला तो सापडेल, तो तर त्याला लपवूनच ठेवेल ना. अगदी मीसुद्धा हेच केलं असतं. वास्तविक, मी खूपच प्रामाणिक आणि

सत्य बोलणारी आहे. हो; पण एक मात्र नक्की, की जे जे सुंदर आहे, ते ते माझंच असायला हवं, असा माझा आग्रह आहे. मला जर असा एखादा दुसऱ्याचा चंद्र सापडला असता, तर मीही पळविला असताच की! हो, अगदी दिवसाढवळ्या मला दिसला असता तर कदाचित लाजेकाजेखातर का होईना पण मी परत केला असता; पण जर रात्री माझ्या ताब्यात असा चंद्र असता, तर निश्चितच काही तरी जुजबी कारण काढून मी गप्प राहिले असते आणि चंद्र काही परत केला नसता. चांदोबा माझा खूप लाडका आहे. तो किती सुंदर, रम्य, मनोहर! असे पाच-सहा तरी चंद्र हवे होते. रात्रभर नदीकिनारी मी त्यांना न्याहाळत बसले असते.

आणि हो, चांदण्या पण खूप छान दिसतात. मला फार आवडतील, माझ्या केसात माळायला; पण मला नाही वाटत, हे जमेलसं. तुम्हाला वाटतं तितके जवळ नसतात हो हे तारे. काही दिवसांपूर्वी रात्री आकाशातल्या चमचमत्या चांदण्या दिसताच मी त्या दगडानं पाडायचा प्रयत्नही केला. मी डावखुरी आहे, कदाचित त्यामुळेच माझा नेम बरोबर बसला नसेल. मग मला खूप रडायला आलं. थोडी विश्रांती घेतली आणि एक टोपली घेऊन मग मात्र क्षितिजाच्या टोकाकडे जायला निघाले. त्या टोकाशी मात्र चांदण्या अगदीच जमिनीला लागून होत्या. मला तर तिथून आरामात हातानं अलगद न मोडता तोडून घेता येतील; पण हे अंतर मात्र मला वाटलं त्याहीपेक्षा खूपच जास्त दिसतंय. मला नाहीच जमलं तिथपर्यंत जायला. शेवटी अगदी दमून गेले मी. एक पाऊलही पुढे जाणं अशक्य झालं मला.

घरी परतण्याचीही सोय नव्हती. घर तर फार दूर होतं आणि अशात आता हवेतील गारवाही वाढला होता. शेवटी मी तेथील वाघांच्या कुशीत शिरून आरामशीर गुरफटून झोपी गेले. त्यांच्या उष्ण आणि उबदार अशा श्वासात खूपच गोड आणि आनंददायी वाटलं. कदाचित ते स्ट्रॉबेरी खातात, त्यामुळेच तो गोडवा त्यांच्या श्वासात असेल. आत्तापर्यंत मी तर कधी एकाही वाघाला पाहिलं नव्हतं; पण आता मात्र त्यांच्या कातडीवरील पट्टे पाहून मी त्यांना लगेच ओळखलं. अशी एखादी कातडी मला मिळाली तर मग मी एक छानसा गाउन नक्कीच शिवला असता.

इतकं चालल्यावर आज मला अंतर म्हणजे काय असतं याचा बऱ्यापैकी अंदाज आला. प्रत्येक सुंदर गोष्ट पाहिल्यावर एखाद्या अधाश्यासारखी ती आवडलेली वस्तू बळकावण्याचा मी प्रयत्न करीत होते. त्या दूरवरील चांदण्या असोत किंवा अगदी पाच-सहा इंचावरील गुलाबाचं फूल असो! ओह, त्या गुलाबाचे ते टोचणारे काटे! आणि या साऱ्यातून मला खरंच शहाणपण सुचलं. हो, माझ्या आयुष्यातील मी स्वतःच्याच बुद्धीनं, विचारांती घेतलेला हा पहिलाच धडा!

'दुखावणाऱ्या काट्यांपासून दूर राहण्याचा धडा.'

हे असेच अनुभव घेताना दुपारच्या वेळी मला एक प्राणी दिसला. मला वाटतं की तो पुरुष असावा. आजतागायत मी तर कधी एखाद्या पुरुषाला बघितलंही नव्हतं. माझं मन मला सांगत होतं की तो पुरुष असावा. म्हणजेच त्या व्यक्तीला पुरुष म्हणावं असं मला आतून वाटलं. माझ्या लक्षात आलं की इतर कोणत्याही प्राण्यापेक्षा या 'व्यक्तीबद्दल' मला जरा जास्तच कुतूहल होतं. सुरुवातीला तर मला त्याची भीतीच जास्त वाटली आणि जेव्हा जेव्हा तो माझ्याकडे वळून बघे, तेव्हा मी त्याच्यापासून लांब पळून जायला लागले. तो माझा पाठलाग करेल अशी मला भीतीही वाटली. नंतर मला कळलं की तोच मला टाळतोय. तशी मग मीही बऱ्यापैकी धीट झाले. तासन्तास त्याच्या मागे मागे जाऊ लागले. अर्थातच काही वाराचं अंतर ठेवूनच. माझ्या पाठलागानं तो मात्र अस्वस्थ आणि नाराज दिसला. मी फार जवळीक करताना पाहून तो नाराज झाला असावा. शेवटी फारच वैतागून तो एका झाडावर जाऊन बसला. मीपण थोडा वेळ त्याची वाट बघितली आणि शेवटी त्याचा नाद सोडून दिला व घरी गेले.

रविवार

आज पुन्हा तो आपला झाडावर. आराम करतोय! छे, ही तर पळवाट नुसती. रविवार हा काही विश्रांतीचा दिवस नाहीये. शनिवारची नेमणूक केलीय विश्रांतीसाठी. या प्राण्याला मात्र कामापेक्षा जास्त आराम करण्यातच फक्त गोडी आहे, हे आता माझं ठाम मत झालंय. अशी नुसती बसून राहिले तर मी मात्र थकून जाईन. त्या झाडाजवळ बसून त्याच्याकडे बघत बसलेय खरी; पण याचाही अगदी कंटाळा आलाय आता. कामाविना हा प्राणी कसा काय तासन्तास झाडावर बसून राहतो, कोण जाणे. कधी कोणतं काम करताना त्याला बघितलं नाही मी.

अखेरीस काल रात्री त्यांनी चांदोबा मात्र परत केला आणि मी फार आनंदून गेले. खूपच चांगले आणि प्रामाणिक आहेत आमचे शेजारी. चांदोबा हळूहळू आला आणि तसाच काही तासांनंतर उजाडल्यानंतर निखळलासुद्धा; पण आता मला नाही काळजी वाटत त्याची. तसे आमचे हे शेजारी तर खूप चांगले व प्रामाणिक आहेत, आणून देतील ते चंद्र उद्या परत. याची परतफेड मला करायला हवी खरं तर. थोड्याशा चांदण्या देऊ का त्यांना? आमच्याकडे जरुरीपेक्षा जास्तच चांदण्या आहेत की! सॉरी, आमच्याकडे नाही, माझ्याकडे आहेत, मला असंच म्हणायचं होतं; कारण तो प्राणी तर कसलीच पर्वा करत नाही.

हा प्राणी तसा प्रेमळही दिसत नाही. त्याच्या आवडीनिवडीपण अगदी

कनिष्ठ दर्जाच्या वाटतात. काल संध्याकाळी छोटे छोटे ठिपकेदार मासे तलावात खेळत होते. हा आपला संधिप्रकाशात त्यांना पकडत होता. त्या ठोंब्याला घालवलं कसंतरी मी परत झाडावर आणि सोडवलं त्या माशांना. त्याला कुणाबद्दल प्रेम, सहानुभूती काहीच वाटत नाही का? अशा भावनाशून्य कार्यासाठीच याचा जन्म झाला असावा. मी माझ्याच विचारात होते. तितक्यात त्या झाडावरून तो प्राणी जोरात चीत्कारला. माझ्या अंगावर तर शहारेच आले; कारण प्रथमच मी माझ्याखेरीज दुसऱ्या कोणाचंतरी बोलणं ऐकलं! मला तर त्यातला शब्दही कळला नाही; पण त्या बोलण्याला काहीतरी अर्थ नक्कीच असावा.

त्याला बोलता येतं, हे कळल्यावर मला त्याच्याबद्दल अधिकच कुतूहल वाटायला लागलं. मला तर बोलायला फार आवडतं. मी दिवसभर तर बोलतेच; पण अगदी रात्री झोपेतही बडबडते. मी तशी फार बोलकी आणि मनमिळाऊ आहे. मला दुसऱ्या कोणाशी बोलायला मिळालं तर किती छान! अगदी दुप्पट मजा येईल. आणि मग मी तर फक्त बोलतच राहीन. मग हा प्राणी पुरुष असेल तर? मग तर त्याला 'तो' म्हणायला पाहिजे. 'तो', 'त्याचा', 'त्याला', 'त्याचे'... असेच शब्द मग त्याला लागू पडतील. हं, म्हणजे मला वाटतं, मी त्याला आता एक पुरुष आणि 'तो' म्हणून संबोधलं पाहिजे. अर्थात जोपर्यंत हे पक्कं होत नाही तोपर्यंत... अथवा तो असाच एखादा दुसरा प्राणी सापडत नाही तोपर्यंत. जोपर्यंत या साऱ्याचा खुलासा नीट होत नाही तोपर्यंत हे असंच अधांतरी राहणार.

दुसरा रविवार

मागील पूर्ण आठवडा मी त्याच्या मागेमागेच होते. त्याच्याशी दोस्ती करायचा प्रयत्नही करून पाहिला. अर्थात बोलण्याचं काम तर मलाच करायला लागलं; कारण तो तर अगदीच लाजाळू दिसतोय; पण माझी काहीच तक्रार नाही. हळूहळू तोही रुळायला लागलाय माझ्या सहवासात. आत्ता मात्र मी 'माझ्या' ऐवजी 'आपण' असं म्हणते. ते मात्र आता त्यालाही आवडायला लागलंय, असं दिसतंय.

बुधवार

आमचं दोघांचं हळूहळू चांगलंच जमतंय. आता आम्ही दोघं एकमेकांना ओळखायला लागलोय, समजून घ्यायला बघतोय. तो मला आता टाळतही नाही, ही एक मोठी जमेची बाजू. त्याला बहुधा मी हळूहळू आवडायला लागले असं वाटतं. म्हणून मी आता आनंदात आहे. मग मी जास्त कष्ट करते, श्रम करते, जास्त शिकण्याचा प्रयत्न करते, की त्यामुळे त्याचा माझ्याबद्दलचा आदर वाढेल.

मागील दोन-तीन दिवसांपासून सर्व वस्तूंचं 'नामकरण' करण्याचा संकल्प मी सोडलाय. अर्थात, ते त्याच्या पथ्यावरच पडलं म्हणा; कारण या क्षेत्रात त्याला मुळीच गती नाहीये. त्याला एखाद्या वस्तूला साधं नाव देणंसुद्धा जमत नाही; किंबहुना, त्याला त्या वस्तूसाठी योग्य शब्दच सापडत नाही; पण त्याच्या या उणिवेची जाणीवही मी त्याला होऊ देत नाही. जेव्हा समोर एखादा नवीन प्राणी येतो, तेव्हा मीच पटकन त्या प्राण्याचं एखादं नाव ठरवूनही टाकते. त्यामुळे मग त्यालाही अवघडल्यासारखं वाटत नाही. अशा कितीतरी लाजिरवाण्या प्रसंगांतून मी त्याची सुटका केली आहे. त्याच्यासारखं असं उणेपण माझ्यात मात्र नाही. कोणताही प्राणी माझ्यासमोर आला की तो कोणता हे मला तत्काळ कळतं. अगदी एका क्षणाचाही विचार करायला लागत नाही. खरं तर एका क्षणापूर्वी ते माझ्या मनातही नसतं. मला एखादा प्राणी बघितला की त्याच्या हालचालीवरूनच उमजतं की तो प्राणी कोण आहे आणि त्याचं नाव काय आहे. जसं काही आपसूकच सुचल्यासारखं!

जेव्हा डोडो (सोळाव्या शतकातील एक नामशेष झालेला अजस्र प्राणी) आम्हाला दिसला, तेव्हा त्याला वाटलं की ही तर एक जंगली मांजर आहे. मग त्याला न दुखावता अगदी सहजरीत्या मी त्याला डोडोबद्दल विस्तारून सांगितलं. डोडोविषयी त्याच्या आधीच मला डोडोची माहिती होती, हे त्याच्या मनाला नक्कीच झोंबलं असावं; पण त्याचबरोबर माझं कौतुकही त्याच्या डोळ्यांत दिसलं. हेच माझ्यासाठी खूप सुखदायी होतं. त्या रात्री झोपताना हाच समाधानाचा आणि आनंदाचा विचार माझ्या मनात होता.

गुरुवार

माझ्या आयुष्यातील पहिलं दुःख! काल दिवसभर त्यानं मला टाळलं. किंबहुना, मी त्याच्याशी बोलूच नये, असा तो वागत होता. माझा तर विश्वासच बसला नाही. नक्कीच काहीतरी गैरसमज झाला असावा. मला तर त्याच्या संगतीत वेळ घालवायला फार आवडतं. त्याच्याशी बोलण्यात तर मी रमून जाते. मी तर काहीच चुकीचं वागले नव्हते. मग का हा असा निर्दयीपणा? पण तसंच घडलं होतं, तेव्हा मात्र मीच दूर निघून गेले. त्या ठिकाणी, जिथे मी त्याला पहिल्यांदा पाहिलं होतं, तीच ती जागा! जिथे मी त्याच्याबद्दल एकेकाळी पूर्णपणे अनभिज्ञ होते. तिथेच झाली होती आमची पहिली भेट! तीच जागा आता मला सुतकी आणि दुःखाची वाटू लागली होती. तेथील प्रत्येक वस्तू मला त्याची आठवण करून देत होती. मी फारच हळवी झाले होते. का ते मला माहीत नाही; पण ही

भावना माझ्यासाठी फारच नवीन होती. या अशा जाणिवेचा मला कधी अनुभवही नव्हता. त्यामुळे मला हे सर्व काहीतरी गूढ आणि अनाकलनीय वाटू लागलं. आणि मला काहीच उमजलं नाही.

रात्र झाली आणि मग मात्र मला हा एकाकीपणा असह्य झाला. मी तडक उठले आणि त्यानं नवीनच शाकारलेल्या झोपड्याकडे गेले. मला आशा होती, की त्यानं माझ्याशी प्रेमानं बोलावं. माझं काय चुकलं आणि चुकलंच असेल तर मी कशी सुधारणा करावी; पण त्याने तर मला भर पावसात झोपड्याबाहेर काढलं आणि हाच माझ्या आयुष्यातील पहिलावहिला दुःखाचा प्रसंग!

रविवार

आजचा दिवस परत सुखाचा. मी आज आनंदात आहे. अशा वेळी मी त्या दुःखद दिवसाचा विचारही टाळते. म्हणून मग मी त्याला सफरचंद देण्याचा प्रयत्न केला. ती सफरचंदं थेट त्याच्याकडे फेकायला मला फारसं काही नीट जमलं नाही. माझा नेमही चुकला; पण ते फळ फेकण्यामागचा माझा उद्देश मात्र त्याला आवडला; पण जर त्यातून त्याला आनंद होत असेल, तर मग मी तरी का कष्टाची पर्वा करू? मात्र सफरचंद खाणं निषिद्ध आहे, तुला त्याचा त्रास होईल, असंही तो म्हणाला.

सोमवार

आज सकाळी सकाळी मी त्याला माझं नाव सांगितलं. वाटलं, त्यालाही माझं नाव जाणून घ्यायची इच्छा असेल; पण छे! त्याला कसलंच कुतूहल नाही. काय विचित्र प्राणी आहे हा! मला तर फार आवडेल त्याचं नाव ऐकायला. इतर कुठल्याही आवाजापेक्षा त्याचं नावच माझ्या कानाला अधिक गोड वाटेल. खरं तर तो फारच अबोल आहे. तो एवढा तल्लख नसेलही आणि याची जाणीवही असेल त्याला. म्हणूनच तो हे माझ्यापासून लपवून ठेवत असेल; पण हे काही योग्य नव्हे; कारण बुद्धीच्या तल्लखतेपेक्षाही मनाचा मोठेपणा जास्त महत्त्वाचा! प्रेमळ आणि शुद्ध मनच जास्त मोलाचं आणि श्रीमंत असतं आणि जर तसं नसेल तर तुमचं शहाणपण आणि बुद्धी कमी पडते. मला अगदी मनापासून त्याला हे सांगावंसं वाटतं.

तसा तो कमी बोलतो; पण त्यांच्याजवळ बऱ्यापैकी शब्दसंपत्ती असावी. आजच सकाळी त्यानं चक्क एक चांगला शब्दप्रयोग केला. त्याला स्वतःलाही जाणवलं की हा शब्द किती चपखल आणि योग्य आहे, म्हणून त्यानं तोच शब्द

दोनदा वापरला. अर्थात तो शब्द इतकाही काही खास नव्हता; पण त्याचा प्रयत्नही काही फोल गेला नाही. त्यानं जर थोडी जास्त मेहनत घेतली, तर त्याची फळं नक्कीच मिळतील; पण हा शब्द त्याला मिळाला तरी कुठून? मी तर कधी वापरलाच नव्हता.

शेवटी काय, त्याला माझ्या नावात काही रस नाही हेच खरं. माझी नाराजी लपवण्याचा मी खरं तर प्रयत्न केला, तरी फारसं काही यश मिळालं नाही. शेवटी मी तिथून निघाले आणि लांब एका तळ्याकाठी पाण्यात पाय सोडून बसले. मला कधी कधी खूप एकटं वाटतं आणि कोणाच्या सोबतीची गरज वाटते, कुणाशीतरी बोलावंसं वाटतं, कुणाकडे बघावंसं वाटतं, तेव्हा मी इथेच येऊन बसते. आणि त्या तळ्यातल्या पाण्यात असलेलं ते सुंदर नितळ चित्र माझं एकाकीपण काही अंशी दूर करतं. आणि गंमत म्हणजे मी बोलले की तेही बोलतं. मी नाराज असले की तेपण नाराज होतं. माझ्या मनाला आधार देतं. 'तू वाईट नको न वाटून घेऊस. तू काही एकटी नाहीस. मी आहे ना तुझ्या बरोबर!' हीच माझी खरी मैत्रीण. एकुलती एक. जणू काही माझी बहीणच!

एकदा मात्र ती मला सोडून गेली. बाप रे! तो अनुभव मात्र जन्मभर माझ्या स्मरणात राहील. मी अगदीच खचून गेले होते. 'माझ्या आयुष्यातील एकुलता एक ठेवा आता गायब झाला. मला सोडून गेली ती. अरे देवा, मला नाही सहन होत हे दु:ख आता' आणि मी तोंड लपवून ढसढसा रडत होते. मला कुठलाच आधार नव्हता. निराशेनं घेरून घेतलं जणू काही मला; पण जेव्हा मी डोळे उघडले, माझी मैत्रीण पाण्यात परत आली होती, जशी होती तशीच, आनंदी, हसरी आणि तेवढीच देखणी! मी आनंदानं मग तिच्या कवेत शिरले.

हाच तो खरा आनंद! छोटे छोटे असे प्रसंग मीही अनुभवले होते; पण हरवलेली मैत्रीण परत सापडल्याच्या माझ्या आनंदाला तोडच नव्हती. परमोच्च आनंदाचा हाच तो क्षण. त्या प्रसंगानंतर मात्र तिच्या असण्यावर मला कधीच शंका आली नाही. कधी कधी ती एखाद्या तासभर गायब होत असे. कधी कधी तर एक आख्खा दिवसही दिसत नसे; पण मी नेहमीच तिची वाट बघायची. 'कामात असेल कदाचित, किंवा गावालाही गेली असावी;' पण आता तिच्या परत येण्याची मला खात्रीच होती. आणि हो, ती नेहमीच परत येत असे. ती होती फार नाजूक. रात्रीच्या अंधारात तर चुकूनही येत नसे. हो, पण पौर्णिमेच्या रात्री हमखास यायची मला भेटायला. रात्रीची मला कधीच भीती वाटली नाही; पण तिला मात्र भीती वाटत असावी. लहान आहे ना माझ्यापेक्षा. तिचा जन्म माझ्यानंतरचा! मी तिला सातत्यानं भेटते. तिच्या सहवासात मी सुखावते, समाधानी असते. विशेषत: कठीण काळात.

मंगळवार

संपूर्ण सकाळचा वेळ मी साफसफाईतच घालवला. त्याच्या संगतीपासून दूर. मनी आशा होती, की त्याला एकटं वाटलं की तो नक्की मला भेटायला येईल; पण तो नाही आला. दुपारी मात्र मी माझं काम आवरतं घेतलं आणि फुलाभोवती उडणारी फुलपाखरं आणि मधमाश्या बघत आनंदात वेळ घालविला. निसर्गदत्त देणगी असलेली ही फुलं आणि पाखरं! जणू देवच त्यांच्या रूपानं धरतीवर अवतरतो. थोडी फुलं मी गोळा केली आणि त्यापासून हार आणि थोडी वस्त्रं बनवली. छान छान नटले आणि फलाहार केला. सावलीत बसून त्याची खूप खूप वाट बघितली; पण तो नाहीच आला.

नको येऊ दे! तसंही त्याला फुलांबद्दल फारसं प्रेम नाही. त्याला सगळाच वेडेपणा वाटतो. एकतर त्याला फुलाफुलांमधला फरकही कळत नाही. स्वतःला फारच शहाणा आणि शिष्ठ समजतो. तो माझी पर्वा तर करत नाहीच; पण तो माझीच काय पण या फुलांची, या झाडांची, या सुंदर रंगीत आकाशाची कसली कसली म्हणून कदर करीत नाही. एकतर तो दिवसभर पावसापासून स्वतःचा बचाव करण्यासाठी एकसारखा आसरा शाकारत असतो, नाहीतर कलिंगडं आणि द्राक्षांची चव घेऊन बघतो. प्रत्येक झाडावरील फळाचं निरीक्षण करीत त्याच्या गोडव्याची चिकित्सा करत राहतो.

त्याचा विचार करता करता एक दिवस मी एक सुकी लाकडाची फांदी घेऊन दुसऱ्या फांदीला टोकत काहीतरी नवीन करण्याचा विचार करत होते. अन् काय, एक हलकीशी निळी ज्योतच त्यातून बाहेर आली. घाबरून मग मी त्या फांद्या तशाच टाकून पळाले. एखादा आत्मा तर माझ्या मागे येत नसेल ना? काय प्रचंड घाबरले होते मी! पण नशिबानं तसं काही झालं नाही आणि मी एका लांबच्या दगडावर जाऊन धापा टाकत बसले. माझे हात-पाय तर खूपच थरथरत होते. थोडी भीती कमी झाली आणि मी हळूहळू परत त्या जागी आले, अर्थात पळण्याच्या तयारीनंच! मग मी हळूहळू त्या फांद्या आणि त्यावरील सुकी पानं हलक्या हातानं दूर केली. तिथे असलेला तो आत्मा शोधायला. त्या पाल्या-पाचोळ्यात तर काहीच नव्हतं. मला फक्त फिकट तांबूस रंगाची धूळ दिसली . कुतूहलापोटी मी त्यात बोट घातलं. आई गं! भाजल्याच्या त्या क्रूर वेदना सहन न झाल्यानं मी झटकन हात बाहेर काढला. बोट पटकन तोंडात घातलं आणि या पायावरून त्या पायावर काही क्षण थयथयाटही केला. थोड्या वेळानं मात्र मीच थंडावले आणि स्वतःचं बोट निरखून बघायला लागले.

तसा माझा स्वभावच भारी चौकस. त्या फिकट तांबूस धुळीकडे पाहता

पाहता मी तिचं नामकरणही केलं– ‘विस्तव.’ हो, नक्कीच तो विस्तव होता, म्हणजे हे नावही आपसूकच मला सुचलं. मी काहीतरी नवीन तयार केलं होतं. या विश्वाच्या अगणित पसाऱ्यात मी एक नवीन भर घातली होती. मला माझाच फार अभिमान वाटला आणि तत्काळ त्याला भेटून हे सारं सांगावं आणि थोडा भावही खावा असं मनात आलं. त्याला काहीही फरक पडणार नाही, असा विचार केला आणि मी काही त्याच्याकडे गेले नाही. ‘याचा उपयोग आहे का काही?’ असं काहीतरी खुसपट काढून बडबड केली असती; पण निरुपयोगी गोष्टसुद्धा सुंदरतेची मालकीण असतेच की नाही? अर्थात त्याला हे कळणारही नाही. मी एक सुस्कारा सोडला. त्याला एकही गोष्ट सुधरत नाही, मग ती झोपडी शाकारायची असो की एखादं फळझाड लावायचं असो. तो खरंच बिनकामाचा आणि निरुद्योगी आहे. स्वत:ला फार शहाणाही समजतो. विस्तव बघून एकतर तो नाक मुरडेल आणि काहीसं लागटही बोलेल. मला मात्र नाही पटत त्याचं वागणं. मी तर ती तांबूस माती हृदयाशी कवटाळून घेणार होते; पण चटका बसला. नंतर माझी मलाच एक म्हण सुचली ‘गुलाबाच्या झाडाला काटेच फार!’ मी मग पालापाचोळा आणि बरीचशी तांबूस राख हातात गोळा केली. घरी खेळायला घेऊन जायचाच विचार होता माझा. तेवढ्यात कुठूनतरी जोरात वारा आला आणि सर्व राख माझ्या नाकातोंडात उडाली. घाबरून मी ते सर्व काही जमिनीवर फेकून दिलं आणि तेथून लांबवर पळ काढला. पाहते तर काय, खूपच धुरळा उडाला आणि कसलीतरी निळसर, काळसर ज्योत आकाशात झेप घेऊ लागली. क्षणार्धात मला तिचं नावही सुचलं ‘धूर’! आईशप्पथ! हा शब्द मी स्वत:पण कधी ऐकला नव्हता.

थोड्याच वेळात धुरातूनच लाल आणि पिवळ्या ज्योतींनी आकाशात झेप घेतली. ‘वणवा’ हे नाव आपोआपच माझ्या ओठांवर आलं. विश्वाला गवसणी घालणाऱ्या या पहिल्यावहिल्या ज्वाळा. त्यांनी तर आख्खं आकाशच व्यापून टाकलं. त्यांनी लगतच्या झाडांनाही आपल्या कवेत घेतलं आणि प्रचंड वेगानं इकडे-तिकडे पसरू लागल्या. हे सर्वच माझ्यासाठी खूप वेगळं, आश्चर्यजनक, नवीन आणि आकर्षक होतं. मी टाळ्या वाजवून आनंदानं नाचतच होते. तो तिथे पळतच आला आणि अचंब्यानं थबकलाच. खरं तर तो अवाक्‌च झाला होता.

“काय आहे हे सारं?” काही वेळानंतर त्याला शब्द फुटले. “वणवा” मी स्पष्टपणे उत्तरले. त्याच्या अगोदर मलाच हा वणवा सापडल्यानं तो कदाचित वैतागला असेल; पण मला काय त्याचं! यात माझी काय चूक? मी हे काही मुद्दामहून नाही केलं. “हा वणवा कोठून आला?” काही क्षणानंतर त्यानं विचारलं. “मी तयार केला.” त्याच्या प्रश्नाला मी दिलेलं सडेतोड उत्तर! आग बऱ्यापैकी पसरली होती. त्या जागेजवळ जाऊन त्यानं निरखून पाहिलं आणि निखारे बघून

त्यानं मला हे काय आहे म्हणून विचारलं. "कोळसा!" त्यानं कुतूहलापोटी हातात कोळसा घेतला खरा; पण विचार बदलून कोळसा खाली टाकून तो निघूनही गेला. कसली कसली म्हणून उत्सुकता नाही.

पण, मला मात्र त्या कोळशाचं कुतूहल वाटलं. राखाडी, काळसर आणि सुंदर! आणि तिथेच मला त्या निखाऱ्यात सापडलं एक फळ! मला भूकही लागली होती; पण अरेरे! ते फळ तर उकललेलं होतं; मला वाटलं की ते नक्कीच खराब झालं असेल; पण तसं मात्र नव्हतं. ही भाजलेली फळं नेहमीच्या फळांपेक्षा नक्कीच चविष्ट होती. झालं. मग माझं ठाम मत झालं. विस्तव नक्कीच चांगला आहे. कधी ना कधी तो आपल्या नक्कीच उपयोगी ठरेल.

शुक्रवार

संध्याकाळच्या वेळी मला तो अगदी क्षणभरच दिसला. गेले कित्येक दिवस मी खूप काम करतेय. मला वाटलं तो माझं थोडंतरी कौतुक करेल. मी खरंच खूप मनापासून कष्ट घेते आणि ही सर्व इस्टेट चांगल्या रीतीनं सांभाळते, त्यात जमेल तशा सुधारणाही करते आहे; पण तो तर नाखूश दिसला आणि तोंड फिरवून निघून गेला. तसा तो अजून एकदा माझ्यावर नाराज झाला होता. मी त्याला नायगारा धबधब्यावर जाण्यापासून अडवलं होतं तेव्हा. तेव्हाही मला भीती वाटली होती. खरं तर वणवा पाहिल्यापासून माझ्या मनात ही नवीनच भावना घर करून राहिली होती, ती भावना होती भीतीची! विलक्षण वेगळी भावना, प्रेम, दुःख, वेदना या साऱ्यांपासून एकदम भिन्न! एकदम भयानक अशी ही भावना. ही भीती मी अनुभवलीच नसती तर किती बरं झालं असतं. भीतीची काळी छाया माझ्या आनंदी मनावर एक विचित्र असं भयावह दडपण आणते. घाबरून जाऊन माझा थरकाप होतो; पण तरीसुद्धा त्याला थांबवणं मला नाही शक्य झालं; कारण भीती हा शब्दच त्याच्या शब्दकोशात नाही.

सोमवार – मंगळवार – बुधवार – गुरुवार आणि आत्ता आजचा दिवस

त्याचा चेहराही दिसला नाही आठवडाभर. या वेळी एकटेपणा फारच लांबला. चालतंय म्हणा! आगंतुकासारखं भेटण्यापेक्षा एकांतवास परवडला! पण तरीही मला सोबतीची फार गरज वाटते. त्याखेरीज माझं जगणंच अवघड होईल. पशू हेच माझे खरे मित्र. निर्मळ मन व चांगलं वागणं हाच त्यांचा स्वभावधर्म आहे. ते नेहमीच आनंदी असतात आणि न कंटाळता आपली शेपटी (असेल तर)

हलवीत मी म्हणेल ते करायला तयार असतात. खरे सज्जन आहेत ते. तसा आमचा वेळही मजेत जातो. मला ते बरोबर असताना कधीच एकाकी वाटत नाही. कालच मी एका उंच खडकावर उभी होते आणि समोर चार-पाच एकराच्या परिसरात असंख्य मिलनसार रंगीबेरंगी पक्षी चिवचिवाट करत होते. त्यांच्या पंखांवर सूर्यकिरणांनी जणू काही सोन्याची झालर पांघरलेली होती. लांबून ते दृश्य बघताना माझ्या डोळ्यांचं तर पारणंच फिटलं. त्यांचा तो झगमगाट पाहून मला तर एखाद्या सुंदर रंगीबेरंगी जलाशयाचाच भास झाला.

प्राण्यांच्या सोबतीनं मी अशा बऱ्याच छोट्या-मोठ्या सहली केल्या. या पृथ्वीतलावर मी बऱ्यापैकी फिरले. आख्खं जग पालथं घालणारी मी पहिलीच मुसाफिर असावी बहुतेक! कदाचित एकुलती एक. आणि अशी माझी सफारी चालते कधी एखाद्या वाघाच्या नाहीतर कधी चित्त्याच्या पाठीवर! किती मऊ आणि गोलाकार पाठ असते त्यांची! आमची ही आरामदायी जंगल सफर तर अतिशय प्रेक्षणीय असते. कुठे दूरवर जायचं असलं आणि निसर्गसौंदर्य बघायचं असलं की मग मात्र मी हत्तीवरूनच जाते. त्याच्या सोंडेवरून चढायला मला सोपंही जातं. मी उतरताना मात्र तो खाली बसतो आणि मग मी सुळकन खाली उतरते.

पक्षी असोत वा प्राणी! मी कधी त्यांचं भांडण ऐकलंही नाही की पाहिलंही नाही. किती गुण्यागोविंदानं राहतात हे वन्य प्राणी आणि पक्षी! एकमेकांशी बोलतात, माझ्याशीही बोलतात; पण त्यांची परिभाषा मात्र मला मुळीच कळत नाही. कुठली परदेशातील भाषा आहे कोण जाणे; पण ते मात्र मला समजून घेतात व माझं बोलणंपण कळतं त्यांना. विशेषत:, कुत्रा आणि हत्ती. मला तर कधी कधी माझीच लाज वाटते. ते सारेच माझ्यापेक्षा हुशार आणि बुद्धीनं तल्लख असावेत; पण ते मला वरचढ आहेत, हे मात्र मला जाम पटत नाही. या विश्वात मी आणि फक्त मीच सर्वोत्तम! आणि मला खात्री आहे की मी खरंच सगळ्यांपेक्षा उजवी आणि श्रेष्ठ होणार.

अनेक नवीन नवीन गोष्टी मी आत्मसात करतेय, शिकतेय. पूर्वी मात्र असं नसायचं. मला काहीच कळायचं नाही. जसं की हे जमिनीवरचं पाणी टेकडीवरील तळ्यात कधी जातं आणि कसं जातं. दिवसभर ते पाणी मी पाहत राहते; पण मला शेवटपर्यंत कळलंच नाही. आता मात्र या गोष्टीचा मी त्रास करून घेत नाही. खूप प्रयोग करून झाले माझे. आता मात्र मी खात्रीनं सांगते की कदाचित ते पाणी रात्रीच्या अंधारात वर चढत जात असावं. नाहीतर तळ्यातलं पाणी संपून गेलं असतं आणि सर्व तळी कोरडी पडली असती. अर्थात हे सारं यश माझ्या कल्पनाशक्तीचं हो. वेगवेगळे प्रयोग करून आणि आपल्या बुद्धीचा योग्य वापर

केल्याचाच परिणाम आहे हा सारा.

काही गोष्टी मात्र अनुत्तरितच राहतात. खूप विचार करते; पण नुसतं बुद्धीला आणि कल्पनाशक्तीला ताण देऊन भागत नाही. प्रचंड संयम आणि चिकाटीची गरज आहे. फार घाई करूनही चालत नाही. खूप वेळ खर्च करून आणि खूप चाचण्या करून नंतर शेवटी कळतं की आपल्याला काहीच कळलं नाही. कदाचित म्हणूनच हे जग अनाकलनीय आणि गूढ आहे, तरीही खूप मनोरंजक आणि सुरस आहे. कितीतरी गोष्टी आपल्या आकलनशक्तीच्या पलीकडच्या आहेत. तरीही अशा न कळणाऱ्या अवघड बाबींबद्दलच मला कुतूहल वाटतं आणि असं कुतूहल नसेल तर जगण्यात काही रसच राहणार नाही. आता हा माझा अनुभवच पाहा ना! माझी कल्पनाशक्ती आणि केलेले विविध प्रयोग, यानंतरच मला टेकडीवरील पाण्याचं रहस्य कळलं. त्याचं आता अप्रूपही वाटत नाही. तसा हाही एक अनुभव. लाकूड पाण्यावर तरंगतं, हे मी आता सांगू शकते. तशीच पक्ष्यांची पिसं, वाळलेली पानंपण पाण्यावर तरंगतात; पण दगड पाण्यात टाकला तर तो नक्कीच तरंगेल, असं मी खात्रीपूर्वक सांगू शकत नाही. अर्थात याला पुरावा असा काही नाही; पण मी हे एक दिवस नक्कीच करून दाखवेन; पण मग त्यातली गंमतच संपून जाईल. हळूहळू सर्व काही आरसपानी होईल आणि मग त्यातील नावीन्यच संपेल. मी तर रात्र रात्र जागून याचाच विचार करत बसते.

मी कोण आहे? कुठून आले आणि माझ्या असण्याचं, माझ्या अस्तित्वाचं कारण तरी काय असावं? असे विचार सुरुवातीला खूप मनात यायचे; पण आता मात्र मी देवाचे आभार मानते. माझा जन्मच मुळी या साऱ्या अनाकलनीय आणि गूढ विश्वाचा शोध घेण्यासाठी झाला असावा. या विश्वाचं गुपित शोधायला, समजून घ्यायला! अजून खूप काही शिकायचं आहे, समजून-उमजून घ्यायचं आहे. किती आठवडे लागतील कुणास ठाऊक. जसं की आकाशात उडवलेली पक्ष्यांची पिसं कशी हलकेच दूर दूर विहरत जातात; पण वर फेकलेला दगड मात्र दरवेळी आपला जमिनीवरच येऊन पडतो. काय कारण असावं बरं? अशी कोणती नजरबंदी असावी? पिसांचं आकाशात उडत जाणं खरं की खाली पडणारा दगड खरा? दगड खरा की पिसं खरी? दोघांतील कोणीतरी नक्कीच लबाड आहे.

तशीच गोष्ट आहे चांदण्याची. किती दिवस या चांदण्या दिसतील मला? त्यांचंही आयुष्य संपेल का? कधी कधी एकेक चांदणी निखळून पडते आणि खाली येते घरंगळत आकाशातून. समजा आज जर एक चांदणी निखळली, तर उद्या दुसरी. परवा तिसरी! कदाचित एकाच रात्रीत सर्व चांदण्यापण नाहीशा होतील. आणि मग केवढं मोठं दुःखाचं सावट असेल ते? त्यातून सावरणं सोपं

नसेल माझ्यासाठी. म्हणून रात्र रात्र जागून मी तारवटल्या डोळ्यांनी टक लावून त्यांच्याकडे बघत राहते. न जाणो, त्या कधीतरी हळूहळू नष्ट होतील. त्यांच्या आठवणींचा साज मी माझ्या मनाच्या गाभाऱ्यात साठवून ठेवीन आणि जेव्हा त्या पूर्णपणे दिसेनाशा होतील, तेव्हा हळूहळू एकेक चांदणी मी आकाशाच्या पटलावर परत विराजमान करीन, परत पहिल्यासारखी... चमचम करण्यासाठी.

मर्त्य जीवनाचा प्रारंभ

मागे वळून पाहिल्यावर पृथ्वीवरील नंदनवन मला एखाद्या परीकथेतील स्वप्नासारखं वाटतं. अप्रतिम आणि मनमोहक! सुंदर, अतिसुंदर, आकर्षक! आता मात्र ते हरवलंय आणि आता माझ्या कधी दृष्टीसही पडणार नाही.

मी नंदनवन तर गमावलं; पण मला 'तो' मिळाला. आणि मी तृप्त आहे. माझ्यावर तो मनापासून प्रेम करतो. मी तर माझ्या प्रेमवेड्या स्वभावानुसार त्याच्यावर भरभरून प्रेम करते. माझ्या वयाला आणि स्त्रीत्वाला हे धरूनच आहे. अशा या प्रेमाला ना काही तात्त्विक कारण आणि ना काही उत्तर! एखाद्या प्राण्यावर व पक्ष्यावर केलेल्या प्रेमापेक्षा हे फारच आगळंवेगळं प्रेम आहे, ही एक ओढ आहे, ती मला शब्दांत नाही सांगता येणार. हे कुठल्या तत्त्वात बसणारं नाही किंवा त्याची व्याख्या करता येणारी भावना नाही. काही पक्षी मला खूप आवडतात; कारण ते सुंदर गातात; परंतु अॅडमचं गोड गाणं हा काही त्यावरील प्रेमाचा एकच पुरावा नाहीये. त्याच्या आवडीच्या सर्व गोष्टी मला समजून घ्यायच्या आहेत. अर्थात त्यात त्याचं गाणंही येतं. हळूहळू त्याच्या सर्वच लकबी मला सवयीच्या होत आहेत आणि आवडायलाही लागल्या आहेत, अंगवळणी पडायला लागल्या आहेत.

तो खूप तल्लख आणि हुशार आहे म्हणून मला आवडतो असंही नाही. तो जसा आहे तसा देवानंच घडविला आहे. तेच माझ्यासाठी पुरेसं आहे. तो रुबाबदार आणि समंजस आहे. तो देखणा आहे, ताकदवान आहे, बलवान आहे. हरहुन्नरी आहे. त्याचं शौर्य, सौजन्य, त्याची सभ्यता याचं मला तर खूप अप्रूप आहे. सतत नवनवीन गोष्टींच्या शोधात असतो, वेगवेगळे प्रयोगही सातत्यानं करतो. त्याच्या या सर्व गुणांमुळे का मी त्याच्याकडे ओढली जाते? हे फक्त शारीरिक आकर्षण आहे की आणखी काही? त्याच्यातही काही उणिवा आहेत. तो अबोल आहे, मनातील भावना व्यक्त करण्यात तर नक्कीच कमी पडतो. आमच्यातला हा अबोला आणि दुरावा मला कधी कधी क्लेशकारक वाटतो. कधी कधी त्याच्या अथांग मनाचा तळच गाठता येत नाही मला; पण तरीसुद्धा मला

त्याचं फार आकर्षण वाटतं. त्याच्यात कोणतेही गुण नसते तरीसुद्धा मला तो एवढाच प्रिय वाटला असता. माणसाला हवं ते सगळं कधीच मिळत नाही. मग जे मिळालं तेच हवंहवंसं वाटायला लागतं.

ही ओढ असण्याचं काय कारण? तर मूळ मुद्दा असा की तो खूप चांगला आहे आणि म्हणून मी त्याच्यावर मनापासून प्रेम करते. तो चांगला वागेल अथवा वाईट, माझा अपमान करेल आणि मला दुखावेल, कठोर वागेल वा माझ्यावर हातही टाकेल. तरीसुद्धा मला तो तेवढाच प्रिय असेल, हे कोणतं आकर्षण? हा सर्व खेळ बहुधा स्त्री-पुरुष संबधांचा असावा. हे एक नैसर्गिक आकर्षण, ईश्वरानं निर्माण केलेलं. सर्व गुण-वैगुण्यासकट एकमेकांचा केलेला स्वीकार हीच तर ईश्वराची किमया! तो माझा आहे, एक पुरुष आहे. मला त्याची आणि त्याची मला असलेली शारीरिक आणि मानसिक गरज, हेच खरं आहे. हेच खरं निर्विवाद सत्य! आणि ही अशी भावना तर्कवितर्कांच्या पलीकडची.

याचं आकलन होऊन त्याचं परीक्षण करणारी मीच पहिली स्त्री असेन. कदाचित माझं हे तत्त्वज्ञान चुकीचंही असू शकतं. हे सत्य मला कुठल्याच तात्त्विक आणि सांख्यिक चौकटीत नाही मांडता येणार.

४० वर्षांनंतर

मनापासूनची प्रार्थना! माझी आंतरिक इच्छा! इतकी वर्षं आम्ही दोघांनी एकत्र संसार केला, सहजीवनाचा अनुभव घेतला. अशाच रीतीनं आमचा अंतिम प्रवासही जोडीनंच व्हावा, हीच त्या जगन्नियंत्याकडे प्रार्थना! अशीच आशा जगाच्या अंतापर्यंत सर्वच स्त्रियांच्या मनात असेल.

कदाचित एक वेळ अशी येईल की या मृत्यूच्या उंबरठ्यावर दोघेच असताना कोणीतरी एकच पुढे जाईल, तेव्हा मात्र माझाच नंबर तुझ्याआधी! तुझ्याविना नाही मला जमणार. तुझ्याविना आयुष्य ही कल्पनाही सहन होत नाही. मी फारच अवलंबून आहे तुझ्या असण्यावर, कदाचित तुझ्यापेक्षा जास्तच. आपल्या या वाटचालीत मीच आधी जाणार. ही ईश्वरचरणी प्रार्थना, फक्त माझीच नव्हे तर संपूर्ण स्त्री जातीची ही प्रार्थना. जगाच्या अंतापर्यंत अमर राहणारी हीच ती एकुलती एक प्रार्थना! पत्नी म्हणून आर्ततेनं केलेली ही पहिल्यावहिल्या पत्नीची पहिलीवहिली प्रार्थना! जगाच्या अंतापर्यंत अमर असेल प्रत्येक स्त्रीच्या तोंडी.

इव्हचं थडगं : ती जिथे होती, तिथेच स्वर्ग होता. – ॲडम

◆

डायरी सैतानाची

फार पूर्वीची ही कथा! काही वर्षांपूर्वी ज्ञानवृक्षाच्या झाडाजवळील एका झुडपात मी झोपलो असताना एका स्त्री आणि पुरुषाचं बोलणं माझ्या कानावर पडलं होतं. त्यानंतर आज इतक्या वर्षांनंतर तेच दोघं पुन्हा इथे आले आहेत. तीच कांती, तेच वय आणि तसंच रुपडं. दोघंही कसे अजाण, निरागस आणि निर्मळ! ना त्यांना आपल्या नग्नतेची जाणीव होती ना त्याची लाज वा शरम! त्यांचं सौंदर्य आणि निरागसता शब्दातीत होती.

मी पुन्हा इतक्या वर्षांनंतर त्यांचं त्याच विषयावरील बोलणं ऐकलं. 'चांगलं, वाईट, जन्म, मृत्यू, पाप, पुण्य!' अशा अनेक गोष्टींबद्दल त्यांच्या मनात कुतूहल होतं. साऱ्यांचा अर्थ शोधण्यासाठी धडपडत होती दोघं! पूर्वीइतकंच आताही त्यांचं याविषयीचं आकलन मात्र तितकंच मर्यादित होतं. त्यांचा अर्थ समजणंही त्यांच्या आवाक्याच्या बाहेरचं होतं. फारच गोंधळून गेली होती दोघं!

"चल, आपण या सर्पालाच विचारूयात. तोच कदाचित आपल्या प्रश्नांची उत्तरं देऊ शकेल." ॲडम म्हणाला. हे ऐकल्यावर मी लगेच झुडपांतून बाहेर आलो. समोर दोघंही उभे होते. माझी नजर इव्हच्या चेहऱ्यावरून हटत नव्हती. इव्हकडे दृष्टिक्षेप टाकून म्हणालो, "हे सुंदर स्त्री, तू मला ओळखत नाहीस; पण मी तुला नेहमीच बघतो. तुझं सौंदर्य अतुलनीय आहे. तू तर भूतलावरील सर्वांत सुंदर स्त्री! अन्य कोणत्याही प्राण्याकडे असं सौंदर्य नाही. तुझा केशसंभार, तुझे डोळे, तुझं मुखकमल, तुझी अतिसुंदर काया आणि कमनीय बांधा! अप्रतिम! विधात्यानं घडविलेली एक अद्वितीय, अप्रतिम आणि मोहक कलाकृती!"

मी तिच्या रूपाचं इतकं कौतुक केलं, तेव्हा ती खूपच खूश झाली. आनंदानं स्वत:चे हात आणि पाय निरखून पाहत स्वत:लाच कुरवाळत अभिमानानं म्हणाली, "सुंदर असणं किती भाग्याचं आणि आनंदाचं असतं? खरंच का मी इतकी सुंदर आहे? पण माझा ॲडमसुद्धा तितकाच देखणा आहे. अगदी माझ्याइतकाच!" त्याला निरखून पाहताना तिच्या निळ्याशार डोळ्यांत त्याच्याबद्दलचं निर्व्याज प्रेम ओसंडून वाहत होतं. इव्हनं त्याचं कौतुक केलं. ते कौतुकाचे

नंदनवनातील एक दिवस

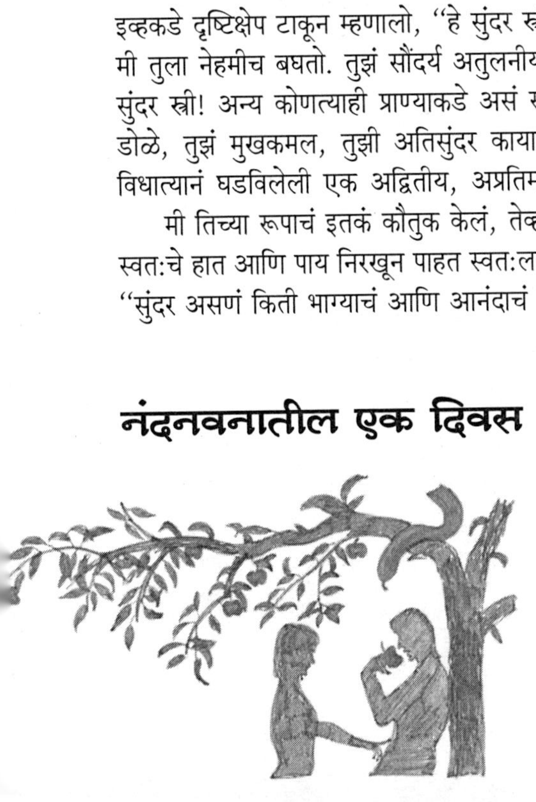

चार शब्द त्यानंही निर्मल आणि निष्पाप मनाने स्वीकारले.

"केसात फुलं घातल्यावर तर मी अधिकच छान दिसतो," तोही आनंदानं उत्तरला.

"अगदी खरं! बघाच तुम्ही!" असं म्हणत एखाद्या फुलपाखरासारखं बागडत तिनं काही फुलं तोडून आणली आणि त्यांची एक छोटीशी माळ करून तिनं त्याच्या डोक्यावर एखाद्या राजमुकुटाप्रमाणे चढवली. तिच्या नाजूकशा हातांनी त्या पाकळ्यांची अप्रतिम साखळी करत तिच्या निसर्गदत्त कलेचा एक सुंदर नमुनाच जणू तिनं सादर केला. लहान मुलीसाख्या आनंदाने टाळ्याही वाजवल्या. मग अत्यानंदानं तिनं त्याचं चुंबन घेतलं. नयनमनोहर प्रेमाचा आविष्कार! माझ्या आयुष्यातील हा निर्व्याज प्रेमाचा एकमेव आणि अविस्मरणीय प्रसंग!

अशा या दोन्हीही अजाण, अश्राप जीवांना पडले आहेत काही प्रश्न. माझ्याकडे दोघंही अपेक्षेनं पाहत होती. नैतिकता, जीवनमूल्यं, आयुष्य, सुख, दुःख आणि अशा अनेक भावनांचा अर्थ समजून घ्यायला ती उत्सुक होती. कशा समजावून सांगू मी या वेगवेगळ्या भावना? कळतील का त्यांना या शब्दांचे अर्थ? त्यांना कसं सांगावं माझं मलाच कळेना. जी भावना त्यांनी कधी अनुभवलीच नाही, ती कशी समजेल त्यांना?

"ठीक आहे. मी सांगण्याचा प्रयत्न करतो. मला नाही कल्पना तुमच्यापर्यंत पोहोचेल की नाही. एक भावना - दुःखः! दुःख म्हणजे काय? सांग मला."

"मला नाही दुःखाची काही कल्पना." ती उत्तरली.

"अगं, तेच तुला समजावून सांगण्याचा प्रयत्न करतोय. दुःखाची व्याख्या कोणत्या शब्दांत सांगू तुला? खरंच अवघड आहे दुःख म्हणजे काय ते समजावून सांगणं. तुमच्या आयुष्यात हा शब्दच नाही. तर त्याचा अर्थ तरी कसा कळणार? तुम्ही कधी शारीरिक वेदना अनुभवल्याच नाहीत. तुमच्या शब्दकोशातही हा साधा शब्दप्रयोग नाही."

"मग आमच्या शब्दकोशात काय आहे?" इव्हचे प्रश्न संपतच नव्हते. नवीन कोणतीही गोष्ट जाणून घेण्याची तिची जिद्द वाखाणण्यासारखी होती.

"अशा काही गोष्टी असतात, त्या आपल्या दुनियेत नसतात, त्यांचा आपण अनुभवही घेऊ शकत नाही, की त्यांना स्पर्श करू शकत नाही. आपल्या आकलनशक्तीच्या पलीकडच्या असतात. तुला कसं समजून सांगू मलाच कळत नाही. स्वर्गातील आणि भूतलावरील संकल्पनांमध्ये फार फरक आहे. इथे तुम्ही जे अनुभवता, निरीक्षण करून काही गृहितं मांडता, ती आणि तशीच भूतलावर कशी असतील? अशा काही स्वयंसिद्ध आणि स्वप्रमाणित बोधकल्पना त्या त्या ठिकाणच्या विशेष असतात. तुम्ही दोघं या क्षणी ज्ञात आणि अज्ञाताच्या सीमेवर

उभे आहात.'' सैतानाच्या स्पष्टीकरणानं इव्ह तर अधिकच गोंधळात पडली. तरी त्याच्या संभाषणातून तिला एक नवीन शब्द मिळाला... स्वयंसिद्ध...

''स्वयंसिद्ध म्हणजे काय?'' तिच्या प्रश्नांना अंतच नव्हता; पण मूळ मुद्द्यापासून ती दूर जात होती. कमीतकमी तिला हे सारे 'प्रश्न' पडत होते, हीच एक चांगली बाब! मात्र तिचं कुतूहल जागृत होत होतं. आज तिला स्वप्रमाणित शब्दांचा अर्थ सांगणं अशक्य कोटीतील गोष्ट होती. किंबहुना, तिला त्याचा अर्थही कळला नसता. काही गोष्टी तिला अनुभवानंच समजणार होत्या. म्हणून तिच्या या प्रश्नाकडे मी दुर्लक्ष केलं. इव्ह आणि ॲडम दोघंही कुतूहलापोटी प्रश्न विचारीत होते. भूतलावर कशाला आणि कसं सामोरं जावं लागेल याबद्दल अनभिज्ञही होते; पण त्यांचे प्रयत्नही प्रामाणिक होते. म्हणून मला शक्य होईल इतपत तिला भूतलावरील संकल्पना अवगत करून देण्याचा माझ्या परीनं प्रयत्न चालूच ठेवला. तिला काही प्राथमिक माहिती असावी म्हणून विचारलं,

''भीती म्हणजे काय, सांगशील का?''

''भीती? भीती काय असते?'' इव्हनं पटकन विचारलं.

''अगं, हेच तुला सांगण्याचा प्रयत्न करतोय. भीती शब्दच तुझ्या शब्दकोशात नाही. तुला कसं काय कळणार भीती म्हणजे काय ते. हजारो प्रकारचे विविध शब्द वापरले तरी मी नाही तुला सांगू शकणार भीतीचा अर्थ. तुला स्वत:लाच अनुभवायला हवं. अगं, अगदी मृत्यूचाही अर्थ तुला समजावून सांगणं अशक्य आहे. हा शब्दही अगदी परकीय आणि अनोखा आहे तुझ्यासाठी. मृत्यू म्हणजे फार तर एक निद्रा...''

''मला माहिती आहे निद्रा म्हणजे काय ते! निद्रा म्हणजे झोप आणि ती तर खूप शांत आणि प्रसन्न!'' ती पटकन उत्तरली.

''अगं, पण ही झोप फार वेगळी असते. ही फक्त नुसती निद्रा नसून एक काळनिद्रा असते... खूप मोठी, अनंत काळाची निद्रा... मृत्यू म्हणजे न संपणारी एक निद्रा.''

''मग तर फारच छान! मला तर नक्कीच आवडेल मृत्यू! इतकी छान आणि शांत! फार काळ टिकणारी, रेंगाळणारी झोप! वा, मला तर वाटतं की मृत्यू-इतकी सुंदर कोणतीच गोष्ट नसावी.'' ती आनंदानं उद्गारली.

''अजाण बालिके, आज जे सत्य तू अजाणतेपणे बोलून गेलीस, तेच कधी-तरी तुझ्या मुखातून बाहेर पडेल. अती दु:खद अंत:करणानं तू एक दिवस याच दयाळू मृत्युदेवतेला आवाहन करशील आणि मृत्यूची याचना करशील आणि या सर्व जीवन-मृत्यूच्या फेऱ्यातून सुटकेसाठी विनवणी करशील. या करुण आणि वेदनादायक जीवनातून मुक्त होण्यासाठी प्रार्थना करशील.'' हे विचार त्याच्या

मनात घोंगावत असताना प्रत्यक्षात मात्र तो उत्तरला, "अगं, ही निद्रा तर काळझोप असते. अगदी अनंत काळापर्यंत असते."

"म्हणजे नक्की कधीपर्यंत?" तिनं अगदी सहजतेनं विचारलं.

"तुझ्या आकलनशक्तीच्या पलीकडचं आहे हे सगळं. तुला शब्दांत समजून सांगणं निव्वळ अशक्य आहे."

खरंच! या व अशा अनेक वेगवेगळ्या भावना आणि त्यांचा अर्थ तिला अनुभवाखेरीज समजून सांगणं हे माझ्या दृष्टीनं अशक्यप्रायच होतं. जसं की लहान बाळाला आई दहा वेळा सांगते, "अरे, निरांजनाला बोट लावू नकोस, भाजेल." भाजणे म्हणजे काय याचा गंधही नसलेलं बाळ जेव्हा त्या ज्योतीला पकडायचा प्रयत्न करतं, तेव्हाच त्याला त्या चटक्याचा अनुभव मिळतो आणि भाजण्याचा अर्थही उमजतो. या उपमेचा विचार करत माझ्याच विचारात दंग होतो.

"अरे, पण मग चांगलं म्हणजे काय? आणि वाईट ते काय असतं?"

"तुमच्या जगात तर या नैतिक मूल्यांना थाराच नाही."

"मग नैतिकता म्हणजे तरी काय? ते तरी समजावून सांग. हे सगळं माहीत असणं आमच्या नक्कीच फायद्याचं असेल."

"अगं,जे तुम्ही नाही अनुभवलं, त्याचं कसं काय विश्लेषण करू? कशी काय फोड करून तुला शब्दांचे अर्थ सांगू? तुम्हाला तर चांगल्या-वाईटातील फरकसुद्धा नाही कळणार. तुमचं जगणं कसं निर्व्याज, निष्पाप, निष्कलंक आणि कोणत्या वाईटाचा स्पर्शही न झालेलं. तुम्हाला आज जे सारं काही मिळालं आहे ना, जे तुम्ही अनुभवता आहात, ते दैवी आहे, पवित्र आहे, परमेश्वरानं प्रसाद म्हणून दिलं आहे. तिथे दुःखाला वाव नाही, जागा नाही. सध्या तुम्ही पवित्र आणि निर्मल आहात. तसेच राहा! तू अशा विषयांचा विचारही करू नकोस, शब्दकोडी उकलण्याचा प्रयत्नही करू नकोस. नाहीतर तुमचं खूप मोठं पतन होईल आणि तुम्ही जे सर्व नैसर्गिक, दैवी आणि पवित्र आहे, ते पूर्णतः गमावून बसाल. अपरिमित हानी होईल तुमची. असं ज्ञान हवं तरी कशाला?"

"पण मग हे सर्व ज्ञान कोणास ठाऊक आहे? आम्हास कसं कळेल हे सारं?"

"अरे, तुम्ही तर देवाचे आभार माना, की या सर्व गुण-दुर्गुणांपासून तुम्ही मुक्त आहात. नशीबवान आहात. आनंदी आहात; पण एक मात्र खरं, हे पृथ्वीतलावरील ज्ञान तुम्हाला स्वर्गात शोधूनही नाही मिळणार."

"तू आता आमची उत्सुकता अधिक ताणू नकोस. हे नैतिकतेचं आणि चांगल्या-वाईटाचं ज्ञान कसं मिळेल आम्हाला? आमची फार इच्छा आहे की हे सारं कळायला हवं. तूच काहीतरी मार्ग दाखव ना."

"आहे, एक मार्ग आहे. या निषिद्ध झाडाचं फळ तुम्ही खाल्लं तर हे सर्व ज्ञान, हे नीतिमत्तेचे धडे तुम्हाला नक्कीच मिळतील; पण लक्षात ठेवा, त्याच वेळी तुम्ही फार सुंदर आणि पवित्र दैवी गोष्टी मात्र गमावून बसाल."

"शिकू या का आपण नीतिमत्ता म्हणजे काय ते? तू आहेस का यासाठी उत्सुक? आपल्या ज्ञानात चांगलीच भर पडेल." इव्हनं ॲडमला विचारलं.

"मला काही फारसा फरक नाही पडत. एकतर तुझं आणि त्या सर्पाचं बोलणंच मला काही कळलं नाही. तूच ठरव, फळ खायचं की नाही ते. हे फळ खाण्यात आक्षेपार्ह असं मला तरी नाही वाटत." ॲडम जरा उदासीनच होता.

अजाण आणि अज्ञानी बालकं! हे सर्वकाही त्यांच्या आकलनशक्तीपलीकडचं! त्या छोट्याशा आनंदी आणि निरपराध विश्वाच्या फार पलीकडचं होतं सर्व! इव्हनं ते सफरचंद हातात घेतलं. अरेरे! अंत त्या सुखी आणि आनंदी जीवनाचा! आता उरणार नाही निर्व्याज प्रेम आणि आनंद! पाप, पुण्य, दु:ख, दारिद्र्य, वेदना, भूक, अश्रू, स्वार्थ, नश्वर देह, लज्जा, राग... सर्व षड्रिपू आता प्रवेशिते झाले. जन्म आणि मृत्यूचा फेरा आता मानवाच्या नशिबी आला. आता मृत्यूचं द्वारही मानवासाठी खुलं झालं. दु:ख, दारिद्र्य यात सारे वेढले गेले. आता कुठे ते स्वर्गीय सुख आणि आनंद! मानव खऱ्या अर्थाने मर्त्य जाहला. मनातल्या मनात हे सर्व विचार दत्त म्हणून माझ्यापुढे ठाकले.

आणि त्याच वेळी इव्हनं सफरचंदाचा एक तुकडा तोंडात टाकला!...

आणि नंतर...

झोपेतून अर्धवट जागे झाल्यासारखे तिचे हरवलेले नयन! शून्य दृष्टी माझ्याकडे आणि ॲडमकडे! किंबहुना, आमच्याही आरपार असलेली तिची केविलवाणी नजर! अचानक तिचं मग स्वत:कडे लक्ष गेलं आणि स्वत:ची नग्न काया दिसताच ती प्रथमच कावरीबावरी झाली. गालावर शरमेची एक लालीच अवतरली आणि तशीच वेगात ती झुडपाआड लपली... आणि म्हणाली, "आज मी माझं सर्वस्व हरवून बसले. माझीच मला का बरं लाज वाटते? आज मीच माझ्या नजरेतून उतरले. मी काय पाप केलंय? कुठे गेला माझा तो निर्व्याज अवखळपणा?"

असहाय आणि हतबल नजरेनं ती व्याकूळ झाली आणि अश्रू ढाळू लागली. कुणाच्याच नजरेला नजर देण्याचीही तिच्यात शक्ती नव्हती. ॲडम मात्र अवाक होऊन तिच्याकडे बघतच राहिला. हे सर्व त्याला स्वप्नासारखंच वाटत होतं. हे सर्व त्याच्या समजण्याच्या पलीकडचं होतं. ना तिच्या शब्दांचे त्याला अर्थ कळत होते. तिच्या कायेवर, जणू तिच्या सर्व अस्तित्वावरच काळाची छाया झाकोळली होती. तिच्यातलं देवत्वच जणू संपलं होतं. ती होती फक्त एक मानवी नश्वर

स्त्री!

तिच्याकडे आश्चर्यानं पाहत पाहत ॲडमनंही मग ते उरलेलं अर्धं सफरचंद खाल्लं आणि तोही तिच्यासारखाच एक अतिसामान्य मानव झाला. जणू काही एका गूढ आणि अनादि-अनंत विश्वातून ते दोघं जण पृथ्वीतलावरील मानवी नश्वर जगात, जाणिवेच्या जगात अवतरले. याची जाणीव झाल्यामुळेच असेल कदाचित; पण म्हणूनच शांतपणे त्यानं दोघांसाठी झाडाच्या पानांची वल्कलं गोळा केली, दोघांची नग्न शरीरं झाकण्याचा असफल प्रयत्न केला.

काहीही न बोलता ॲडम आणि इव्ह दोघंही हातात हात घालून दृष्टिआड झाले आणि मर्त्य मानवी आयुष्याची खऱ्या अर्थानं सुरुवात झाली...

इव्हचे मनोगत

स्वर्गाच्या नंदनवनातून त्यांनी ज्वलंत तलवारींनी आम्हाला घालवून दिलं. उग्र आणि हिंसक चेरुबिम या देवदूतांच्या साहाय्यानं! आम्ही तर निर्दोष होतो, अजाण होतो. असं कोणतं पाप आमच्या हातून घडलं होतं? कोणत्याही अजाण बालकाकडून नकळत असंच काहीसं घडू शकेल अशी ही घटना. एखाद्या नियमाचा भंग करणे, आज्ञापालन न करणे. हे आम्हाला सर्वच नवीन होतं. तसा कोणताही हेतू आमच्या मनात नव्हता. जे झालं ते तर अनवधानानंच आणि कुतूहलापोटीच! किंबहुना आज्ञा, आदेश, नियम, नियमभंग या संकल्पनाही नवीनच होत्या आमच्यासाठी. त्यातलं काही समजून घेण्याची कुवतही आमच्यात नव्हती. खरंच का आम्ही गुन्हेगार होतो? काय चूक वा काय बरोबर हेच आम्हाला समजत नव्हतं. कसं कळणार? नीतिमत्तेची व्याख्याच कधी आम्ही शिकलो नव्हतो. हा आमच्यावरचा अन्यायच होता. न समजलेली भाषा, न समजलेले नियम आणि न समजलेली तत्त्वं... जे आम्हाला कधी कळलंच नाही, त्यांचंच पालन केलं नाही म्हणून आम्हाला शिक्षा दिली. हा कुठला न्याय? माझ्या चार वर्षांच्या लहानग्या मुलाला जितकी अक्कल आहे, तितकंही आम्हाला तेव्हा कळत नव्हतं. जर माझा लहानगा माझ्याकडे काही घेऊन आला, जे त्याला नवीन आहे, त्याला कळत नाही, तर त्याला समजून सांगणं हे माझं कर्तव्य आहे की शिकविण्याआधीच त्याला शिक्षा करणं, मारणं हा आईचा धर्म आहे? या प्रश्नांची उत्तरं कधी आणि कशी मिळतील?

शेवटी तर त्यांनी नंदनवनाचे दरवाजे बंद करून घालवूनच दिलं आम्हाला. हा तर केवळ रानटीपणाच म्हणायचा. आम्हा दोघांना बाहेर काढलं आणि स्वर्गाचे दरवाजे आमच्यासाठी कायमचे बंद झाले. तेव्हा आम्हाला काहीच समजलं नाही,

इतकी मोठी शिक्षा आणि त्याचे परिणाम आमच्या आकलनशक्तीच्या पलीकडचे होते. नकळतच ते फळ खाल्ले आणि अजाणतेपणी नियमाचं उल्लंघन केल्याचं पाप आमच्या नशिबी आलं. आम्हाला हे ज्ञान थोडंसं जरी आधी प्राप्त असतं, तर अशी चूक आम्ही केली असती का? काहीही न सांगता, सवरता ही अशी क्रूर शिक्षा आमच्याच नशिबी का? यात न्याय तो कोणता? आमच्या निरागसतेची अशी क्रूर थट्टा का? मनात विचारांचं काहूर माजलं.

आता तीन महिन्यांचा काळ लोटलाय. निघालो तेव्हा तर फारच अज्ञानी आणि अजाण होतो आम्ही; पण आता आमच्या ज्ञानात चांगलीच भर पडली आहे. अनेक गोष्टी शिकतोय. नवीन भावना, नवीन शब्द, नवीन संवेदना. सगळं काही नवीन. आता आम्हाला भूक म्हणजे काय ते समजतंय. भूक, तहान, दुःख, वेदना, द्वेष, कितीतरी दुर्गुणांनी आम्हाला समृद्ध केलंय! आम्हाला पश्चात्तापाचाही अर्थ आता उमजतोय. निष्पाप असणं, निर्व्याज असणं म्हणजे काय हेसुद्धा हळूहळू समजतंय. स्वार्थ, गुन्हा, आचरटपणा, असभ्यता, अनुचित वागणं याचा आम्हाला पूर्वी गंधही नव्हता. जे जे दुर्गुण असतील ते सर्व आता आम्ही नकळत अंगीकारले आहेत. मनाची आणि शरीराची झीज काय असते, वार्धक्य म्हणजे काय, निद्रानाश आणि त्याचबरोबर शांत झोप दोन्हीचा अनुभव आता आम्ही घेत आहोत. अर्थात त्याचबरोबर काही चांगल्या गोष्टीही आम्ही अंगीकारल्या आहेत. काही गोष्टी गमावल्यात... पण काही थोडे कमावलेपण! थोडक्यात काय तर आता आम्ही खऱ्या अर्थाने अनुभवसमृद्ध झालो आहोत. सात्त्विक, राजस आणि तामसी या तिन्ही गुणांचं ज्ञान आम्हाला पृथ्वीतलावर प्राप्त झालं; पण तरीसुद्धा स्वर्गातले आनंदाचे क्षण आम्ही विसरू शकत नाही. तिथे फक्त आनंद आणि आनंदच होता. दुःख औषधालाही अनुभवलं नव्हतं. कुठे ते एके काळचं नंदनवनातील शांत आणि रम्य जीवन आणि आताची काम, क्रोध, मद, मत्सर, लोभ आणि मोह या षड्रिपुंबरोबरची आमची संगत. तिथे दुःखाचा कधी लवलेशही नव्हता. आता कधीतरी झोपेत पडतं स्वप्न रम्य नंदनवनाचं! सकाळी उठताच उरतात त्या सुंदर आनंदी जीवनाच्या फक्त भग्न आठवणी! आता संसार सुरू झाला आहे आमचा - खऱ्या अर्थानं दुःखाचा, कष्टाचा आणि सहजीवनाचा, मानसिक त्रासाचा, तसेच जोडीदाराबरोबर आनंदानं संसार करण्याचा आणि एकमेकांना सुख-दुःखात साथ देण्याचा! परंतु मनाच्या निर्व्याजतेपासून कित्येक मैल दूर गेलोय आम्ही. हेच का ते नश्वर जीवन? मग कोणत्या अर्थानं आम्ही श्रीमंत झालो आहोत? आहे, आता दुःख तर आहेच; पण त्यामुळेच आनंदाचीही आणि सुखाचीही किंमत आता आम्हाला कळायला लागली आहे. हेच का ते मानवी जीवन? नंदनवनातील एका निष्पाप आणि निर्व्याज जीवनाचा एक तास जरी परत

आम्हाला अनुभवायला मिळाला तर? मी त्यासाठी कितीही किंमत मोजायला तयार आहे; पण आता मागे फिरण्याचा मार्गच बंद झाला आहे.

आता भावनांचं भांडार आहे आमच्याकडे; पण खरंच समृद्ध झालो आहोत का आम्ही? की हा आमचा ऱ्हास झालाय? मानवी स्वभावाचे अनेक पैलू अनुभवतो आहे. धडपडतोय, शिकतोय. फक्त एकाच गोष्टीचं ज्ञान मात्र आम्हाला अजून झालं नाही, ते म्हणजे मृत्यू. काय असेल बरं त्याचं स्वरूप? कोणास ठाऊक? सापानं सांगितलं होतं, मृत्यू म्हणजे एक दीर्घ निद्रा!

आमचा दुसरा मुलगा! अेबल त्याचं नाव! "तो केव्हाचा झोपला आहे. अगं, बघ, इतक्या कष्टाने उभा केलेला अेबलचा बगिचापण कसा सुकत चाललाय. उठव त्याला. कोण काळजी घेणार त्याच्या झाडांची?" ॲडमनं विचारलं.

"अगदी गाढ झोपला आहे तो. उठायचं नावही घेत नाहीये." काळजीनंच मी उत्तरले.

"कदाचित फारच थकला असेल तो. झोपू देत अजून थोडा वेळ! त्याला काल फारच लागलं. खोल जखमाही झाल्या. वेदना होत असतील, म्हणून कदाचित तो अजून उठत नसावा."

"तसंच असावं. झोपेतच त्याच्या जखमा पूर्ण बऱ्या होतील." आशेनं मी म्हणाले.

कालचा पूर्ण दिवस तसाच गेला. रात्रही उलटली. काल सकाळीच आमचा धाकटा मुलगा अेबल आम्हाला जखमी अवस्थेत त्याच्या शेतात पडलेला दिसला. रक्ताने माखून गेला होता बिचारा. माझ्या मोठ्या मुलानं, केननं त्याला ढकलून दिलं होतं. एवढंच सांगून त्यानं डोळे मिटले आणि तो झोपी गेला. कसंबसं त्याला घरी आणलं, जखमा धुतल्या आणि त्याला शांतपणे निजवलं. फारसं लागलं नसावं बहुधा! नाहीतर इतका शांत नसता झोपला. अगदी वेदनारहित, शांत, निपचित पडला होता तो! थोडीशी हालचालसुद्धा नाही. जसा अगदी गाढ झोपेत. कोणतीही हालचाल नाही, की कुशीवर वळणं नाही. इतका शांत! निश्चल! आणि चेतनाहीन! सकाळपासून रात्रीपर्यंत शेतावर इतकं काम करतो, कधी विश्रांती म्हणून घेत नाही. मला वाटलं की अतिश्रमामुळेच इतका गाढ झोपला असावा. माझा अगदी लाडका आहे अेबल. उद्यापासून त्याला कमीच काम करायला लावणार आहे मी! विश्रांती घेणं जरुरी आहे त्याच्यासाठी. माझं सगळं काही ऐकतो.

दुसरा दिवस उजाडला. अजूनही तो झोपूनच आहे. त्याच्या आवडीचं खायला करून मी त्याच्या उशाशीच बसून आहे. काळजीपोटी! मी तेथून हललेसुद्धा नाही. न जाणो पटकन उठला आणि त्याला भूक लागली तर?

त्याच्या शांत आणि अशा निरागस झोपेसाठी मी देवाचे आभारही मानले. एका गोष्टीनं मात्र मी चक्रावून गेले होते. त्याचे डोळे मात्र सताड उघडे होते. तो जागा असावा असं वाटून मी त्याला हाकही मारून पाहिली; पण त्यानं उत्तरच दिलं नाही. माझा अेबल असा कधीच वागला नव्हता. फारच आज्ञाधारक आणि आदर्श होता तो! एक वेळेस केन, माझा मोठा मुलगा, तंद्रीत असल्यावर माझ्या बोलण्याकडे कधी कधी दुर्लक्ष करीत असे; पण अेबलकडून मला हे अपेक्षितच नव्हतं.

रात्रभर त्याच्या बिछान्याशी मी बसून होते. उठलाच तर त्याला खायला तरी देता येईल, या विचारानं झोपलेदेखील नाही. माझा लाडका अेबल! दिवस उजाडला. अजून अेबल थोडासादेखील हलला नव्हता. आता मात्र मला त्याची काळजी वाटू लागली. त्याचा चेहराही नवजात बालकासारखा पांढुरका दिसायला लागला. नंदनवनात आम्ही असतानासारखा. अतिशय प्रेमळ, गोडसा आणि छानसा! तेथील दिवस आठवून माझे डोळे भरून आले. आणि त्या भूतकाळातील रमणीय आठवणीत मी कित्येक तास रमून गेले. अचानक भानावर आले आणि अेबलचे प्रेमाने मुके घेतले व त्याला उठविण्याचा प्रयत्नही केला. त्यानं काहीच हालचाल केली नाही; मग मात्र मी रडायला लागले. त्याचे गाल एकदम थंडगार होते. काळजीपोटी कापसाचं आणि पक्ष्यांच्या पिसांचं पांघरूण त्याच्या अंगावर टाकलं. तरीही तो बर्फासारखा थंडच होता. अॅडमलाही आता काळजी वाटायला लागली. मला तर काही उमजतच नव्हतं. मी खूप घाबरले.

शेवटी आम्ही हरलो. आम्ही त्याला नाही उठवू शकलो. भरल्या डोळ्यांनी त्याला मिठी मारत एखाद्या तरी शब्दाची याचना मी करत होते. तो काहीच बोलत नव्हता. कधीच उठणार नाही का तो? भीतीनं मला कापरं भरलं. हाच मृत्यू तर नसावा? आणि सैतानाचे शब्द माझ्या कानात घुमायला लागले, 'मृत्यू म्हणजे एक दीर्घ न संपणारी निद्रा!...' मी कोलमडून गेले; हताश झाले, हतबल झाले. प्रथमच मृत्यूचं ज्ञान झालं...

अशा रीतीनं मानवी जीवनात मृत्यूचा शिरकाव झाला आणि क्षणभंगुर मानवी जीवनाची सर्वार्थानं सुरुवात झाली.

◆

परिशिष्ट

मार्क ट्वेनच्या कथांचा थोडक्यात परिचय

लाखाची गोष्ट
The £ 1,000,000 Bank - Note (१८९३)

मार्क ट्वेनच्या कथालेखनाच्या शेवटच्या टप्प्यात सन १८९३ मध्ये त्यांनी ही लघुकथा लिहिली. 'लाखाची गोष्ट' ही कथा भांडवलशाही समाजरचनेवर आधारित आहे. हेन्री ॲडम्स नावाचा एक अमेरिकन लंडनमध्ये अपघातानं पोहोचतो, तेव्हा त्याच्याकडे ना पैसे असतात, ना घरदार! स्वप्नातही कधी बघितली नसेल अशा कठीण परिस्थितीत तो सापडतो. कोणा एका धनिकाच्या पैजेची शिकार होतो. पैजेनुसार त्याला दहा लाख पौंडांची नोट महिनाभरासाठी भेट मिळते. बँक ऑफ लंडननं अशा फक्त दोन दुर्मिळ नोटांची छपाई केली होती. त्यातील ही एक नोट होती. तर अशा दुर्मिळ नोटेचा कोणताही उपयोग न करता, तसंच चोरीच्या आरोपाखाली जेलमध्ये न जाता त्याला एक महिना लंडनसारख्या प्रसिद्ध शहरात काढायचा असतो. ही लघुकथा फारच गाजली. भांडवलशाही समाजव्यवस्थेत पैसा कसा महत्त्वाचा आहे, तो श्रीमंतांना अधिक श्रीमंत करतो आणि गरिबांना अन्नासही मोताद करतो. लंडनसारख्या शहरात एक कंगाल व निर्धन परदेशी दहा लाख पौंडाच्या नोटेच्या आधारे एक महिना तग धरून राहतो आणि यशस्वी होतो, ही कहाणी सांगतानाच गरिबांना पाच पौंड खर्च करणंही कसं अवघड होतं, याचा विरोधाभास कथेच्या वाचनातून जाणवतो. 'लाखाची गोष्ट' ही एक मनोरंजक आणि कल्पनारम्य कहाणी आहेच; पण त्याचबरोबर भांडवलशाहीच्या कोपरखळ्यासुद्धा वाचताना लक्षात येतात. 'लाखाची गोष्ट' हा मराठी भाषेत गाजलेला चित्रपट याच कथेवरून घेतला असावा.

ऑनलाइन शुभमंगल
The Loves of Alonzo Fitz Clarence and Rosannah Ethelton (१८७८)

मार्क ट्वेननं ही आगळीवेगळी प्रणयकथा सुमारे दीडशे वर्षांपूर्वी - १८७८ साली लिहिली. अमेरिकेच्या पूर्व दिशेला ईस्ट पोर्ट, मेन इथे राहणारा तरुण आणि अमेरिकेच्या दुसऱ्या टोकाला म्हणजेच पश्चिमेला टेलिग्राफ हिल, पोर्टलॅन्ड

इथे राहणारी तरुणी यांच्यातील प्रेमप्रकरणावर आधारित ही कथा आहे. अमेरिकेच्या या दोन्ही भागांमधील वातावरणात खूप फरक आहे. पूर्वेला कडाक्याची थंडी आणि हिमवर्षाव, तर पश्चिमेचं वातावरण एकदम प्रसन्न आणि उबदार! पूर्व आणि पश्चिम टोकाच्या स्थानिक वेळेतही अदमासे तीन तासांचं अंतर आहे. इतक्या दूरदूरच्या दोन टोकांच्या शहरातील हे युवक-युवती एकमेकांना न पाहता स्पीकिंग ट्यूबच्या माध्यमातून (टेलिफोनवरून) एकमेकांच्या प्रेमात पडतात आणि शेवटी दूरध्वनीद्वारे लग्नही करतात. मार्क ट्वेनची ही प्रेमकथा त्याच्या कल्पनाशक्तीचा एक विशेष आविष्कार आहे. आजच्या ट्विटर, फेसबुक आणि व्हॉट्स ॲपच्या जमान्यात हजारो मैल दूर असलेल्या व्यक्तीशी संपर्क साधणे, तिला पाहणे ही काही नावीन्याची गोष्ट राहिली नाही; परंतु दीडशे वर्षांपूर्वी ही ऑनलाइन शुभमंगलाची कथा म्हणजे साहित्यातील मनोरंजक कल्पनाविष्कार! आणि भविष्यात कधी असं खरंखुरं घडेल याची तेव्हा वाचकांनी कल्पनाही केली नसेल.

परतीची वाट
The Californian's Tale (१८९३)

कॅलिफोर्निया प्रदेशातील स्टॅनिस्लॉस नदीकिनाऱ्याच्या एका छोट्या शहरातील घटनांवर आधारित ही गोष्ट आहे. हे छोटंसं गाव एके काळी सोन्याच्या खाणींसाठी प्रसिद्ध होतं. सुवर्णाचा धूर जणू त्या गावातून निघत असे. 'Gold Rush' नावानं गाजलेलं, कारखाने, शाळा, वर्तमानपत्रं आणि बाजारपेठांनी गजबजलेलं असं हे एके काळचं श्रीमंत गाव! परंतु जसजसा सोन्याचा साठा संपत गेला, तसतशी गावाची रया गेली. राजेशाही कॉटेजेसमध्ये राहणारे श्रीमंत धनिक एकेक करून गाव सोडून निघून गेले. गावालाच उतरती कळा लागली. अशा या गावात एक अनामिक नशीब आजमावण्यासाठी येतो; परंतु त्याचा गावात येऊन फक्त अपेक्षाभंग होतो. निर्मनुष्य गावात हताश होऊन फिरत असताना अचानक अतिशय देखणं कॉटेज त्याच्या नजरेस पडतं; इतकी सुरेख आणि जिवंत वास्तू पाहून त्याला आश्चर्यही वाटतं. तिथेच त्याची हेन्रीशी भेट होते. वयानं चाळिशीतील असलेला हेन्री अतिशय आनंदी, प्रसन्न असतो आणि तो प्रेमानं त्याला आपल्या टुमदार घरात येण्याचं आमंत्रणही देतो. हेन्रीच्या घरी तीन दिवस तो वास्तव्यास असतो. त्या तीन दिवसांतील घटनाक्रम कथेच्या स्वरूपात मार्क ट्वेननं आपल्यासमोर मांडला आहे. हेन्री सातत्यानं आपल्या माहेरी गेलेल्या बायकोची स्तुती करत असतो. हेन्रीच्या बायकोला भेटण्याची वाचकाची उत्कंठाही शिगेला पोहोचते. कथेचा शेवट निवेदकाला आणि तितकाच वाचकालाही अनपेक्षित आहे. कथेतील

शहराचं, तेथील एके काळच्या गतवैभवाचं वर्णन आणि वर्तमानातील औदासीन्य, त्याचबरोबर हेन्रीच्या घरातील रसरशीत जिवंतपणा या सर्व गोष्टींचं वर्णन आणि त्यातील विरोधाभास मार्क ट्वेननं अतिशय मार्मिक शब्दांत व्यक्त केला आहे. हेच त्याच्या यशाचं गमक आहे.

एक डाव भुताचा
A Ghost Story (१८८८)

मार्क ट्वेनचं '१८७५ Sketches New and Old' हे लघुकथांचं पुस्तक १८७५ साली प्रकाशित झालं. या कथासंग्रहातील बहुतेक कथा काल्पनिक आणि कपोलकल्पित आहेत. 'A Ghost Story' ही लघुकथा याच संग्रहातील. कार्डिफ जाएंटचा साडे दहा फुटाचा अमेरिकेतील पुतळा आज जगातील सर्वांत मौल्यवान, प्रदर्शनीय स्टॅचू मानला जातो. मूळ पुतळा न्यू यॉर्क येथील म्युझियममध्ये आजही आहे. जॉर्ज हल या तंबाखूच्या व्यापाऱ्यानं सन १८६८मध्ये हा संगमरवरी पुतळा तयार केला आणि पुरातन काळातील आदिमानव म्हणून त्याची प्रसिद्धी केली, त्यामुळे ही धिप्पाड मूर्ती बघण्यासाठी बरीच गर्दी लोटत असे. त्यातून त्यानं बराच पैसाही कमविला. पुढे पी. टी. बर्मन नावाच्या एका संयोजकानं हा पुतळा लिलावात विकत घेण्याचा प्रयत्न केला; परंतु तो प्रयत्न फसला, म्हणून त्यांनी तसाच एक प्लॅस्टर ऑफ पॅरिसचा बनावट पुतळा तयार केला आणि म्युझियममध्ये ठेवला. त्यावर भरपूर पैसेही कमविले. हे दोन्ही पुतळे खरे नव्हतेच. सगळीच लबाडी! लोकांना वेडं करून पैसे कमविण्याचा हा मार्ग होता. पुढे एकोणिसाव्या शतकातील 'कार्डिफ जाएंट'च्या या पुतळ्याला 'Petrified Hoax Giant' म्हणूनच संबोधलं गेलं. या सत्य घटनेचा आधार घेऊन मार्क ट्वेननं पुतळ्याच्या भुताचीच मनोरंजक कथा लिहिली. कार्डिफचं भूत जणू काही मोक्षप्राप्तीसाठी धडपड करतं; परंतु त्याला स्वत:चंच खरं शरीर कोणतं आणि खोटं कोणतं याचा पत्ता नसतो. अशा या धिप्पाड प्रेतात्म्यानं मोक्ष मिळण्यासाठी केलेली केविलवाणी धडपड गमतीशीर आहे. सुरुवातीला भीतीचं, प्रेतात्म्याचं वर्णन इतकं मार्मिक आहे, की वाचकाला कथा वाचतानासुद्धा घाम फुटतो; पण याच कथेचा शेवट मार्क ट्वेननं अतिशय विनोदी केला आहे. खोट्या पुतळ्यानं इतरांचीच नव्हे तर स्वत:च्या आत्म्याचीसुद्धा फजिती केली, त्यालाही फसवलं... त्याचंच अस्तित्व धोक्यात आलं. अशा अर्थाचं विडंबन या कथेत वाचायला मिळतं.

थट्टेतून जॅकपॉटकडे

The Joke That Made Ed's Fortune

(१८९७)

Let us be thankful for the fools. But for them rest of us could not succeed – Mark Twain

'Following The Equator'च्या प्रवास वर्णनातील ही कथा मार्क ट्वेननं १८९७ मध्ये लिहिली आहे. एड जॅक्सन स्वभावानं गरीब आणि भोळाभाबडा मुलगा. अमेरिकेतील मेम्फिसच्या बंदरावरील अनेक कामगारांपैकी एक! त्याचे सहकारी मित्र मात्र वात्रट आणि महाउद्योगी! एडला छळण्यासाठी ते टवाळखोर नेहमीच वेगवेगळ्या क्लृप्त्या लढवत आणि त्याची फजिती बघून खूश होत. अशाच एका मस्करीची कथा आणि तिला लागलेलं वेगळंच वळण याचं उत्तम दर्जाचं कल्पनारम्य लिखाण या कथेतून वाचावयास मिळतं. खरं तर मानवाच्या आयुष्यात चांगली अथवा वाईट वेळ कधीच सांगून येत नाही. ज्याचं जसं भाग्य असेल, तसंच त्याच्या आयुष्यात घडतं, मग ते चांगलं असो की वाईट! पण प्रत्येक घटनाक्रमाची एक वेळ असते. त्यामुळे योग्य वेळ आणि अनुकूल दैव या दोन्हींची साथ असेल तर कोणाचं नशीब कधी आणि कसं फळफळेल सांगता येत नाही. चेष्टेत केलेली थट्टामस्करी कधी कुणासाठी जीवघेणी ठरू शकते; पण जर नशीब बलवत्तर असेल तर अशाच एखाद्या मर्कटचेष्टेतूनच कोणा भाग्यवंताची लॉटरीपण लागते. त्याचं नशीब उजळतं. अशी ही नशिबाची एक गमतीदार कथा! वाचक कथा वाचताना पूर्णपणे गुंतून जातो. पुढे काय असेल या बाबतची वाचकांची उत्कंठा शेवटपर्यंत टिकविण्यातच लेखकाचं कौशल्य दिसून येतं.

मृत्यूची गोल चकती

Death Disk (१९०१)

मार्क ट्वेनची ही लघुकथा ऑलिव्हर क्रॉमवेल या कर्मठ आणि धर्मनिष्ठ सेना प्रमुखाच्या कारकिर्दीतील एका सत्य घटनेवर आधारित आहे. लॉर्ड जनरल ऑलिव्हर क्रॉमवेल (१५९९ -१६५८)! पहिल्या चार्ल्सच्या कारकिर्दीत इंग्लंडच्या यादवी युद्धातील पार्लमेन्ट पक्षाचा एक प्रभावी सेनाप्रमुख. इंग्लंड, स्कॉटलंड आणि आयर्लंडच्या कॉमनवेल्थचा 'लॉर्ड प्रोटेक्टर' म्हणूनही ओळखला जात असे. त्याच्या कारकिर्दीत धार्मिक सहिष्णुता वाढीस लागली. त्याचा देवावर आणि दैवी शक्तीवर प्रचंड विश्वास होता. लॉर्ड क्रॉमवेल धर्मनिष्ठ, कर्मठ आणि

ख्रिस्ती धर्माचा कडवा पुरस्कर्ता होता. सन १६४९मध्ये इंग्लंडच्या पहिल्या यादवी युद्धात कर्नल जॉन पॉयर पेमब्रोक, कर्नल रॉलॅन्ड लॉघारने आणि राईस पॉवेल या तिघांनी यादवी युद्ध करण्यात पुढाकार घेतला. आणि त्यांना देशद्रोही म्हणून अटक केली गेली. तिघांपैकी कोणा एकाची निवड देहान्त शिक्षेसाठी करावी असा प्रस्ताव मांडण्यात आला. दुर्दैवानं कर्नल जॉन पायर पेमब्रोक याची निवड झाली आणि त्यास कॉन्व्हेन्ट गार्डन, लंडन इथे २१ एप्रिल, १६४९ रोजी भर चौकात प्रचंड मोठ्या जमावासमोर लॉर्ड क्रॉमवेलच्या आज्ञेनुसार गोळी घालून ठार मारण्यात आलं. त्या घटनेनं व्यथित होऊन मार्क ट्वेन यांनी 'Death Disk' ही कथा १९०१मध्ये लिहिली. ही घटना १६४९मधली! म्हणजे त्यानंतर जवळजवळ २५० वर्षांनंतर लिहिली गेलेली ही कथा! मात्र मार्क ट्वेननं कथेचा दुःखद शेवट बदलून कथा सहनीय केली. ही कथा वाचताना मन हेलावून जातं. सिनर्जी हॉलमध्ये पुढे या कथेचे 'Little Lady and Lord Cromwell' या नावानं काही एकपात्री प्रयोगही झाले.

अजब स्वप्न

A Curious Dream (१८७०)

मार्क ट्वेनच्या दोन भयकथा प्रसिद्ध आहेत. 'A Curious Dream' आणि 'The Ghost Story.' दोन्ही कथा सुरुवातीला वाचताना भीतिदायक वाटतात; पण त्याचबरोबर पुढे पुढे कथांमध्ये विनोदाची झालरही बघायला मिळते. हेच मार्क ट्वेनच्या यशाचं गमक आहे. कथेतून नैतिक मूल्यं मांडण्यात मार्क ट्वेनचा हातखंडा आहे. 'A Curious Dream' ही कथा निवेदक आणि एक हाडांचा सांगाडा यांच्यातील संवादावर आधारित आहे. रस्त्यावरून जात असताना निवेदकाला एक हाडांचा सांगाडा भेटतो. त्यांच्यात मैत्री होते. सांगाडा त्याच्या मनातील दुःख निवेदकापाशी व्यक्त करतो. स्मशानातील अनेक प्रेतात्मे कसे दुःखी आहेत आणि आता ते कसे हे स्मशान सोडून निघालेत हे सर्व निवेदकाला सांगून आपलं मन मोकळं करतो. पूर्वजांचं दुःख मनोगताच्या स्वरूपात या कथेत मांडलं आहे. आजची नवीन पिढी पूर्वजांना विसरली आहे आणि ते त्यांचा सन्मान करीत नाहीत, त्यांची काळजी घेत नाहीत. भूतकाळातील पूर्वजांचे कष्ट, मेहनत यांच्या जोरावर त्यांचा आजचा वर्तमान उभा आहे आणि याच जोरावर ते भविष्याची स्वप्नं बघू शकतात, याचाही त्यांना विसर पडतो. पुढे पुढे धावताना मागची पाऊलवाट पुसली तर जाणार नाही ना? कुठेतरी या कटू सत्याची जाणीव करून देण्याचा मार्क ट्वेनचा हेतू असावा. तत्कालीन समाजाचं चित्रण मार्क ट्वेनच्या

नजरेतून वाचताना मन हेलावून जातं आणि जाणवतं की हे दुर्दैवानं आजचंसुद्धा दारुण सत्य आहे.

आभासी मिळकत
The $ 30000 Bequest (१९०४)

मार्क ट्वेनची ही गोष्ट स्वप्नरंजनात रममाण झालेल्या जोडप्याची आहे. लेकसाइड गावातील एक सुखी मध्यमवर्गीय कुटुंब. त्यांना वारसा हक्कानं भविष्यात मिळणाऱ्या तीस हजार पौंडांची ही स्वप्नकथा. संसारात सुखी आणि तृप्त असलेलं हे सामान्य जोडपं! सत्यापासून दूर कल्पनारम्य स्वप्नाकडे जाणारा हा त्यांचा प्रवास! समाधानी आयुष्यापासून सुरू होतो आणि हळूहळू विनाशाकडे वाटचाल करतो. मानवी मन फार चंचल आहे. माणसाचं मन भविष्यात रमतं, वास्तवतेपासून दूर जाऊन भविष्यातील अनिश्चित सुखांच्या क्षणांच्या भोवऱ्यात गुंतून पडतं. सत्य-असत्याच्या पलीकडे जाऊन स्वप्नविश्वात रममाण होतं. नंतर जागे झाल्यावर, सत्य परिस्थितीची जाण येते, तेव्हा मात्र फार उशीर झालेला असतो. वास्तवतेची दाहकता आणि स्वप्नातील उज्ज्वल भविष्य याची सांगड अशक्य आहे, याचीच जाणीव या कथेतून होते. मध्यमवर्गीय लोकांना उच्चभ्रू समाजाविषयीचं सुप्त आकर्षण आणि तिथपर्यंत पोहोचण्याची त्यांची धडपड याचं समर्पक वर्णन या लघुकथेत आढळतं.

कॅप्टन स्टॉर्मफिल्डची स्वर्गसफर
Captain Stormfield''s Visit to Heaven (१९०७)

'कॅप्टन स्टॉर्मफिल्डची स्वर्गसफर' ही कथा मार्क ट्वेनच्या कल्पनाशक्तीचा एक अद्भुत नमुना आहे. या जीवनापलीकडच्या जगाबद्दल आपल्या मनात भीती, एक जबरदस्त आकर्षण, तसंच कुतूहलही असतं. तसंच, मृत्यू म्हणजे नक्की काय? मृत्यूनंतर आत्मा स्वर्गात जातो की नरकात? स्वर्ग म्हणजे नक्की काय? अशा अनेक अनाकलनीय गोष्टींबद्दल कुतूहलसुद्धा असतं. ही कथा तुम्हाला विनोदी आणि हलक्याफुलक्या भाषेत स्वर्गाची सफर तर घडवतेच, त्याच वेळी ही गोष्ट वाचताना आपण त्या रम्य विश्वात रममाण होऊन जातो. गोष्ट थोडीशी अतिरंजकही वाटते; पण त्याच वेळी गालावर एक स्मितरेषा नक्कीच उमटवते. कथेतील ख्रिश्चन संकल्पना वाचताना थोड्याशा परक्या आणि अनोळखी वाटतात; परंतु शेवटी माणूस आणि त्याचं कल्पनाविश्व धर्मातीत

असतं. विशिष्ट धर्माच्या रीतीभाती आणि त्यांच्या पौराणिक कथा जरी अपरिचित असल्या तरी मानवाशी संबंधित असल्यानं वाचताना रोचक आणि मनोरंजक वाटतात. सर्वच संस्कृती आणि धर्मांमध्ये पाप, पुण्य, स्वर्ग, नरक इत्यादीबद्दलच्या पारंपरिक संकल्पनांचा पगडा त्या त्या समाजावर असतो. उदाहरणार्थ, ख्रिश्चन धर्मात अशी एक संकल्पना आहे की चांगलं वागलं की मेल्यावर स्वर्गात प्रवेश मिळतो आणि प्रवेशद्वारावरच तंतुवाद्य, बायबल, दैवी पंख, दैवी तेजोमंडळ आणि हार (Harp, Holi Book, Wings, Halo & Garland) यानं स्वागत केलं जातं. या कथेतील नायक कॅप्टन स्टॉर्मफिल्ड स्वर्गवासी झाल्यावर वेगवेगळ्या विचित्र अडचणींना सामोरा जातो आणि त्यातूनच काही गमतीशीर घटना घडतात. मार्क ट्वेन हयात असताना प्रसिद्ध झालेली त्यांची ही शेवटची कथा. मूळ कथा बरीच मोठी असून, त्यातील अनेक संदर्भ पाश्चात्त्य संस्कृती आणि ख्रिश्चन धर्माशी, तसेच तात्कालिक परिस्थितीशी संबंधित असल्याने ते संदर्भ गाळले आहेत.

जगावे की मरावे?
Is He Living or Is he Dead? (१८९३)

मार्क ट्वेननं १८९३ साली म्हणजे जवळजवळ सव्वाशे वर्षांपूर्वी ही कथा लिहिली आहे. कथेमध्येच एका कथेचं कथन आहे. एका अभागी कलाकाराची ही कहाणी आहे. नवोदित कलाकार कधी कधी प्रसिद्धी आणि पैशांपासून वंचित राहतात, गरिबीत दिवस काढतात आणि त्यांच्या कलेचं चीज होत नाही; परंतु अशाच काही कलाकारांना मृत्यूनंतर प्रसिद्धी मिळते, पारितोषिकं प्रदान केली जातात, त्यांच्या कलेचं गुणगान केलं जातं; परंतु त्यांच्या कलेची झालेली कदर दुर्दैवानं त्यांना प्रत्यक्ष जीवनात अनुभवता येत नाही. अशाच एका दुर्भागी कलाकाराची थोडीशी विनोदाकडे झुकणारी; पण वाचकाला कल्पनाविश्वात नेणारी कहाणी मार्क ट्वेननं आपल्यापुढे मांडली आहे. त्याच्या कल्पनाशक्तीचा एक नवीनच पैलू या कथेद्वारे समोर येतो. कोणतातरी एखादा छोटासा धागा पकडायचा आणि त्यापासून सुंदर कलात्मक वस्त्र विणायचं, हेच मार्क ट्वेनचं वैशिष्ट्य. वेगळ्या धर्तीची आणि शेवटपर्यंत उत्कंठा वाढविणारी अशी ही कथा शेवटपर्यंत वाचल्यावरच कळते.

स्वर्ग की नरक?
Was it Heaven? Or Hell? (१९०२)

माणसाच्या पाप-पुण्याच्या संकल्पना आणि माणसाचे दैनंदिन जीवनातील व्यवहार यांचं नातं फार घट्ट असतं. पापभीरू आणि देवभोळी माणसं सहसा सत्य लपवत नाहीत. खोटं बोलणं, असत्य सांगणं या लोकांच्या तत्त्वात बसत नाही. सत्य लपविणं आणि खोटं बोलणं पाप आहे, अशा विचारांच्या आणि जुन्या रूढींचा पगडा असलेल्या दोन वृद्ध बहिणींची एक कथा आहे. जर आपण कधी असत्याचा मार्ग स्वीकारला, खोटं बोललो तर ईश्वरासमोर उभेपण राहू शकणार नाही, हे दोघींचं ठाम मत! जेव्हा या दोघी भगिनींना खोटं बोलण्याचा मार्ग स्वीकारावा लागतो, तेव्हा त्या धर्मसंकटात सापडतात. घरातील आई आणि मुलगी दोघीही दुर्धर आजारी असताना, दोघी माय-लेकींपासून एकमेकींच्या गंभीर आजारपणाचं सत्य लपवून ठेवायचं, की त्यांना खरं सांगून त्यांचं मन दुखवायचं या द्विधा मन:स्थितीत दोघी असतात. खऱ्याची कास धरावी की दोन मरणासन्न जीवांचे अखेरचे दिवस अज्ञानात, पण सुखात जाण्यासाठी निरुपद्रवी खोटं बोलावं, याचा विचार करत असतानाच स्वत:च्या मृत्यूनंतर आपणास स्वर्ग प्राप्त होईल की नरकात जावं लागेल, या विचारानंसुद्धा चिंतित असतात. ही कथा पाप-पुण्याची व्याख्याच बदलते. कालपरत्वे आणि परिस्थितीनुसार सत्य-असत्य, स्वर्ग-नरक, खरं–खोटं याचे परिमाण बदलत असतात. किंबहुना, ते सापेक्ष असतात. लोकांच्या गरजा, लोकांचे प्रश्न, त्यांच्या जाणिवा त्या त्या प्रांताशी आणि त्या त्या समाजातील मूल्य व्यवस्थेशी निगडित असतात. कोणतंही सत्य हे पूर्ण सत्य नसतं. किंबहुना, त्याची परिभाषा बदलते. मार्क ट्वेनची ही ‘ Was It Heaven? Or Hell?’ ही कथा अशा अनेक मूलभूत प्रश्नांनाच हात घालते.

नशिबाची कथा
Edward Mills and George Benton: A Tale
(१८८०)

मार्क ट्वेनची ही कथा जरा वेगळ्या धाटणीची आहे. एडवर्ड आणि जॉर्ज हे नात्यानं दूरदूरचे भाऊ! दोघंही दुर्दैवानं अनाथ आणि पोरके होते. पुढे एक श्रीमंत अपत्यहीन जोडपं दोघांना दत्तक घेतं आणि त्यांच्या आयुष्यास कलाटणी मिळते, त्यांचं भविष्यही उजळून निघतं. दोन्ही मुलांवर सारखेच संस्कार घडतात. एडवर्ड

गुणी आणि विचारी असतो; पण त्याच संस्कारात वाढलेला त्याचा भाऊ जॉर्ज मात्र उद्धट आणि स्वार्थी! गुणी एडवर्डच्या नशिबी फक्त कष्टच असतात, सुख मात्र नसतं. याउलट जॉर्ज कामचोर असला तरी नशीब मात्र त्याला नेहमीच साथ देतं, त्याला शेवटपर्यंत मानच मिळतो. 'खऱ्याची दुनिया असते, नेहमी सत्याचाच विजय होतो' हे बोलणं सोपं आहे; पण प्रत्यक्षात तसंच घडतं असं नाही. हेच दारुण सत्य आहे. कधी कधी खऱ्या दागिन्यांऐवजी खोटेच जास्त लकाकतात आणि बाजारात खपूनही जातात. त्यामुळे चांगलं वागलं तर चांगलं फळ आणि वाईटास शिक्षा असं समाजात घडतंच असं नाही. आयुष्याच्या जडणघडणीसाठी सभोवतालचं वातावरण, मिळणारी शिकवण आणि संस्कार हे महत्त्वाचे असतातच; पण त्याही पलीकडे एक अदृश्य शक्ती असते, ती म्हणजे आपलं नशीब! जन्माला येणारी प्रत्येक व्यक्ती आपलं नशीब ललाटी घेऊन येते. नियतीपुढे कोणाचंच काही चालत नाही. चांगलं वागलं की नेहमीच चांगलं फळ मिळतं असं नाही, तर नशिबाचीही साथ असायला हवी. दोन भावांच्या आयुष्याची ही कहाणी!

ॲडमची डायरी

The Diary of Adam (१८९३)

मानवाच्या जन्माबद्दलच्या अनेक कथा उपलब्ध आहेत. ख्रिश्चन धर्मात ॲडम आणि इव्ह हे दोघे आद्य पुरुष आणि आद्य स्त्री मानले जातात. हजारो वर्षांपूर्वीच्या आदि मानवाच्या, म्हणजेच ॲडमच्या मनात कोणते प्रश्न उभे राहिले असावेत, त्याच्या नजरेतून इव्ह आणि हे विश्व कसं दिसत असेल, त्याला कोणते कोणते प्रश्न पडले असावेत, अशा अनेक प्रश्नांची उकल मार्क ट्वेननं ॲडमच्या डायरीतून वाचकांसमोर मांडली आहे. त्या काळचे प्रश्न, त्या काळची एकंदरीत स्थिती आणि मानवाचं पृथ्वीवरील वास्तव्य यांची सुरुवात हा खरं तर जसा संशोधनाचा विषय आहे तसाच कुतूहलाचा विषय आहे. वाचकांच्या मनात मानवाची व्युत्पत्ती आणि त्याचा पृथ्वीतलावरील पहिलावहिला प्रवास याबद्दल एक प्रकारचं कुतूहल असतं. मार्क ट्वेन ॲडमच्या डायरीद्वारे वाचकांना त्या रम्य आणि अनाकलनीय दुनियेची कल्पनासफर घडवून आणतो. ही लघुकथा डायरीच्या स्वरूपात मार्क ट्वेननं १९०५ साली वाचकांसमोर मांडली आहे.

इव्हची डायरी
Eve"s Diary (१९०५)

कल्पनाविश्वात रमणारे मार्क ट्वेन यांनी आदिमानवाच्या जन्माची एक आगळीवेगळी कथाच वाचकांना सादर केली आहे. मानवाच्या जन्माबद्दल अनेक कथा आणि उपकथा उपलब्ध आहेत. आपल्या अवतीभोवतीचं जग कसं अस्तित्वात आलं, मानवाची निर्मिती आणि उत्क्रांती कशी झाली, असे अनेक प्रश्न प्रत्येकास पडतात. त्याबद्दल एक प्रकारचं कुतूहलही मनात असतं. प्रत्येक धर्मात सृष्टी कशी निर्माण झाली, माणसाचा जन्म कसा झाला याबद्दल वेगवेगळ्या कथा उपलब्ध आहेत. हिंदू पुराणे आणि वैदिक साहित्यात मनू हा पहिला मनुष्य वा आदिमानव असल्याचा उल्लेख आहे. ख्रिस्ती धर्मात ॲडम आणि इव्ह दोघेही आदिमानव मानले जातात. त्यांच्या जन्मासंबंधीही वेगवेगळ्या कथा आहेत.

बायबलमधील मानवाच्या जन्माची कहाणी आधारभूत घेऊन ॲडम आणि इव्ह यांच्या नातेसंबंधाविषयी लघुकथा मार्क ट्वेन यांनी डायरीच्या स्वरूपात मांडल्या आहेत. वाचताना थोडीशी गमतीशीर वाटत असली तरी ॲडम आणि इव्ह यांचं नातं, त्यांची भावनिक गुंतवणूक, घडलेला पहिलावहिला संवाद आणि त्यांना भावलेलं त्या काळातील सहजीवन मार्क ट्वेन यांनी अत्यंत हळुवारपणे आपल्यापुढे उलगडून दाखवलं आहे. ॲडम आणि इव्ह स्वर्गलोकातून पृथ्वीतलावर का आले, कसे आले आणि त्यांनी मानवी मर्त्य जीवनाची कशी सुरुवात केली असावी, हाही एक कुतूहलाचा विषय आहे. मानवी भावना, हळुवार जपलं जाणारं नातं, तसंच याचं मनोरंजनात्मक वर्णन आपल्याला त्याच्या विनोदी कथांतून वाचायला मिळतं. या लघुकथा मनोगताच्या स्वरूपात त्यांनी इव्हच्या डायरीद्वारे आपल्यापुढे मांडल्या आहेत. दीडशे वर्षांपूर्वी त्यांनी अशा कथांमधून मानवी स्वभावाची केलेली उकल आणि विश्लेषणही अतुलनीय आहे. त्याची कल्पनाशक्ती आणि विनोदबुद्धी दोन्हींचा संगम या कथेमधून दृष्टिपथात येतो.

नंदनवनातील एक दिवस
Satan's Diary and Eve Speaks (१९०५)

सैतानाची डायरी आणि इव्हचं मनोगत या दोन्हीही लघुकथांचा विषय एकच असला तरी आशय मात्र वेगवेगळा आहे. नंदनवनात ॲडम आणि इव्ह असताना

सर्परूपी सैतानानं प्रवृत्त केल्यामुळे ईव्हनं ईश्वरी आदेश मोडला. तसेच पाप-पुण्याचं ज्ञान देणाऱ्या वृक्षाचं अर्धं फळ स्वतः खाल्लं व अर्धं फळ ॲडमला दिलं. अशा प्रकारे ईश्वरी आदेशाचा भंग केल्यामुळे मनुष्याच्या पापमय जीवनाला आरंभ झाला. ही कहाणी सैतानाच्या डायरीतून वाचताना कथेचे वेगळेच पैलू डोळ्यांसमोर येतात; पण हीच घटना जेव्हा इव्हच्या नजरेतून मार्क ट्वेन शब्दांकित करतो, तेव्हा मात्र वेगळाच अनुभव येतो. सैतानाच्या मनातले विचार आणि इव्हच्या मनातील शंका आणि त्यांचे निरसन मार्क ट्वेननं दोन वेगवेगळ्या पद्धतीनं आपल्यासमोर मांडल्या आहेत. म्हणूनच मार्क ट्वेनची विविधांगी वैचारिक क्षमता आणि कल्पनाशक्ती आपल्याला चक्रावून टाकते. मानवाच्या उगमाची कहाणी रोमांचक आणि कल्पनारम्य रीतीने सजवून, वाचकाला मायानगरीत घेऊन जाण्याचे त्यांचे कसब वाखाणण्याजोगे आहे.

◆